HÀNH HƯƠNG ĐẤT PHẬT

HÀNH HƯƠNG ĐẤT PHẬT

Nguyễn Xuân Quang

Trình bày bìa: Uyên Nguyên Trần Triết
Dàn Trang: Công Nguyễn

NHÀ XUẤT BẢN NHÂN ẢNH 2023
ISBN: 9798868931727

Nguyễn Xuân Quang

HÀNH HƯƠNG ĐẤT PHẬT

NHÂN ẢNH
2 0 2 3

MỤC LỤC

◈ **TỰA** **9**

◈ **NỘI DUNG**

A. Yết Kiến Riêng Đức Dalai Lama Tại Dharamsala, Ấn Độ. ***13***

B. VIẾNG THĂM CÁC PHẬT TÍCH THIÊNG LIÊNG ***47***

I. Đức Phật Đản Sinh **49**

. Vườn Lumbini (Lâm-tì-ni) ở tỉnh Rupandehi, Nepal. 49

. Một trong bốn Phật tích thiêng liêng
được gọi là 'Tứ Động Tâm".

II. Tu Hành **88**

a. Tu Khổ Hạnh 88

. Hang Tu Khổ Hạnh Đồi Dungeshwari. 89

b.Tu Thiền Định tại Bồ Đề Đạo Tràng. 96

. Làng của Người Nữ Sujata dâng thức ăn cho 96
Thái Tử Tất Đạt Đa khi Ngài từ bỏ lối tu khổ hạnh cực đoan.

. Điện Thờ Cỏ Kush. 100

III. Đức Phật Thành Đạo. **103**

. Bồ Đề Đạo Tràng (Bodhi Gaya). 103

. Một trong bốn Phật tích thiêng liêng
được gọi là "Tứ Động Tâm".

IV. Chuyển Pháp Luân. **140**

. Vườn Nai Sarnath. 140

. Một trong bốn Phật tích thiêng liêng
được gọi là 'Tứ Động Tâm".

V. Giảng Pháp **171**

V.1. Thành Vương Xá (Rajgir). 171

1. Đỉnh Linh Thứu (Gridhrakūta). 177
2. Vườn Trúc Lâm (Velu Vana). 197
3. Đai Học Phật Giáo Nalanda. 212

V.2. Thành Xá Vệ (Sharavasti). 241

V.3. Thành Ca Tỳ La Vệ (Capilavastu). 267

V.4. Thành Tỳ Xá Ly (Vaishali). 291

VI. Nhập Niết Bàn. **311**

. Kushinagar (Câu Ty Na). 311

. Một trong bốn Phật tích thiêng liêng
được gọi là 'Tứ Động Tâm".

+ Chùa Niết Bàn. 321

+ Tháp Hỏa Táng Đức Phật Ramabhar. 331

C. Ngày Về. **353**

D. Tổng Kết. **359**

E. Bài Đọc Thêm. **363**

Ý Nghĩa Một Tháp Phật

◈ **TÀI LIỆU THAM KHẢO** **409**

TỰA

Quyển sách này coi như là một tập Hướng Dẫn về hành hương Đất Phật. Tác giả viết với kiến thức vỡ lòng ABC về Phật giáo, với văn từ nôm na, giải thích chi tiết và có nhiều hình ảnh chỉ mong giúp khách hành hương khi đến mỗi Phật Tích nào là tìm thấy những nơi cần thăm viếng chính, không đi lạc hay bỏ sót và hiểu biết chút ít nên phải làm gì để cảm nhận, thấy, nghe, ngửi, sờ thấy... những gì đã xẩy ra thuở Đức Phật đang còn sống.

Một cuộc hành hương Đất Phật thường đi qua Bốn Phật tích thiêng liêng về đời sống Đức Phật gọi là 'Tứ Động Tâm' và các phế tích liên hệ. Trong thực tế vì tiện đường và thích hợp với các điều kiện khác thường lộ trình không đi theo thứ tự của dòng lịch sử của Đức Phật.

Trong tập sách này để độc giả dễ theo dõi tác giả sắp xếp lại theo thứ tự cuộc đời và lịch sử Đức Phật.

Khởi đầu là Yết Kiến Riêng Đức Dalai Lama, rồi lần lượt đi theo chiều dài lịch sử Phật giáo khởi đầu từ: Đản sinh, Tu Hành, Thành Đạo, Giảng Pháp và Nhập Niết Bàn.

I. Đức Phật Đản Sinh

Thành phố thứ nhất là Vườn Lâm Tỳ Ni, nơi sinh của Đức Phật. Đây là một trong bốn thánh tích Phật giáo thiêng liêng thường gọi là 'tứ động tâm'.

II. Tu Hành Khổ Hạnh

Đồi Tu Khổ Hạnh Dungeshwari.

III. Thành Đạo

Bồ Đề Đạo Tràng (Bodhi Gaya), nơi Đức Phật từ bỏ tu khổ hạnh qua Trung Đạo Thiền Định rồi đắc đạo. Đây là một trong bốn thánh tích Phật giáo thiêng liêng thường gọi là 'tứ động tâm'.

IV. Chuyển Pháp Luân.

Đất Hươu Sarnath, nơi Đức Phật khai sinh ra Phật giáo. Đây là một trong bốn thánh tích Phật giáo thiêng liêng thường gọi là 'tứ động tâm'.

V. Giảng Pháp

Các nơi Đức Phật giảng Pháp chính:

1. Thành phố Vương Xá (Rajgir): Đỉnh Linh Thứu (Gridhrakūta), nơi Ngài hoằng pháp cho cả hoàn vũ, muôn sinh (tiểu và đại vũ trụ), Trúc Lâm Viên (Velu Vana) (Thiền Môn Trúc Lâm Việt Nam lấy theo tên này), Viện Đại Học Phật giáo Nalanda: Phật giáo trở thành một tôn giáo qui củ, triết học, khoa học.

2. Thành phố Xá Vệ (Sharavasti): suối nguồn giáo Pháp Phật giáo.

3. Kinh đô Ca Tỳ La Vệ (Capilavastu): nơi Đức Phật sống hai mươi chín năm đầu đời, xuất gia và trở về thăm gia đình, quê hương đất nước sau khi thành đạo mười

hai năm. Ngài giảng Pháp cho gia đình, hoàng tộc và nhân dân.

4. Tỳ Xá Ly (Vaishali): nơi đầu tiên ngài gặp thầy học đạo và cũng là nơi ngài giảng bài Pháp cuối cùng trước khi nhập diệt.

VI. Câu Ti Na (Kushinagar)

Nơi Đức Phật nhập Niết Bàn.

VII. Ngày Về

Thăm triển lãm Xá-lợi Phật tại Bảo Tàng Viện Quốc Gia Tân-Delhi.

Có điều kiện, một Phật tử nên đi hành hương. Tục ngữ có câu: "*Đi một ngày đàng học một sàng khôn*", hiển nhiên đi một chuyến hành hương, một Phật tử học được không biết bao nhiêu điều về đời sống, lịch sử Đức Phật và giáo lý Phật giáo qua cái nhìn tận mắt, nghe tận tai... giúp cho việc Học Phật không ít.

Đối với chúng tôi, chuyến hành hương này là một chuyến đi một đời, một chuyến đi để đời và một chuyến đi đổi đời.

Cali Mùa Phật Đản 2023.
Nguyễn Xuân Quang.

A. YẾT KIẾN RIÊNG ĐỨC DALAI LAMA TẠI DHARAMSALA, ẤN ĐỘ

Đức Dalai Lama ban phước lành cho tác giả (người đứng phía trước là bác sĩ Chu Phú Chung, trưởng đoàn).

Từ lâu chúng tôi đã có ý định đi viếng thăm Đức Dalai Lama và ba Phật tích thiêng liêng của Đức Phật chưa đi tại Ấn Độ. Khi ghé thăm Varanasi, nơi có bến Sông Hằng nổi tiếng, chúng tôi đã thăm Sarnath (Vườn Lộc Uyển), nơi Đức Phật 'Quay Bánh Xe Pháp' giảng giáo lý Phật giáo đầu tiên, coi như đây là nơi khai sinh ra Phật giáo. Ba Phật tích thiêng liêng còn lại trong 'Tứ Động Tâm' là: nơi Đức Phật ra đời: Vườn Lumbini (Lâm Tỳ Ni) ở Nepal, nơi ngài thanh đạo: Bồ Đề Đạo Tràng (Bodhi Gaya) và nơi Phật Nhập Niết Bàn: Kusinagar (Câu Thi Na) ở Ấn Độ.

Đức Dalai Lama đã tới Nam Cali hai lần. Một lần ở Long Beach và một lần ở Chùa Điều Ngự, Little Saigon, quận Cam. Cả hai lần vì không phải là Người Rất Quan Trọng (VIP) nên chúng tôi chỉ đứng xa nhìn và nghe ngài thuyết giảng.

Như có một cơ duyên đã sắp đặt, anh bác sĩ Chu Phú Chung (Dennis A Chu) và gia đình tổ chức một cuộc hành hương thăm ba nơi còn lại mà chúng tôi chưa đi và có cả đến thăm riêng Đức Dalai Lama. Thật đúng như ý nguyện. Chúng tôi ghi tên ngay mặc dù ngay trước đó đã có một chuyến du lịch khác khi về chỉ cách có vài ngày.

Đi thăm được Đức Dalai Lama quả thật là một chuyện rất hiếm có.

Đi Ấn Độ lần này là lần thứ tư nên đối với chúng tôi đã quen... chân rồi.

Lần thứ nhất chúng tôi viếng thăm vùng 'Tam Giác Vàng': Tân-Dheli, Agra (Taj Mahal Bài Thơ Tình Yêu Bất Tử), Jaipur và có ghé thăm thêm Khajuraho (Khajuraho, Đền Karma Sutra Có Một Không Hai). Lần thứ hai trong chuyến đi du hành đại dương Oriental Explorer có ghé Goa, Kochi. Lần thứ ba: Kolkata (Calcutta), Đền Mặt Trời Konark, Đền Thờ Nường Yoni và Vòng Đai Duyên Hải Nam Ấn Độ: tiểu bang Odisha, Mũi "Cà Mâu" Ấn Độ Kanyakumari, tiểu bang Tamil Nadu, Kerala, Hang Động Phật Giáo Ajanta, Hang Động Tam Giáo Ellora, Mumbay... (xem các bài viết về những nơi này).

Ngày lên đường chúng tôi quyết định đi chung máy bay với cả nhóm cho tiện việc đón rước.

Còn một ngày nữa lên đường, một người trong đoàn báo động cho biết chuyến bay bị hủy bỏ. Phải tìm cách mua vé hãng khác vào giờ chót thật cam go. Mua xong, vài tiếng đồng hồ sau, lại khám phá ra chuyến máy bay cũ bay lại, không hủy nữa. Lại bỏ hãng mới trở về hãng cũ để đi chung với đoàn. Sáng hôm sau, kiểm điểm lại cho chắc ăn. Lại khám phá ra chuyến bay từ Los Angeles đến Luân Đôn không thay đổi nhưng chuyến bay nối từ Luân Đôn tới Tân-Dheli bị hủy bỏ. Bằng mọi giá phải có máy bay ở đoạn này vì ngày hôm sau đã bay lên Dharamsala để gặp Đức Dalai Lama. Họ không chịu bảo đảm là máy bay sẽ không hủy bỏ. Bà nhà tôi dọa nếu bị hủy bỏ chúng tôi sẽ mua vé riêng đi từ Luân Đôn tới Tân-Dheli rồi hãng này phải hoàn lại tiền. Thấy vậy hãng máy bay sợ chúng tôi chọn những hãng đắt tiền nên họ tìm mọi cách mua hộ vé. Cuối cùng họ mua hãng British Airway (BA) cho chúng tôi.

Buổi chiều tại quầy vé ở phi trường, lúc lấy vé lên máy bay, nhân viên ở đây lại muốn bỏ chuyến British Aiways từ Luân Đôn đến Tân-Dheli và bắt chúng tôi phải dùng máy báy hãng của họ. Nói rằng hãng máy bay Delta Co-share với họ đã sai lầm nói là chuyến bay của họ bị hủy bỏ, thật ra vẫn bay như đã định không hề thay đổi. Bà xã tôi đưa vé máy bay đã in ở nhà ra làm chứng cớ rành rành là hãng Delta đã nói là hủy bỏ và mua vé BA cho chúng tôi. Còn chuyện lầm lẫn giữa Virgil Atlantic và Delta là chuyện của quí vị. Cuối cùng người quản lý nghe nói chúng tôi phải tới Tân-Dheli ngày mai vì sẽ đi thăm Dalai Lama ngày hôm sau. Rất may vị này đã một lần nghe Đức Dalai Lama nói chuyện nên để chúng tôi giữ vé đi theo hãng BA.

Sau hơn 20 giờ bay và hơn sáu giờ chờ ở hai phi trường chúng tôi tới Tân-Dheli.

Rất may, dù bay sau, chúng tôi bắt kịp được đoàn. Tuy vậy một số đoàn viên khác chưa tới được vì bị tung đi vòng vo khắp bốn phương trời.

Chúng tôi làm giấy tờ nhập cảnh trên máy bay nên làm xong thủ tục ngay.

Ra ngoài gặp hướng dẫn viên người Tây Tạng rất dễ thương, anh đề nghị đưa ngay chúng tôi về khách sạn nghỉ. Một vài người trong nhóm đã về khách sạn nghỉ rồi. Nhưng chúng tôi quyết định ở lại chờ cả nhóm cùng về.

Về khách sạn hy vọng ngả lưng nghỉ ngơi một chút. Khách sạn Centaur trông rất đồ sộ, uy nghi nằm trong một khu vườn cây xanh có đường riêng đi vào, có lính gác. Khách sạn nằm ngay vòng đai phi trường, song song với phi đạo. Trông có vóc dáng là một khách sạn ba, bốn sao.

Khi lên phòng thì hoàn toàn tuyệt vọng.

Chúng ta chấp nhận thiếu tiện nghi nhưng không chấp nhận thiếu vệ sinh. Tình trạng phòng ốc mốc meo, không có người ở từ lâu.

Chúng tôi xin đổi phòng. Phòng mới tốt hơn một chút. Mệt quá tôi chợp mắt ngủ được cho tới bữa ăn tối. Thức ăn ở đây tạm ăn được, ngoài các món cà ri hay có gia vị masala còn có những món cơm chiên, mì xào, rau xào... nuốt được. Đồ ngọt tráng miệng Ấn Độ có nhiều thứ ngon. Tuyệt nhiên để tránh bị 'Deli belly' chúng tôi sẽ không ăn rau sống và trái cây sống hay bóc sẵn trong chuyến đi này.

Đến tối không hiểu sao đã bị mất ngủ hai đêm, sau một chuyến bay dài mệt mỏi mà chỉ ngủ được vài tiếng đồng hồ đã thức dậy.

Ngồi uống 'chai' hương hoa Ấn Độ xem máy bay lên xuống trong sương mù lúc ban mai. Phi Trường Quốc Tế Indira Gandhi khá bận rộn. Gần như cứ mỗi một phút là có một chuyến bay lên hay xuống.

Khi trời hừng sáng, chim bay liệng đầy trời. Dheli là thành phố có nhiều chim đứng hàng thứ nhì trên thế giới. Trong vườn khách sạn có một bầy công. Công ban đêm bay lên nóc cao khách sạn ngủ.

Khu gia cư của nhân viên làm trong phi trường nằm giữa vòng rào khách sạn và vòng rào phi đạo đã nhộn nhịp ngay từ lúc tờ mờ sáng. Họ sống trong các căn chung cư cửa đã hư, mái đả hở, phải nghe tiếng phản lực cơ trong suốt 24 giờ một ngày. Mỗi dẫy chung cư có vòi nước và nhà vệ sinh chung ở đầu dẫy, mọi người chen lấn dùng ... để đi làm cho kịp giờ.

Sau bữa ăn sáng chúng tôi lên đường ra phi trường lấy máy bay của hãng Spice Jet để đi lên Dharamsala, nơi Đức Dalai Lama ở.

Khi ra tới máy bay té ra là máy bay cánh quạt không phải là phản lực Jet. Hóa ra hôm nay chỉ là máy bay cánh quạt có 'Gia Vị Phản Lực'! Spice đây chắc chắn là có cà ri và gia vị masala.

Thú thật đã lâu không đi máy bay cánh quạt nên hơi ngại. Tôi có nhiều kỷ niệm nhớ đời khi đi máy bay cánh quạt.

Một lần đi máy bay cánh quạt cổ lỗ sĩ từ thời Thế Chiến Thứ II ở Myanmar, đi từ Rangoon tới Xiêng Khoang để thăm viếng Cánh Đồng Chum, khi lên máy bay lúc khởi hành một bên cánh quạt không chạy. Hành khách được mời xuống, vào lại phòng khách uống trà ngồi chờ. Một nhân viên cơ khí xách theo một hộp đồ nghề ra sửa máy bay như đi sửa xe đạp. Một tiếng đồng hồ sau cánh quạt hoạt động lại. Cả một chuyến bay tôi chỉ mong sao cho máy bay đáp xuống nơi đến được an toàn. Khi về nhà nghe tin nói có một chuyến máy bay từ Ragoon tới Xiêng Khoang bị rớt. Không biết có phải chiếc máy bay đó hay không?

Cả nhóm hôm nay ngồi ở sau đuôi máy bay. Hy vọng hôm nay trời đẹp sẽ không có ai bị nôn mửa.

May mắn hôm nay trời trong mây tạnh. Chiếc máy bay như một con diều sắt liệng, lướt trên cánh gió. Bay rất thấp thấy rõ cảnh bên dưới. Gần tới nơi thấy những dẫy núi sắc nhọn như những lưỡi dao trông giống như cá vây sừng nhọn sắc của một loài khủng long. Một con sông lớn bây giờ đang khô cạn nhưng bề rộng của lòng sông cao biết ở đây có rất nhiều mưa và có lũ rất lớn.

Dòng sông cạn nước.

Những ruộng lúa nước, lúa mì hay rau quả xanh tươi hai bên bờ...

Dharamshala hay Dharamsala ở tiểu bang Himachal Pradesh (Hima- chữ đầu của Himalaya), ở cao độ 1.457 m (4.780 ft), dân số 62,596 (2015). Dharamsala là thủ đô mùa đông của tiểu bang Himachal Pradesh. *Dharamshala* có gốc Phạn ngữ dharma và *shālā* có nghĩa đen là"House or place of Dharma". Theo nghĩa thông dụng chỉ nơi trú ẩn hay nghỉ chân cho các đoàn hành hương. Từ lâu Dharamsala đã là nơi nối kết giữa Ấn giáo và Phật giáo, nhiều tu viện đã thành lập ở đây trong quá khứ bởi các di dân Tây Tạng vào thế kỷ 19. Vì vậy tỉnh Dharamsala lấy tên theo một chỗ nghỉ chân của người hành hương tại đây.

Dharamsala có biệt danh là Dhasa.

Thành phố chia ra làm hai phần: Dharamsala Hạ gồm khu phố chợ Kotwali Bazaar và khu Thượng cao hơn trên núi là khu McLeod Ganj. Hai khu nối với nhau bằng con đường đèo, dốc, hẹp chỉ có taxis và xe du lịch nhỏ đi lên được.

Vì vậy khi tới phi trường Kangra chúng tôi được dùng xe sedan nhỏ bốn người một xe thay vì đi chung một xe bus lên Dharamsala Thượng.

Xe cộ chạy ngổn ngang, lung tung đủ mọi chiều theo ý người lái xe. Đường dốc núi đèo hẹp sát bên vực thẳm, không có vách rào cản mà người lái qua mặt nhau vùn vụt...

Ngang lưng đèo có nơi trải dài các nương trà trông như bậc thang làm gợi nhớ tới những nương chè Bảo Lộc gần Dalat.

Nương trà (ảnh của tác giả).

Trà được biết dưới tên là trà Dharamsala hay trà Kangra (tên thung lũng) nổi tiếng khắp Ấn Độ và thế giới. Nguyên thủy nổi tiếng là trà xanh có nồng độ anti-oxidant cao nhưng ngày nay làm đủ loại trà: trà xanh, trà đen, trà ô long và trà trắng (đọt trà còn bọc bởi màng trắng), thêm vào đó có trà Kashmiri Kahwa và Masala Chai.

Khi lên cao, rừng bách hương (deodar cedar), sồi (oak) Himalaya và các loại hoa đỗ quyên (Azeleas) xuất hiện cho biết là đã tới vùng McLeod Ganj hay Dharamsala Thượng.

McLeod Ganj bây giờ nổi tiếng thế giới vì là chỗ ở của Đức Dalai Lama.

Như đã nói ở trên vì nơi đây có nhiều di dân và tu viện Tây Tạng từ thế kỷ 19 nên năm 1959 khi Đức Dalai Lama đào thoát khỏi Lhasa ngài được đưa tới vùng này. Thủ tướng Ấn Độ lúc bấy giờ là Jawaharlal Nehru cho phép Đức Dalai Lama và đoàn tùy tùng định cư tại McLeod Ganj, ở một địa điểm pinic mùa hè của thuộc địa Anh đã bỏ hoang.

Tại đây ngày 29 tháng 4 năm 1959, Đức Dalai Lama thứ 14 Tenzin Gyatso thành lập "Chính Phủ Lưu Vong" và xây Tu Viện Namgyal năm 1960 (Tu Viện này làm phỏng theo tu viện cùng tên ở Tibet. Tu viện có hai phần vụ: một lo việc quốc vụ và một việc Phật vụ). Tháng 5-1960 Trung Ương Hành Chánh Tây Tạng (Central Tibetan Administration) rời về Dharamshala tạo thành thế giới Lưu vong Tây Tạng ở Ấn Độ.

Central Tibetan Administration, Gangchen Kyisho (ảnh của tác giả).

Tiếp theo sau cuộc nổi dậy Tây Tạng 1959 có nhiều đợt người tỵ nạn Tây Tạng theo Đức Dalai Lama tới đây.

Sau đó Đức Dalai Lama mở Thư Viện Tác Phẩm và

Văn Khố Tây Tạng (Library of Tibetan Works and Archives) chứa hơn 80.000 thủ ký (manuscripts) và các nguồn quan trọng liên hệ tới lịch sử, chính trị và văn hóa Tây Tạng. Đây là một viện quan trọng nhất về Tây Tạng Học trên thế giới.

Chúng tôi ngụ tại Pride Surya Mountain Resort.

So với khách sạn ở Tân-Dehli thì quả là một trời một vực. Khách sạn 4 sao nhìn thấy toàn cảnh Dharamsala, ở ngay phố lớn. Phòng chúng tôi nhìn xuống thung lũng của rặng núi Dhauladhar hùng vĩ dầy đặc rừng thông, bách làm gợi nhớ tới Dalat.

Giữa mầu của cây xanh rừng nổi bật các chòm nhà mái xanh lam, mái đỏ. Không biết có phải là những ngôi chùa Tây Tạng hay nơi Đức Dalai Lama ở. Ngay ở dưới là con đường chính san sát các cửa hàng và sạp hàng bán kỷ vật cho du khách.

Thăm Đền Đức Dalai Lama (Dalai Lama Temple hay Tsug agkhang hoặc Tsuglag Khang Temple).

Ăn trưa xong, nghỉ ngơi được một chút, bốn giờ chiều đi thăm ngay ngôi đền của Đức Dalai Lama. Đền cách khách sạn không xa. Đi dọc theo phố núi san sát hàng quán rất vui mắt chỉ 15 phút đi bộ là tới nơi.

Cổng vào quần thể Đền Thekchen Choeling trong đó có Đền Đức Dalai Lama (ảnh của tác giả).

Tạng ngữ Thekchen có nghĩa là tên một bé trai (giống như Việt Nam gọi là Thằng Cu, Thằng Cún), Choeling: Choe-: dharma, ling: place. Thekchen Choeling nghĩa là

'Great Mahayana Dharma Temple' 'Đền Đại Pháp Đại Thừa'. Thực hành và giáo huấn của đền này có từ dòng Guru Rinpoche (Sư Tổ Liên Hoa Sinh) và Lama Tsongkapa.

Quần thể Đền Thekchen Choeling có tư thất của Đức Dalai Lama, Tu Viện Namgyal và Đền Tsuglakhang (Đền Đức Dalai Lama).

Tên thông dụng gọi là Đền Đức Dalai Lama vì đền ở trong khu nhà ở của Đức Dalai Lama và Ngài thường đến đây thuyết giảng.

Qua cổng, leo dốc chừng vài chục mét, bên phải là Institute of Buddhist Dialectics (Học Viện Biện Chứng Phật Giáo).

Học Viện Biện Chứng Phật Giáo (ảnh của tác giả).

Đây là học viện cao học nghiên cứu, tranh biện về triết lý Phật giáo. Ngoài ra sinh viên phải học thêm ngôn ngữ, văn chương, tín ngưỡng, lịch sử chính trị Tây Tạng. Có thể học thêm Anh và Hoa ngữ. Có thể lấy bằng BA, MA. Ph. D, các bằng này được Hoa Kỳ và Âu Châu thừa nhận.

Đi thêm chút nữa là quán sách Phật giáo.

Tới nữa là Đài Tưởng Niệm Thánh Tử Đạo Quốc Gia Tây Tạng (Tibetan National Martyrs' Memorial).

Đài Tưởng Niệm Thánh Tử Đạo Quốc Gia Tây Tạng.

Qua Trạm Kiểm Soát An Ninh đi lên tới một sân rộng có bạt che, phân đôi một bên là quần thể đền, phòng hội, tu xá, văn phòng làm việc... và bên kia là khu cư xá của Đức Dalai Lama.

Khu đền, điện, tu xá và công sở.

Khu nhà ở của Đức Dalai Lama.

Sáng mai đoàn sẽ yết kiến Đức Dalai Lama tại đây.

Tất cả nằm trên sườn núi nhìn xuống thấy toàn cảnh Dharamsala, McLeod Ganj và Himalayas.

Thật giản dị, đơn sơ không ngờ. Ở đây không thấy các trang trí, cờ quạt rực rỡ của Phật giáo Tây Tạng nhiều. Thật thanh tịnh, thanh thoát. Mục đích Đức Dalai Lama chỉ muốn có một nơi cầu nguyện cho người tỵ nạn Tây Tạng và đất nước Tây Tạng.

Sân là nơi tụ tập, tổ chức lễ hội.

Nơi đây cũng là nhà của Central Tibetan Administration của Chính Phủ Lưu Vong Tây Tạng. Ngay bên ngoài là bảo tàng viện về tội đồ của Trung Cộng ở Tây Tạng.

Đi thẳng tới hết sân, ra ngoài nhìn xuống rừng bách hương.

Theo Phật giáo nghiêng về phía Vũ của Vũ Trụ Giáo phải đi lên cầu thang bên trái của phức thể đền, theo cùng chiều kim đồng hồ tức chiều âm để đến Đền Đức Dalai Lama, **nơi thiêng liêng và đẹp nhất.** Cũng xin nhắc là một khi bước vào một Đền Phật giáo Tây Tạng ta sẽ thấy, sẽ tìm những gì?

Thường thì ta phải tìm:

1. tượng Phật, xem loại Phật nào qua thủ ấn,

2. tượng Bồ Tát Avalokiteshvara Nam, tiền thân của các Đức Dalai Lama,

3. tượng Nữ Thần Tara, một khuôn mặt nữ của Avalokiteshvara tương đương với Phật Bà,

4. tượng Padmasambhava, sư tổ Guru Rinpoche của Kim Cương Thừa Tây Tạng. Rồi đến các tranh tường, tranh cuộn thangkas diễn tả mandala vũ trụ, thế gian, nhân gian, các triết lý, truyền thuyết, truyện truyền kỳ Phật giáo Đại Thừa và Mật Tông Tây Tạng...

Khi bước qua cửa, cũng vẫn giữ đi sát tường bên trái. Một tu sĩ ngồi sau cửa canh chừng và chỉ dẫn.

Cả vách tường bên trái là Chính Điện.

Hình Phật Thích Ca thành đạo với thủ ấn chạm đất (để minh chứng) (thường nói theo Hán Việt là 'thủ ấn xúc địa': 'sờ đất'): Bhumisparsha mudra (Bhu- = Việt ngữ Phù, núi như Phù Ninh, Phù Mỹ, Phù Cát ..., theo b = m, Bhu- = mô: mô đất). Phật ngồi giữa những tranh tường diễn tả lịch sử, truyền thuyết, triết lý Phật giáo Đại Thừa, Mật Tông và mandalas.

Tượng thứ hai là Avalokitesvara (một khuôn mặt Quán Thế Âm Bồ Tát). Như đã biết các Dalai Lama được coi là hiện thân của Bồ Tát Avalokitesvara. Vị Bồ Tát này lưỡng phái. Trong Phật giáo Tây Tạng, Avalokitesvara có khuôn mặt nam. Trong khi ở Trung Hoa, Việt Nam, Nhật, Đại Hàn Ngài có khuôn mặt nữ. James Churchward có in lại hình tượng giống một vị Bồ Tát lưỡng phái nam nữ đào được dưới thành Karakhota, cố đô Uighur, ở sa mạc Gobi. Đây có thể là hình ảnh của Bồ Tát Avalokitesvara lưỡng tính.

Tượng Bồ tát lưỡng phái nam nữ đào được dưới thành Karakhota, cố đô Uighur, ở sa mạc Gobi (James Churchward, The Symbols of Mu).

Cũng vì thế ta thấy Điện Potala có *Po-ta* chuyển âm qua Hán Việt thành Bồ Đà, P*hổ Đà.*

Điện Potala, Lhasa, Tibet.

Potala là Bồ Đà Lạc Ca. Ở Trung Hoa, một hòn núi trên một đảo nhỏ gần Hàng Châu tỉnh Triết Giang được gọi là Phổ Đà Sơn. Tục truyền rằng có một Đại sư Nhật Bản thỉnh một tượng đồng Quán Thế Âm Bồ Tát mang về Nhật, khi đi qua đảo này bị sóng to gió lớn không đi được nữa. Đại sư ở lại đảo lập chùa thờ tượng và đặt tên là Bất Kháng Khứ Quán Thế Âm Đường (Chùa Bồ Tát Quán Thế Âm Không Chịu Đi). Từ đó Phổ Đà Sơn được xem là thánh địa của Đại Bi Quán Thế Âm Bồ Tát vì Ngài đã chọn ở lại đó.

Tại Việt Nam cũng có Núi Chùa Cao gọi là Phổ Đà Sơn nằm trong dẫy núi từ Miếu Môn đến Hương Sơn, nơi đây có chùa Cao thờ Quán Thế Âm Bồ Tát sau khi thấy ngài ứng hiện tại đây.

Tượng Avalokitesvara ở đây cũng có ngàn tay.

Tara Xanh (ảnh của Michelle Nguyễn).

Tượng thứ ba là Nữ Thần Tara Xanh. Phạn ngữ Tara là định tinh (sao, hành tinh đứng một chỗ) (Việt Nam có sao Tua Rua biến âm với Tara). Trong Phật giác Tây Tạng Tara là khuôn mặt nữ của Quán Thế Âm Bồ Tát Avalokitesvara tương đương với Phật Bà Việt Nam.

Phía sau đầu Đức Đức Dalai Lama, hình tượng đầu đội mũ hoa sen là Padmasambhava, Guru Rinpoche.

Thứ tư là Padmasambhava ("Hoa Sen Sinh": sinh ra từ một Hoa Sen" nên thường đội mũ hoa sen), cũng có tên là Guru Rinpoche (Precious Guru)]. Ngài từ Ấn Độ tới Tây Tạng truyền dậy Kim Cương Thừa, là một sư tổ Kim Cương Thừa của Phật giáo Mật Tông.

....

Khắp tường trong đền treo các tranh cuộn thangkas.

Trước chính điện là tòa thuyết pháp có chiếc ngai của Đức Đức Dalai Lama.

Chỗ ngồi thuyết pháp của Đức Đức Dalai Lama (ảnh của tác giả).

Trước tòa giảng là giảng đường.

Giảng đường của tu sĩ (ảnh của tác giả).

Ở một phòng kế bên có một tượng đồng Thích Ca lớn.

Bên ngoài ở một góc có các điện, đài hình tháp chorten Tây Tạng.

(ảnh của Michelle Nguyễn).

Điện, đài hình tháp chorten Tây Tạng (ảnh của tác giả).

Phòng thắp nến cầu nguyện.

Nơi thắp nến cầu nguyện (ảnh của tác giả).

Lên lầu cao của đền ta có thể thấy toàn cảnh Dharamsala và thấy cả Himalaya.

Trong quần thể đền này còn nhiều đền khác nữa cũng đáng viếng thăm như Đền Kalachakra Bánh Xe Thời Gian...

......

Phải trở về dùng cơm tối lúc 6 giờ sau đó có buổi họp cho buổi yết kiến Đức Dalai Lama sáng mai.

Khi ra về nếu thấy cầu nguyện, cầu xin chưa đủ, đừng quên quay những bánh xe cầu nguyện Mani. Nên nhớ phải quay theo chiều âm cùng chiều kim đồng hồ của Phật giáo.

Bánh xe cầu nguyện Mani có chứa hàng ngàn câu mật chú Avalokiteshvara 'Om Mani Padme Hum'(*Úm ma ni bát mi hồng* hay *Án ma ni bát mê hồng)*. Quay bánh xe một lần là đọc hàng ngàn câu mật chú bên trong.

Ở Dharamsala có rất nhiều đền chùa Tây Tạng nhưng thiêng liêng, thanh tịnh nhất là Đền Đức Dalai Lama này, nơi ngài thường thuyết pháp và cũng là nơi có tư thất của ngài. Đến Dharamsala không thể không tới đây.

Sương mờ đã xuống dưới thung lũng. Đường phố đã lên đèn.

Các tu sĩ Tây Tạng đi dạo phố đêm (ảnh của tác giả).

Ngày mai là ngày trông chờ. Bẩy giờ rưỡi sáng khởi hành đi từ khách sạn và 10 giờ gặp Đức Dalai Lama.).

YẾT KIẾN RIÊNG ĐỨC DALAI LAMA TẠI DHARAMSALA, ẤN ĐỘ (A PRIVATE AUDIENCE WITH THE DALAI LAMA IN DHARAMSALA, INDIA)

*(*Phần sau này viết theo thể Thơ Văn Xuôi, Prose).*

Đêm Himalaya ru tôi ngủ một giấc thật ngon. Thức dậy lúc bốn giờ hơn. Đi tắm gội. Nước từ mạch cùng nguồn Himalaya và cùng từ tuyết tan Núi Vũ Trụ Ngân Sơn (Silver Mountain, Meru, Kailash) tươi mát như xối như dội sinh khí vào thân xác và tâm hồn.

Thấy lòng mình thanh thản lạ thường.

Khu phố Dharamsala, một Small Tibet, một Little Lhasa, còn quấn kín trong chăn mù sương. Một vài đốm đèn mờ như pha thêm ánh sáng vào bức tranh thủy mặc của phố phường núi cao Little Lhasa.

Tập xong Yoga Suối Nguồn Trường Sinh Tây Tạng (Fountain of Youth Tibetan yoga), chúng tôi đi ăn sáng.

Sáng nay ăn chay. Ở nhà chúng tôi chỉ ăn chay vào những ngày vía Phật, ngày rằm, mồng một tháng ta.

Mười giờ sáng có hẹn gặp với Đức Dalai Lama.

Sáng nay tôi mặc áo lá chữ T (T shirt) có hàng biểu ngữ Om Ma Ni Pad Me Hum ("Ngọc Quý Trong Hoa Sen"), bên ngoài khoác chiếc áo vest thể thao nâu. Bà xã mặc áo sắc mầu huyền bí Tây Tạng. Theo nghi thức (eticuette), mọi người cúi chào xưng hô với Ngài bằng câu His Holiness, ăn mặc chỉnh tề, sạch sẽ, không hở hang, đi đứng nghiêm trang, đàng hoàng.

Khoảng gần tám giờ sáng, sau khi check-out khách sạn Pride Surya, đoàn lên đường tới thăm Đức Dalai Lama.

Đi lại con phố cũ tối qua. Giờ này hàng quán còn đóng cửa. Các sạp hàng trống không. Ban đêm những con chó hoang dùng những sàn sạp hàng làm thành giường cao sang trọng. Giờ này nhiều con hãy còn nằm ngủ mê man. Đời sống chó ở đây thấy rất an nhàn.

Hai con chó còn ngủ mê man trên sạp giường cao sang trọng (ảnh của tác giả).

Một điểm trùng hợp lý thú đến ngẩn ngơ là hai con chó với hai mầu đỏ và xanh là ba yếu tố thấy trên lá cờ Tây Tạng:

Đường phố còn vắng hoe. Một cụ già Tây Tạng đang quét vỉa hè. Một tay cầm chổi quét, một tay lần xâu chuỗi bồ đề. Tôi dừng chân. Người già ngừng tay chổi nhưng tay kia vẫn lần xâu chuỗi không thôi. Cụ tặng tôi một nụ cười đi cùng với các ngón tay lần những hạt xâu chuỗi. Một nụ cười tâm bồ đề. Một nụ cười đầu ngày thật tươi, thật tình người. Tôi cảm thấy hôm nay là một ngày hạnh phúc trong đời.

Từ trên dốc cao, một vài người Tây Tạng đi xuống. Họ vác, họ xách, họ đội những bó rau, bó hàng tiểu công nghệ, đem xuống chợ bán lẻ hay bỏ mối cho những kẻ bán buôn. Họ mặc trang phục cổ truyền Tây Tạng. Đàn ông mặc áo chuba, đàn bà quấn ngang người bangdian (một loại thắt lưng to bản) có sọc mầu hay có hoa. Đây có thể là những người Tây Tạng ở vùng ngoại ô Little Lhasa. Họ là những dân di cư Tây Tạng cũ đã định cư tại đây trước thời Đức Dalai Lama.

Đây đó những người bán rong đang bị một số khách hành hương bu kín chung quanh. Những du khách này quên mang theo những kỷ vật, lễ vật để nhờ Đức Dalai Lama ban phước lành. Giờ phút chót này phải mua bằng mọi giá, tranh giành.

Gần tới nơi, ở ngã tư bến xe, những hàng cà phê đông kín người. Những người uống ngoài trời, ngồi sưởi ấm bên lò lửa. Một vài tu sinh hay tu sĩ Tây Tạng đang nhâm nhi ly cà phê. Đúng hơn, chắc là họ uống trà sữa. Ở Tây Tạng họ uống trà bơ sữa yak, ở đây chắc có lẽ là trà Dharamsala sữa dê.

Trước cổng quần thể Thekchen Choeling đã có một nhóm ăn mày 'chim sớm mai' ('early bird') hành nghề. Một tiếng chào 'Nam Mô A Di Đà Phật' rất ngọt giọng Việt Nam. Tôi tưởng là một tu sĩ hay một Phật tử người Việt chào mình. Nhìn xuống hóa ra một em bé hành khất Ấn Độ. Mặt mày em trang điểm lem nhem bùn đất (nhưng vẫn thấy chưa hóa trang đúng ra là mặt của một hành khất thứ thật!).

Tôi chắp tay chào đáp lại: Nam Mô A Di Đà Phật.

Qua cổng chúng tôi đi về hướng Văn Phòng của Đức Dalai Lama.

Office of His Holiness The Dalai Lama.

Tại đây trước chúng tôi đã có gần một trăm người đang chờ cửa văn phòng mở ra. Tôi nghe có tiếng Việt Nam. Có những chiếc áo vàng cà sa. Có những chiếc áo già lam.

Văn phòng mở cửa tám giờ. Mọi người phải làm thủ tục giấy tờ và thử nghiệm Covid. Dĩ nhiên có dương tính là bị cấm vào. Thật hồi hộp. Rất may cả đoàn không sao.

Qua trạm kiểm soát an ninh, phải bỏ lai tất cả, kể cả máy ảnh di động, máy hình thông thường, cả các kỷ vật, lễ vật lớn, ảnh tượng linh tinh (các vật này được khám xét sau; khi xong mới được cho vào).

Nhà ở của Ngài là một căn bungalow hai tầng giản dị.

Hàng trăm người nối đuôi đứng đợi như một con trăn nằm ngủ không một tiếng động, im ru. Tiếng thông reo vi vu. Mùi bách hương hòa cùng với 'khí' trời đất như đem thêm sức sống. Tiếng chim ban mai rộn ràng chào đón một ngày vui chan hòa. Dharamsala là đất của ngàn tiếng chim ca. Đất lành chim đậu. Có người đến đây để săn tìm xem chim ('bird watching') vùng núi Himalaya.

Gần mười giờ, chúng tôi được tách ra, cho 'đi cửa hậu" vào phòng khách riêng của Ngài, ngồi chờ.

Một ngạc nhiên không ngờ. Phòng khách thật giản dị, thanh đạm, chỉ là phòng khách của một tu sĩ bình dị, một thường dân tầm thường sống đơn sơ.

Trong phòng đã có sẵn một cặp vợ chồng người da trắng và một gái thơ mười mấy tháng tuổi ngồi chờ. Em bé nhiều lúc bứt rứt trong người. Người cha đưa chuỗi hạt bồ đề cho em bé chơi. Chuỗi hạt đem lại nụ cười. Không biết vợ chồng này đến đây để xin ban phước lành cho em bé, vì em bị một chứng bệnh nan y hay đem 'bán' em vào cửa Phật. Em bé trông không có gì bệnh tật. Hồi nhỏ tôi ốm yếu khó nuôi, èo uột, ông bà cụ cũng đem 'bán' tôi cho chùa làm con nuôi của Bụt và đặt tên là Đắc. Tên cúng cơm của tôi là Đắc (có nghĩa là Được, nhặt Được của Phật Trời).

Căn phòng trang trí như một phòng thờ Tây Tạng. Có những tượng Phật, có những kinh sách Phật, có những Phật cụ thiêng liêng. Trên tường treo đủ thứ tranh cuộn thangka diễn tả những hình Chư Phật, Bồ Tát, Chư Thiên và những mạn đà la (mandala), Tây Tạng gọi là dkyilkhor.

Dĩ nhiên nội dung trang trí nói nhiều về Phật giáo Tây Tạng. Mật Tông Tây Tạng có các tên là *Tantrayana* (Mật Thừa) hay *Mantrayana* (Mật Tông Thừa), *Vajrayana* (Kim Cương Thừa). Tại Tây Tạng Kim Cương Thừa hòa nhập với Phật giáo Đại thừa thành Phật giáo Tây Tạng.

Nền tảng của triết lý Mật Tông là triết lý của Duy Thức (*Consciousness Only)*, Hoa Nghiêm (Flower Ornament), Bát Nhã (Prajñā), Bồ Đề Tâm (Bodhicitta).

Ba yếu tố chính trong sự tu hành của Mật Tông Tây Tạng là Từ Bi (Compassion), Trí Tuệ (Wisdom) và Phương Tiện Thiện Xảo (Phạn ngữ upāya kauśalya hay Pali upāya kosalla, Extraordinary Skilful Means).

Mật Tông Tây Tạng pha trộn với tín ngưỡng bản địa Bon, mang nhiều quan niệm của vũ trụ giáo dựa trên nguyên lý âm dương. Vì vậy Mật Tông Tây Tạng mang mầu sắc huyền bí, thần kỳ, lạ thường (Mật Tông Tây Tạng và Vũ Trụ Giáo).

Cũng nên biết các Đức Dalai Lama thuộc tông phái Mũ Vàng Gelugpa, "Model of Virtue" (Mẫu Nhân Đức Hạnh) được coi là Phật Sống tại Tây Tạng.

Dalai Lama là tiếng Mông Cổ có nghĩa là bậc thầy, sư phụ có lòng từ bi như biển cả (1).

Đức Dalai Lama thứ 14 Tenzin Gyatso hiện nay tự coi mình chỉ là một tu sĩ Phật giáo đơn thuần mà thôi. Ngài là lãnh đạo tâm linh của Tây Tạng. Sinh ngày 6 tháng 7, 1935 từ một gia đình nông dân ở một xóm nhỏ ở Taktser, Amdo, đông bắc Tây Tạng. Tên là Lhamo Dhondup, vào lúc hai tuổi được thừa nhận là hậu thân của Đức Dalai Lama thứ 13 Thubten Gyatso.

……

Sau khi ban phước lành cho các đoàn hành hương ở ngoài sân xong, Ngài vào phòng. Tất cả đứng dậy chào.

Em bé ngừng chơi với chuỗi hạt ngẩng lên cao, cười hết miệng, hở lợi, giơ tay vẫy Ngài như muốn đòi bế. Ngài cười rạng rỡ, quên tất cả, ào tới xoa đầu em bé.

Hai vợ chồng và em bé theo Ngài vào bên trong.

Một lúc sau Ngài trở ra, ngồi xuống chiếc ghế lớn đầu phòng. Ngài trông già đi nhiều so với lần Ngài tới Little Saigon, Nam Cali ngày nào nhưng vẫn còn tráng kiện, quắc thước, minh mẫn, da dẻ hồng hào.

Đức Dalai Lama lúc viếng thăm Little Saigon, Orange County, South California,18 tháng sáu, 2016 (ảnh của tác giả).

Khi biết chúng tôi là đoàn hành hương phần lớn là người Việt Nam từ Hoa Kỳ tới thăm, Ngài nói nhỏ trong miệng: Việt Nam, Việt Nam, Việt Nam. Rồi sau đó mở lời nói chuyện rất xuề xòa, thân mật, vui nhộn, sống động.

Ngài nhắc một chút tới Việt Nam và Trung Cộng. Rồi đại để ngài khuyên con người dù thế nào đi nữa cũng nên chung sống hòa bình cùng nhau. Phải sống với nhau trong tình người, trong tình anh chị em, huynh đệ...

Cốt tủy của đạo Phật là Từ Bi và Trí Tuệ. Tâm từ bi với trí tuệ bát nhã.

Buổi họp tối hôm qua, vì ít thì giờ nên quyết định chỉ giới hạn ba bốn người có điều gì thắc mắc sẽ nêu câu hỏi với Ngài. Và chỉ có ba người lớn tuổi nhất trong đoàn sẽ được Ngài ban phước lành trực tiếp riêng từng người. Phần còn lại Ngài ban phước lành chung thôi.

Sáng nay tôi được cho biết mình là một trong ba người lớn tuổi sẽ được Ngài ban phước lành riêng.

Đức Đức Dalai Lama nói chuyện với cả nhóm.

Hàng ngồi ở sofa từ trái qua: bác sĩ Chung, hai cụ bà và tác giả, coi như là sẽ được Ngài ban phước lành riêng đầu tiên.

Khi tới lúc nêu câu hỏi thì bốn câu dự định hỏi Ngài tối qua, hôm nay cắt bớt chỉ còn lại hai câu thôi.

Tôi nghe lùng bùng bên tai mấy câu hỏi và trả lời vì đang hồi hộp, bồn chồn. Tôi viết nhiều hơn nói nên nói không khéo/ nhất là nói tiếng Anh hãy còn chưa lưu loát. Tôi nhẩm trong miệng cho thuộc lòng câu sẽ nói với Ngài: *'His Holiness, xin ngài cầu nguyện Hòa Bình cho thế giới, cầu cho một Tây Tạng được Tự Do, Độc Lộc thoát ách nô lệ Trung Quốc, cầu nguyện cho một Việt Nam Trường Tồn… và ban phép lành cho gia đình con'*.

Trước hết ngài ban phước lành cho bác sĩ Chu Phú Chung, chị Chung, anh giám đốc hướng dẫn đoàn và ba người nữa trước tôi (đáng lẽ tôi phải là một trong ba người này như đã định).

Đức Dalai Lama ban phước lành cho bác sĩ Chu Phú Chung.

Đến lượt tác giả, khi Ngài để tay lên đầu, dường như có một dòng khí thiêng truyền xuống thân người, khơi động vận hành một chu kỳ tiểu vũ trụ mới trong người tôi...

Đức Dalai Lama ban phước lành cho tác giả.

Tôi ấp úng nói chưa hết ý đã trở thành vô ngôn, mất lời (speechless).

Một cánh tay tu sĩ ra dấu cho tôi nhường chỗ cho người sau.

Có một điều rất vui là tất cả mọi người trong đoàn hôm nay đều được ngài ban phước lành như nhau.

Hóa ra những câu hỏi được cắt bỏ bớt đi để có đủ thì giờ Ngài ban phước lành cho tất cả mọi người trong đoàn.

Ai ai cũng đều hạnh phúc, hân hoan.

Có một điểm đáng nói là trong đoàn có chị Jenny Ái Trinh Thái, một nhà làm phim Hollywood, cũng là một nhà từ thiện và chồng là anh Ngọc, một tay guitar lão luyện, tài ba, nổi tiếng của Trung Tâm Băng Nhạc Asia và bây giờ kiêm luôn chức vụ làm người quay camera.

Hôm nay anh chị mang theo Quyển *Book of Deaths, Reqiem For Lost Souls (Sách Vong Nhân. Lễ Cầu Siêu Cho Những Linh Hồn Bạc Mệnh)* của chị. Sách ghi Tên Những Nạn Nhân Việt Nam Đã Bỏ Mình Khi Đi Tìm Tự Do, có hàng chục ngàn tên người chết trên Biển Đông, trên các nẻo đường bộ, trong trại tạm cư, trong các nhà tù khốn khổ... do anh chị đã thu thập, sưu tầm.

Quyển sách còn có những mảnh thuyền mà những người trên thuyền đã bị chết thảm khốc, thương tâm...

Book of Deaths, Reqiem For Lost Souls (Sách Vong Nhân, Lễ Cầu Siêu Cho Những Linh Hồn Bạc Mệnh) by Jenny Ái Trinh Thái (Ảnh của chị Jenny và anh Ngọc).

Quyển sách đã từng được Đức Giáo Hoàng ban phép lành cho các vong linh Thiên Chúa giáo được về nơi thiên đàng. Hôm nay Đức Dalai Lama ban phước lành, cầu nguyện cho những vong linh Phật giáo được siêu thoát về cõi vĩnh hằng...

Đức Dalai Lama, Chị Jenny, anh Ngọc
và Quyển Book of Deaths, Reqiem For Lost Souls.

Anh chị sẽ tặng quyển sách này cho Viện Bảo Tàng Văn Hóa Việt Nam khi hoàn tất xong.

Tôi đứng chết lặng, nước mắt hoen tròng. Trong quyển sách đó có tên những người thân của tôi đã mất tích trên biển Đông. Hàng năm chúng tôi lấy Ngày Lễ Cha làm Ngày Giỗ Cha.

Anh chị quả thật có một Trái Tim Bồ Đề đáng ngợi ca.

Vì phòng chật, để nhường chỗ, những người làm xong phải đi ra ngoài hành lang. Rất tiếc tôi không ở lại được để chứng kiến những người còn lại trong đoàn, kể cả nhà tôi.

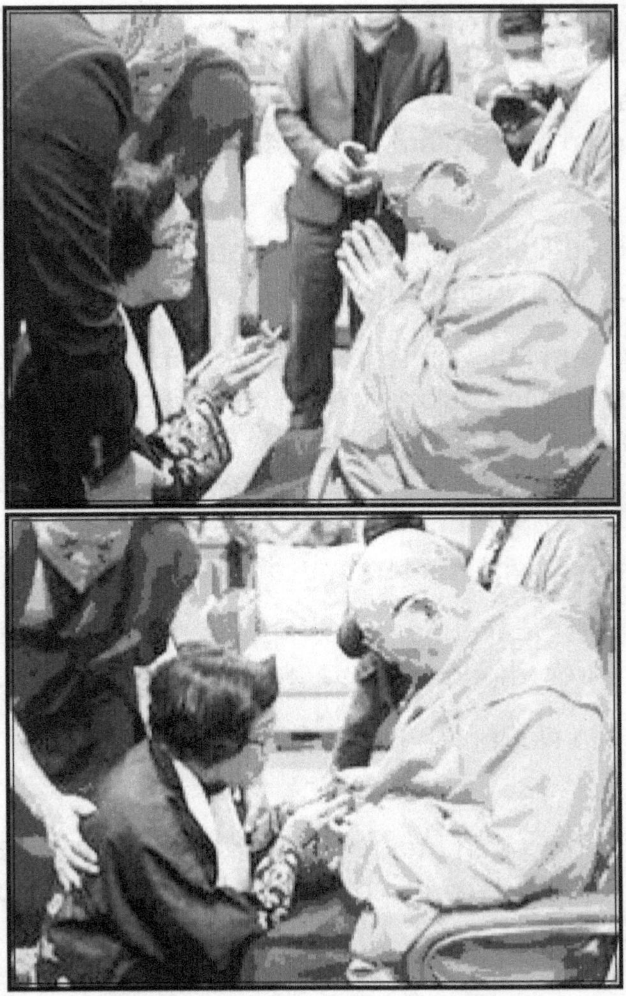

Nhà tôi được Đức Dalai Lama ban phước lành.

(Ghi chú: tất cả các tấm ảnh chụp trong phòng khách là của một tăng sĩ Tây Tạng, tôi chưa xin được tên).

......

Sau buổi yết kiến này, rất tiếc chúng tôi phải rời Dharamsala ngay.

Thật tình tôi muốn ở lại để hưởng trọn vẹn cho hết một ngày đầy ý nghĩa, hạnh phúc, an vui hôm nay.

Chúng tôi cũng muốn ở lại thêm đôi ba ngày nữa sống với Little Lhasa, Small Tibet ở vùng đất Himalaya thiêng liêng này. Người Tây Tạng lưu vong và người Việt Nam lưu vong có nhiều điểm tương đồng.

Hy vọng một ngày nào đó trong tương lai tôi được gặp lại Đức Dalai Lama, không phải là tại đây mà tại văn phòng cũ của Ngài ở Điện Potala.

Lần thăm Lhasa trước đây, tôi đã đứng lặng người nhìn chiếc đồng hồ treo tường với hai chiếc kim đồng hồ đã đóng băng ghi lại thời điểm Ngài ra đi bỏ lại Điện Potala.

Tôi biết niềm hy vọng này chỉ là mong manh thôi.

Năm nay Ngài đã tám mươi tám tuổi rồi...

Tôi biết Ngài cũng có lúc ngước nhìn lên đỉnh núi Vũ Trụ Meru trên rặng Himalaya mà thấy chạnh lòng...

Úm Ma Ni Bát Mê Hồng.

....

Khi xong, chúng tôi ra về vội vàng. Ra ngay sân bay trở về Tân-Dheli, ngày mai đi thăm Bồ Đề Đạo Tràng (Bodhi Gaya).

Ghi Chú

.(1) Dalai Lama là tiếng Mông Cổ. Dalai là Biển có gốc Da- là nước cùng nghĩa với gốc Việt ngữ đa-, nước [như đá (nước đá), đác là nước], đà-, nước [như Đà (sông), Đà Lạt (Darlac), Đà Rằng (sông), Đà Nẵng...], với Ba Tư ngữ darya là biển... và Lama (Bla-ma: “superior one”) là thầy, sư phụ... Dalai Lama là bậc thầy, sư phụ có lòng từ bi như biển cả.

B. VIẾNG THĂM
CÁC PHẬT TÍCH THIÊNG LIÊNG

I. ĐỨC PHẬT ĐẢN SINH, VƯỜN LUMBINI (LÂM TỲ NI)

Lưu ý: hình chim hạc cho biết Lumbini là đất nương náu của một loài chim hạc.

Chúng tôi rời Kushinagar hướng về Lumbini, Nepal nơi Đức Phật ra đời, một trong bốn Phật tích thiêng liêng, được coi như là một Mecca của Phật giáo. Mỗi năm có tới trên dưới hai triệu người viếng thăm. Thời gian lái xe khoảng 4 tiếng rưỡi đồng hồ.

Chào Mừng đến Nepal (Welcome to Nepal) (ảnh của tác giả).

Biên giới Nepal và Ấn Độ (ảnh của tác giả).

Qua biên giới không mấy khó khăn, rất thoải mái và nhanh (Nepal cần du khách tới mặc dù Nepal và Ấn Độ hiện nay kình chống nhau vì Nepal đang bị Mao hóa và Trung Quốc là thù nghịch của Ấn Độ). Vào đất Nepal là thấy ngay Nepal là quê hương của Phật Thích Ca qua khoảng giữa hai chiều đường đi có những tượng Phật.

(ảnh của tác giả).

Buổi trưa tới khách sạn Hokke của Nhật nghỉ và ăn trưa.

Người gác đang chào kính đón tiếp du khách tới (ảnh của tác giả).

(ảnh của tác giả)

Khách sạn có kiến trúc tháp Phật có trục thế giới hình trụ ống tròn mang hình ảnh Trụ Ashoka.

Sở dĩ Trụ Ashoka quan trọng ở Lumbini vì nhờ nó mà khám phá ra lại nơi Đức Phật sinh ra (xem dưới). Trong đại sảnh tiếp tân cũng treo một bức ảnh lớn Hoàng đế Ashoka.

(ảnh của tác giả).

Ashoka dịch thoát nghĩa là A-dục (A: không như á khẩu là không nói được và Dục là ham muốn: A-dục là không còn ham muốn nên không còn sầu lo, khổ sở). Ashoka (Phạn ngữ Aśoka, Pali Asoka: có A; không, -soka: sầu khổ). Asoka là không còn sầu lo, khổ đau nên dịch đúng nghĩa là Vô Ưu. Vì vậy cây Ashoka gọi là cây Vô Ưu (sorrow-less tree).

Ashoka là một vị vua thuộc Đế quốc Maurya, Bắc Ấn Độ. Sau những cuộc chiến tắm máu '*đống xương vô định đã cao bằng đầu*' và *máu chảy thành sông* ông thống lĩnh một vùng rộng lớn trở thành Hoàng đế một đế quốc vĩ đại. Một lần nghe Phật pháp rồi tỉnh ngộ ông trở thành một Hoàng đế mộ đạo Phật hết lòng và quyết định biến đế quốc của mình thành một đế quốc phụng sự Phật giáo. Ông đi khắp đế quốc mình phát huy Phật giáo, bảo vệ chính pháp Phật. Những nơi ông đi qua thăm nhất là các di tích Phật ông đều cho xây dựng các trụ và đền đài tưởng niệm gọi là Trụ Ashoka và tảng đá mệnh lệnh Ashoka (nghe nói có tới 8.4000 trụ và đài).

...

Con trai ông là Mahinda cũng góp phần rất nhiều trong việc truyền bá đạo Phật, nhất là ở Tích Lan (ông này mang một nhánh Bồ-đề từ Bồ Đề Đạo Tràng đem xuống trồng ở Tích Lan. Nhờ vậy mà khi cây Bồ-đề nguyên thủy ở Bồ Đề Đạo Tràng bị hủy diệt, lấy lại một nhánh từ cây con ở Tích Lan đem về trồng thành cây hiện nay... (-soka ~ sầu khổ).

Tại Lumbini này, nơi sinh của Đức Phật, vua Ashoka cũng cho trồng những trụ Ashoka đánh dấu... Vì vậy khách sạn này làm có kiến trúc Trụ Ashoka và trưng ảnh của ông ở đại sảnh tiếp tân.

Phòng ốc khách sạn kiểu Nhật, khang trang, ngăn nắp, sạch sẽ, mát mẻ, thanh tịnh. Bữa ăn trưa dĩ nhiên có nhiều món ăn Nhật Bản chay và mặn.

Mì xào, canh tương (Miso súp), rau xào, rau quả tẩm bột chiên tempura... khăn ăn xếp thành áo sơ mi... (ảnh của tác giả).

Hai giờ chiều chúng tôi lên đường đi thăm tỉnh và Vườn Lâm Tỳ Ni.

1. Tổng Quát

Lumbini ngày nay nằm phía nam của Nepal, gần biên giới Ấn Độ.

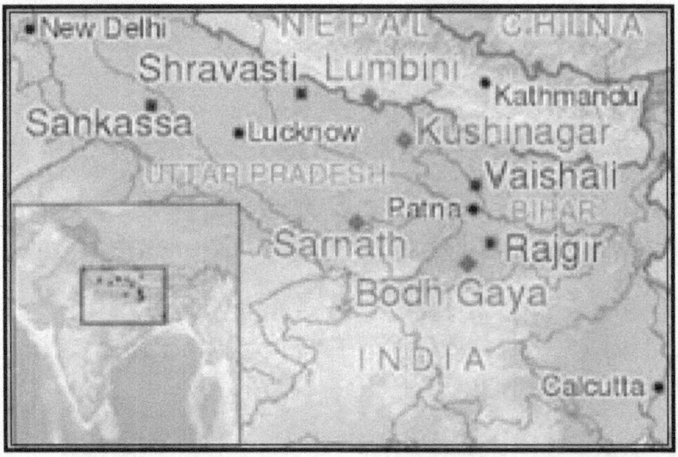

Ngày xưa có thể thuộc về Tiểu quốc dòng Sakya của Tịnh Phạn Vương, gồm chín quận có thủ đô là Ca-tì-la-vệ. Vua Tịnh Phạn lấy hai chị em Maya và Pajapati ở quận Devadaha. Maya chính là Hoàng hậu sinh ra Thái tử Tất Đạt Đa và Pajapati là dì kế mẫu. Sau này kế mẫu Pajapati trở thành ni trưởng thành lập ni đoàn đầu tiên tại Vaishali.

Một ngày trong khoảng tháng 5 năm 563 Trước Dương Lịch, Hoàng hậu Maya thấy gần ngày sinh, bà xin về quê Devadaha để sinh con đầu lòng theo tục lệ ngày đó (tục này cũng thấy ở một vài vùng Việt Nam). Khi tới một khu Vườn Xinh Đẹp như ở cõi tiên thiên nên có tên gọi là Lumbini ("Lovely") (Lâm Tỳ Ni) tại phân khu Rupandehi dưới chân núi Himalaya, cách kinh đô chừng 25 km, bà dừng chân nghỉ ngơi. Khi đang níu cành hoa sala (tha-la, ta-la) thì hạ sinh Đức Phật.

Sanh được bẩy ngày thì Hoàng hậu Maya mất. Dì Pajapati trở thành vú nuôi thái tử (lúc ấy Pajapati đang có con còn bú và đã nhờ người khác làm vú em nuôi con mình).

Lumbini nơi Đức Phật hạ sanh cách đây 2.563 năm nhưng Lumbini đã có một thời bị chìm vào lãng quên sau khi dòng Sakya bị diệt vong.

2. Vài Dòng Lịch Sử

- Thế Kỷ Thứ 5 Trước Dương Lịch.

Thái tử Tất Đạt Đa Siddhartha Gautama ra đời.

- Thế Kỷ Thứ 3 Trước Dương Lịch.

Hoàng đế Ashoka dựng trụ cột xác thực Lumbini là nơi Phật Thích Ca ra đời.

- Thế Kỷ Thứ 5 và thứ 7 Sau Dương Lịch.

Thầy Pháp Hiển và Huyền Trang hành hương tới Lumbini và có ghi lại trong du ký. Nhờ những ghi ký này nơi đây được khám phá ra vào năm 1896.

- Thế Kỷ Thứ 14 Sau Dương Lịch.

Vua nước Jumla là Ripu Malla, một vị vua Ấn giáo, thuộc miền Tây Nepal đến đây thăm viếng và cho khắc lên phần trên của Trụ Ashoka dòng chữ *"Om Mani Padme Hum"* (*Úm Ma Ni Bát Mê Hồng*, "Ngọc Qúy Trong Hoa Sen") cùng với tên ông để tỏ lòng tôn kính nơi Đức Phật ra đời.

Năm 1896.

Nhà cầm quyền Anh khám phá ra lại Lumbini.

Năm 1967.

Tổng Thư Ký Liên Hiệp Quốc U Thant người Myanmar tới thăm Lumbini và kêu gọi thế giới hợp tác phát triển nơi Đức Phật ra đời này.

Năm 1972.
Kiến trúc sư Nhật Bản nổi tiếng Kenzo Tange được chỉ định làm dự án chính ("master plan") cho Lumbini và được hoàn tất vào năm 1978.

Năm 1979.
Lumbini trở thành Địa Danh Di Sản Thế Giới UNESCO.

3. Quần Thể Tổng Quát Lâm Tỳ Ni

Quần thể tổng quát Lâm Tỳ Ni trải ra một vùng rộng 1 x 3 dặm vuông theo trục nam-bắc dựa trên ý niệm của con Đường Giác Ngộ và chia ra làm ba vùng:

a. Vườn Thiêng Liêng (Sacred Garden).
Vườn này là điểm trọng tâm gồm nơi sinh Đức Phật, các đền đài khảo cổ học và tâm linh quan trọng như Đền Đại Thần Nữ Maya (Mahamayadevi Temple), Trụ Ashoka, Tảng Đá Đánh Dấu Chổ Đức Phật Sinh, Điêu khắc Đản Sinh, Hồ thiêng Puskarani, các cấu trúc phế tích của tháp Phật và tu viện khác.

b. Vùng tu viện
Vùng tu viện trải rộng một vùng 1 dặm vuông và chia ra làm hai khu: Vùng tu viện và tháp chùa phía Đông: gồm các phái nguyên thủy Theravada: Thái Lan, Myanmar,

Campuchia và Mahabodhi Ấn Độ, Kolkata và Gautami Nunnery từ Nepal. Vùng phía Tây gồm phái Đại Thừa: Đại Hàn, Trung Quốc, Đức, Canada, Úc, Việt Nam (Chùa An Việt Nam Phật Quốc Tự), Ladakh và Nepal.

Dĩ nhiên phái Kim Cương Thừa cũng có mặt. Mỗi quốc gia đều thiết kế mang mầu sắc đặc thù, độc đáo về lịch sử, văn hóa và tâm linh của mình.

c. Trung Tâm Văn Hóa và Làng Lumbini Mới.

Gồm Bảo Tàng Viện Lumbini, Viện Nghiên Cứu Thế Giới Lumbini, Chùa Hòa Bình Thế Giới Nhật Bản, Nơi Trú Thân của chim Hạc, văn phòng hành chánh, khách sạn, khu nhân viên địa phương, thác nước, trường học v.v...

4. Thăm Viếng Các Địa Điểm Chính

Khách hành hương vì thiếu thì giờ thường chú tâm tới thăm vùng Vườn Thiêng Liêng chính yếu là nơi Đức Phật ra đời.

Để tiếp cận Khu Vườn Thiêng Liêng này chúng tôi đi qua Công Viên Lumbini.

Công Viên Lumbini.

Đây là một kiến trúc nổi tiếng của kiến trúc sư Nhật Kenzo Tange khởi công xây dựng từ năm 1978.

Ở giữa là một con kênh dài. Một đầu kênh là Đền Maya Devi. Đầu này có ngọn lửa tượng trưng hòa bình vĩnh cửu và ở đầu kia có Chùa Hòa Bình Thế Giới.

Kênh Kenzo Tange tại Lumbini một đầu có ngọn lửa hòa bình vĩnh cửu và đầu đằng kia là Chùa Hòa Bình Thế Giới (ảnh của tác giả).

Như đã nói ở trên bên bờ Tây con kênh là các chùa thuộc các quốc gia theo Phật giáo Đại thừa (trong đó có chùa Việt Nam). Bên bờ Đông con kênh là các chùa thuộc các quốc gia theo Phật giáo Nguyên thủy (Tiểu thừa cũ). Ở khoảng giữa có các chùa phái Kim Cương thừa.

Vào công viên Lumbini, chúng ta gặp chủ thể chính là tượng Phật sơ sinh mạ vàng do Thái Lan tặng.

(ảnh của tác giả).

A. KHU VƯỜN THIÊNG LIÊNG

- Đền Thờ Hoàng Hậu Maya.

Đền thờ Hoàng hậu Maya hay Mahamayadevi (Đại Thần Nữ Maya).

Đền thờ Hoàng hậu Maya Devi phản chiếu trên mặt Hồ Thiêng.

Lưu ý hôm nay tới thăm nơi Đức Phật Thích Ca ra đời tác giả mặc áo lá chữ T có hình con voi trắng mua ở Tích Lan (Sri Lanka).

Bằng chứng khảo cổ học lớn nhất và kiên cố nhất là sự hiện diện của Trụ Ashoka ở tại chính điểm này với các hàng chữ xác thực điểm này là chỗ sinh của Thái tử Siddhartha (xem dưới).

Đền Maya Devi trông rất khác lạ. Đền là một tòa nhà chữ nhật mái bằng ở chính giữa có tháp trụ vuông trên có chóp cây vũ trụ (cây tam thế, cây đời sống). Như đã biết một kiến trúc Phật giáo có mái bằng mang hình ảnh một dạng tu viện vihara trong khi đền chùa thờ phượng chaitya có mái hình tháp vòm vũ trụ.

Vì vậy thật sự đền này có dạng hỗn hợp vừa là đền thờ thần nữ Maya vừa là một tu viện. Phần hình chữ nhật bao quanh bốn phía bên ngoài với kiến trúc mái bằng giản dị là một thứ tu viện mới xây có mục đích chủ yếu quây kín và che lại một phế tích tu viện xưa khỏi bị mưa nắng. Đi vào trong bằng một lối sàn gỗ đi vòng quanh phế tích tu viện xưa. Bây giờ chỉ còn thấy các khối gạch to xếp thành các phòng tu xá hình hộp.

Phần hình tháp trụ vuông bằng đầu trên có chỏm tháp hình cây vũ trụ ở trung tâm mới đích thực là đền thờ Hoàng hậu Maya. Như đã biết các kiến trúc thờ phượng thần nữ ngành thái dương thường có tháp trụ vuông bằng đầu (hình vuông là dạng thái dương của vòng tròn). Đại Thần nữ Maya (Mahamayadevi) là một thứ nữ vương dòng mặt trời thái dương, một Thần Nữ nên có tháp trụ vuông bằng đầu (1).

Phần đền thờ Hoàng hậu Maya này làm ngay trên chỗ Phật Thích Ca ra đời.

Trong đền lưu giữ những di tích từ thời Đức Phật. Phần lớn phế tích này có từ thời Gupta tức vào thế kỷ thứ 5-6 Sau Dương Lịch.

Vào khoảng đầu năm 1990 một tảng đá đánh dấu (marker stone) chỗ sinh ra đời của Phật Thích Ca được tìm thấy ngay tại chỗ đền thờ này. Tảng đá có hình lõm trông giống hình chân người. Hiện giờ được bảo vệ đặt trong một hộp có mặt kính chống đạn (bulletproof). Vì không được phép chụp hình bên trong đền nên xin mượn một hai hình có sẵn làm minh họa.

Tảng đá có hình dấu chân người đánh dấu chính xác chỗ Phật sinh ra đời (marker stone, the exact birthplace of Buddha) (nguồn: wikimedia commons.)

Dĩ nhiên các Phật tử sùng đạo cho đây chính là dấu chân Phật.

Ở một hình khác tảng đá này trông giống hình đầu con voi trắng có vòi cong lên:

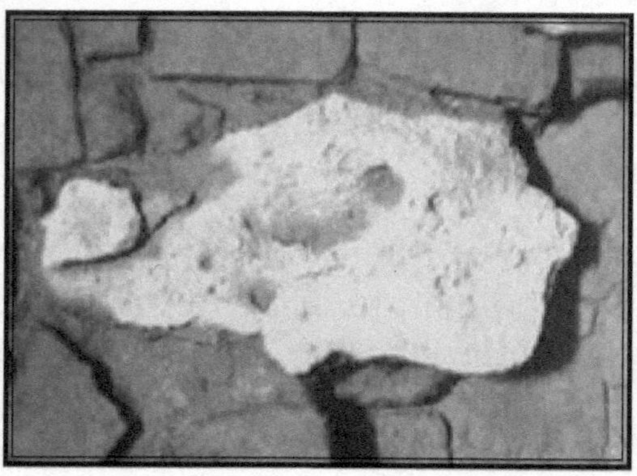

Ngay trên vách chỗ tảng đá đánh dấu nơi sinh Đức Phật có một phiến đá khắc nổi hình một người nữ đang giơ tay níu cành hoa, một em bé đang đứng thẳng, có hai người hầu đứng cạnh. Đây là cảnh Hoàng hậu Maya hạ sinh thái tử. Các nhà khảo cổ gọi là Điêu Khắc Đản Sinh (The Nativity Sculpture).

Điêu khắc này có tuổi vào thế kỷ thứ 4 Sau Dương Lịch.

Tảng đá đánh dấu và phiến đá điêu khắc này không những xác quyết nơi sinh của Phật Thích Ca mà còn đóng góp vào sự xác thực ý nghĩa của các truyền thuyết, hình tượng về cốt cách, bản thể của Đức Phật Thích Ca.

Một Vài Yếu Tố Liên Hệ Với Phật Đản Sinh.

Xin thật vắn tắt kể ra một vài ví du.

**** Trước hết xác thực ý nghĩa của các truyền thuyết, hình tượng.***

+ Truyền thuyết.

- Con Voi Sáu Ngà

Theo một truyền thuyết Phật giáo Tây Tạng, Hoàng hậu Maya nằm mơ thấy có bốn người nhà trời đem bà tới tắm tại một hồ nước thiêng ở Himalaya. Khi tắm xong, nghỉ ở bờ hồ, bỗng một con voi trắng sáu ngà từ một đỉnh núi tuyết trắng trên cao bay xà xuống. Voi nắm bằng vòi một đóa hoa sen trắng, đi vòng quanh ba vòng rồi nhập vào người bà. Sau đó bà có thai Phật Tổ.

Trước hết tại sao là con voi trắng?

Con voi có một khuôn mặt biểu tượng cho *vĩ đại thiêng liêng*, mầu trắng có một nghĩa là mầu âm thái dương (khí, gió, bầu trời, không gian dương, Vũ của vũ trụ). Ở đây con voi trắng có thêm một khuôn mặt mang hình ảnh núi tuyết vũ trụ Ngân Sơn/ Meru/Kailas. Con voi trắng vũ trụ là một tiền kiếp Phật.

Kiểm chứng lại trong Ấn giáo Thần Indra có một khuôn mặt biểu tượng cho bầu trời có biểu tượng là con voi trắng và liên kết với núi Meru.

Tượng thần Indra cưỡi voi của Campuchia, Bayon, Angkor Thom, thế kỷ 12-13 chụp tại Bảo Tàng Viện Lịch Sử Thành Phố Hồ Chí Minh, Việt Nam (ảnh của tác giả).

Lưu ý Thần ở trong tháp vòm mây bay gió cuốn bầu vũ trụ, bầu trời.

Tại sao có 6 ngà?

Theo dịch số 6 là số là số thành diễn đạt sự hoàn tất chu kỳ vũ trụ tạo sinh (6 = 2 lưỡng nghi + 4 tứ tượng, sinh ra tam thế, vũ trụ).

Ta thấy rõ sáu ngà voi bao gồm đủ nghĩa cả qui trình vũ trụ tạo sinh của vũ trụ giáo. Phật có bản thể bao trọn cả đại vũ trụ và tiểu vũ trụ. Phật Thích Ca có một khuôn mặt đội lốt Phật Vũ Trụ Vairocana.

Con voi trắng 6 ngà tiền thân Đức Phật và cũng mang hình ảnh Núi Vũ Trụ Meru/Kailas nhập vào người Hoàng hậu.

Con voi trắng 6 ngà là cốt Phật Thích Ca thấy rõ qua truyện tiền kiếp Phật (jataka) là con Voi Sáu Ngà Saddanta.

Tiền kiếp Phật là một Bồ Tát sinh ra ở dạng một con Voi Sáu Ngà làm vua ở một xứ nọ có hai hoàng hậu là Mahasubhadda và Chullasubhadda. Một hôm đùa giỡn với hai hoàng hậu. Vua Voi Sáu Ngà rung cây làm rụng hoa lá lên người hai hoàng hậu. Phấn hoa bám bẩn người hoàng hậu Chullasubhadda và bà ghen tuông cho rằng vua cố ý ghét mình nên bỏ đi và rồi chết trong rừng. Bà hóa kiếp thành hoàng hậu một vua tại xứ Benares và vẫn oán hận Vua Voi Sáu Ngà, nên xúi vị vua này tìm cách nhổ lấy sáu ngà của Shaddanta. Vua Benares sai một vị tướng giả dạng một tu sĩ đến đào hố bẫy. Voi Sáu Ngà rơi xuống hố bẫy, thấy ông ta mặc áo tu sĩ nên cúi đầu khuất phục chịu chết. Vị tướng thấy vậy nói với Voi là chỉ cần có được sáu chiếc ngà chứ không muốn giết voi. Voi bèn tự cắt sáu ngà đưa cho vị tướng vì lòng từ bi, độ lượng. Nhưng khi hoàng hậu có tiền kiếp là Chullasubhadda thấy sáu chiếc ngà bà chết dần trong sầu khổ...

Như thế Hoàng hậu Maya sinh ra Phật Tổ có cốt vũ trụ. Phật là vũ trụ.

Đây là lý do hôm nay tới thăm nơi đức Phật ra đời tôi mặc chiếc áo lá chữ T có hình con voi trắng mua ở đất Phật Sri Lanka.

- Hoàng hậu Maya, như đã nói ở trên khi đang níu một cành hoa bước đi thì hạ sinh Đức Phật.

Trong nhiều văn bản Ấn Độ cổ và Việt Nam hiện nay nói đó là cây Ashoka Vô Ưu (Saraca asoca).

Cây vô ưu Ashoka chụp tại Vườn Trúc Lâm (ảnh của tác giả).

Hoa cây Vô Ưu Ashoka (nguồn: Wikipedia).

Nhưng ngược lại có nhiều văn bản lại cho đó là cây sala (ta la, tha la) (Shorea robusta).

Cây Sala với lá non với nụ hoa tại Jayanti trong khu bảo tồn Buxa ở huyện Jalpaiguri, Tây Bangal, Ấn Độ (nguồn: Wikipedia tiếng Việt).

Cây trên phiến đá điêu khắc ở vườn này **(hình ở trên) không rõ trắng đen là cây gì nhưng lá nhỏ thon trông giống cây sala.**

Một điểm quan trọng là cây sala thường bị nhầm lẫn với cây đầu lân (ngọc kỳ lân, hàm rồng) (*Couroupita Guianensis*), một loài cây từ vùng nhiệt đới Nam Mỹ (Guinensis là xứ Guyana). Ở Ấn Độ, cây đầu lân đã được trồng tại các đền thờ Shiva và được gọi là Shiv Kamal, Nagakeshar hoặc Nagalingam vì hoa của nó được cho là giống mũ trùm đầu của thần rắn Naga bảo vệ thần Shiva. Quả trông giống viên đạn súng cà nông xưa nên người Anh gọi là cây cannonball tree (người Tầu dịch là Pháo đạn thụ).

Sự lầm lẫn cây sala với cây đầu lân có thể đã xẩy ra từ xa xưa như thấy qua một **tấm điêu khắc trông như Hoàng hậu Maya đang đỡ một nụ hoa hay một quả đầu lân:**

Hoàng hậu Maya đang đỡ một nụ hoa hay một quả đầu lân? *(bưu ảnh).*

Sự lầm lẫn này ngày nay thấy rất nhiều ở Á châu và Việt Nam. Ví dụ:

Hai cây đầu lân (cannonball tree) ở hai đầu một bệ xi-măng diễn đạt cảnh Đức Phật nhập diệt ở Kushinagar, chụp tại Chùa Thiên Mụ Huế. Đây là một ví dụ lầm lẫn giữa cây sala ta-la với cây đầu lân "đạn cà nông" (ảnh của tác giả).

Như vậy có **ba loại cây khác nhau**: cây **vô ưu Ashoka**, cây **sala** (ta-la, tha-la) và cây **đầu lân** (cannonball tree). Hai cây sala và đầu lân thường lầm lẫn với nhau.

Nếu Hoàng hậu níu cành hoa vô ưu thì sinh ra một đấng thế tôn giúp cho loài người theo con đường trung đạo giác ngộ qua vô thường, vô ngã đạt tới vô ưu không còn đau khổ.

Còn nếu là Hoàng hậu Maya níu cành cây sala ta-la thì như đã biết Đức Phật khi nhập diệt cũng nằm giữa hai cây sala trong rừng cây sala ở Kushinaga (lúc đó bỗng dưng các cây sala nở rộ hoa trắng rơi xuống phủ lên người Đức Phật). Cây sala là biểu tượng vòng sinh tử của Đức Phật. Cây sala cũng giống như những cây thiêng liêng khác có một khuôn mặt biểu tượng cây vũ trụ (cây tam thế, cây đời sống), biểu tượng vũ trụ tạo sinh, chu kỳ sinh tạo vũ trụ, tạo hóa.

- Hoàng hậu Maya bước 25 bước thì sinh ra thái tử.

Số 25 là số Chấn IOO (dương I thái âm OO) tầng 4 (1, 9, 17, 25) lưỡng hợp Càn III (dương I thái dương II) dạng đại vũ trụ.

Hai mươi năm bước lưỡng hợp đại vũ trụ cũng xác thực cốt đại vũ trụ của Đức Phật Thích Ca.

- Tảng đá điêu khác cũng cho thấy rõ truyền thuyết Đức Phật Thích Ca sinh ra từ nách.

Tại sao sinh ra từ nách? Theo vũ trụ giáo con người là tiểu vũ trụ con của đại vũ trụ nên có hình cây vũ trụ. Đầu là chỏm cây là thượng thế. Hai tay dang ra là cành cây là trung thế, thế gian. Chân là gốc cây là hạ thế. Thân là thân cây là trục thế giới thông thương tam thế. Phật sinh ra ở nách là giáng thế, xuống cõi thế gian.

- Bẩy bước trên 7 hoa sen.

Vừa mới sinh ra, Đức Phật bước 7 bước trên 7 bẩy hoa sen. Như đã biết số 7 là số Càn, lửa vũ trụ, dương thái dương và hoa sen là hoa mọc dưới nước có một nghĩa là âm thái âm Khôn. Bẩy bước trên hoa sen là bẩy bước Càn Khôn, Vũ Trụ. Điểm này cũng xác thực khuôn mặt của Phật Thích Ca có cốt là Phật Vũ Trụ giáng thế.

- Tướng Phật.

Ba ngày sau khi thái tử ra đời hoàng cung mời đạo sĩ A-tư-đà đến xem tướng cho thái tử. Hai ngày sau đó một toán 8 vị Bà-la-môn tới làm lễ đặt tên. Trong đoàn có một vị trẻ nhất là A-nhã Kiều-trần-như (tiếng Nam Phạn Añña

Koṇḍañña) nhưng cực kỳ thông tuệ. Tất cả các đạo sĩ Bà-la-môn sau khi quan sát tướng mạo đặc biệt của thái tử, đều cho rằng sau này thái tử sẽ trở thành một vị Vua chuyển bánh xe quyền thế cai trị thế giới (*cakravarti-raja*). Chỉ riêng Kiều-trần-như quả quyết rằng thái tử sẽ hoàn toàn thoát tục và trở thành một bậc giác ngộ (*bodhi*) vĩ đại. Tương truyền tên Tất-đạt-đa là do Kiều-trần-như và 4 đạo sĩ Bà-la-môn khác đặt. Vì thế, về sau, khi nghe tin thái tử Tất-đạt-đa đang tu khổ hạnh, Kiều-trần-như cùng 4 đạo sĩ đã tìm đến để cùng tu tập. Nhưng khi thái tử quyết định từ bỏ phép tu khổ hạnh cực đoan để chuyển qua Trung đạo dùng thiền định thì Kiều Trần Như cùng với 4 người bạn thất vọng bỏ đi. Họ đi tới vườn Nai (Lộc Uyển). Khi Đức Phật đắc đạo ngài tìm đến với họ tại vườn Nai. Đức Phật lần lượt giảng cho năm anh em Kiều Trần Như ba bài kinh pháp đầu tiên: Trung đạo, Tứ Diệu Đế, Vô Ngã Tướng (trạng thái vô ngã). Tôn giả Kiều Trần Như, rồi tiếp đến là bốn vị kia, lần lượt đều tu tập thành A-la-hán. Kiều-trần-như là đệ tử đầu tiên của Đức Phật thành La Hán.

Ở Trúc Lâm Viên có hai tháp xây tại cổng, một có chứa di hài của Mục Kiền Liên, một trong hai đệ tử đứng hàng đầu của Phật cùng với Xá Lợi Tử (J.v.127) và một của Kiều-trần-như Kondañña.

Ta thường nghe nói là Đức Phật có 32 tướng tốt. Con số 32 là số Khôn tầng 5 (0, 8, 16, 24, 32). Ta thấy rõ Khôn 32 = Khôn 0 hư vô, khởi thủy của vũ trụ tạo sinh qua khoa nhiệt học là 0 độ bách phân C = 32 độ Farenheit F. Phật có 32 tướng Khôn-Càn, Vũ Trụ, có tướng của một đấng tạo hóa, đấng chí tôn.

- *Chữ vạn (卍) trên ngực Đức Phật Thích Ca.*

Đức Phật sinh ra có chữ vạn trên ngực. Đây là một trong 32 tướng tốt. Theo Phật giáo, chữ vạn **tượng trưng cho lòng từ bi, trí tuệ,** biểu thị công đức vô lượng của Phật. Ở Phật giáo mật tông Tây Tạng chữ vạn gọi là *yungdrung* biểu tượng cho *vĩnh cửu*, *vĩnh hằng*.

Thật ra chữ vạn là một biểu tượng hết sức cổ thấy từ thời Cổ Thạch, sau đó thấy trong mọi nền văn hóa với ý nghĩa khác nhau.

Trong nền văn minh Thung Lũng Sông Ấn Indus Valley (2.500 Trước Tây Lịch) có một nghĩa là *mặt trời*. Trong Ấn giáo là biểu tượng của sự *ban ơn*, *phù trợ* của thượng đế, trong vài giáo phái mang nghĩa *may mắn* liên hệ với thần Ganesha. Trong tôn giáo Zoroastrian của Persian, chữ vạn biểu tượng cho *mặt trời vận hành, sinh tạo*, *vô cực* và *tạo hóa khôn cùng*. Trong Đạo Đức Kinh dùng chỉ *tất cả vũ trụ*, '*muôn vàn thứ*'. Trong Thiên Chúa giáo, swastika dùng như một hình thức thánh giá bẻ cong, biểu tượng cho sự chiến thắng của đấng Christ vượt qua nỗi chết (hàm nghĩa phục sinh, tái sinh).

Chữ vạn nghiêng của Đức Quốc Xã tức ở dạng chuyển động mang nhiều dương tính dùng với nghĩa biểu tượng cho sức mạnh, thống lĩnh, ngự trị, cho sự siêu đẳng của giống người da trắng, của Nazi... (Wikipedia).

Nhìn theo vũ trụ tạo sinh, vũ trụ giáo, dịch tức theo chữ viết nòng nọc vòng tròn-que. thì chữ vạn có 4 tay hình chữ gamma Γ. Chữ vạn 卍 này có *cánh tay trên nằm ngang* có đầu chỉ về phía tay trái. Khi chuyển vận trong qui trình sinh tạo, *mấu nhọn khuỷu tay* quay *theo chiều kim đồng hồ*, theo chiều nòng âm. Đây là chữ vạn thường thấy trong Phật giáo. Phật giáo là tôn giáo mang tính tĩnh, âm nghiêng về phía Vũ nòng, âm của vũ trụ nên phần nằm ngang của cánh tay trên chỉ về phía tay trái (cần phải phân biệt với cánh tay trên quay về bên phải của Ấn giáo và quay nghiêng chuyển động của Đức Quốc Xã).

Trong chữ viết nòng nọc vòng tròn-que chữ vạn phát gốc từ hai nọc que thẳng góc với nhau tạo thành hình chữ thập.

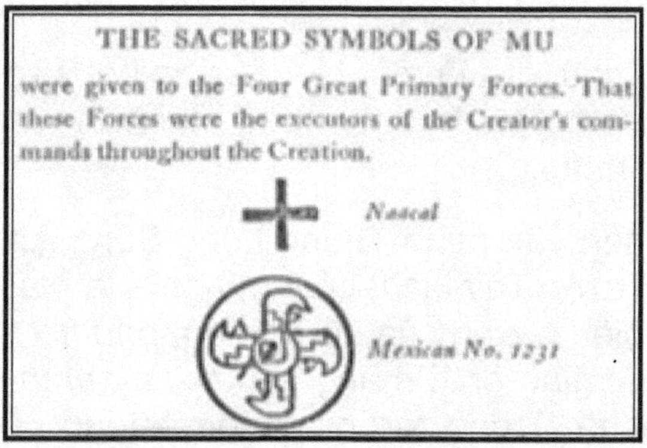

Chữ vạn ruột thịt với chữ thập biểu tượng cho tứ tượng vận hành, sinh động (James Churchward, The Sacred Symbols of Mu).

Hai nọc là hai dương là lửa, thái dương, mặt trời. Đây chính là nghĩa nguyên thủy của chữ vạn. Kiểm chứng lại ta cũng thấy chữ thập có một khuôn mặt là dấu cộng (+), dấu dương (phản ứng cộng là phản ứng dương). Dương có một nghĩa là mặt trời, lửa thái dương.

Như thế trong chữ viết nòng nọc vòng tròn-que chữ vạn gồm có 4 tay thẳng góc do hai nọc que ghép lại mang ý nghĩa nọc lửa thái dương, mặt trời tứ phương ở tầng tứ tượng hay Bốn Nguyên Sinh Động Lực Chính (Four Great Primary Forces) ở dạng vận hành, chuyển động, sinh động tức tứ hành của ngành nọc lửa dương.

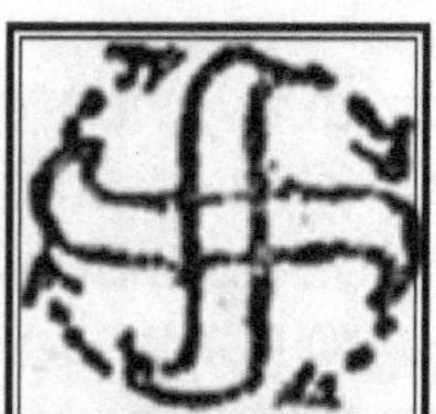

Chữ thập + chuyển động theo chiều kim đồng hồ, chiều âm sinh ra chữ vạn.

Tứ hành âm và dương liên tác sinh ra vũ trụ, tam thế muôn loài, muôn sinh trong vũ trụ tạo sinh. Vì thế trong vũ trụ giáo chữ vạn bao gồm tất cả các ý nghĩa sinh tạo, tạo hóa, mặt trời, không gian sinh tạo, sinh tử, tái sinh, hằng cửu, phồn thịnh, may mắn... Như đã thấy ở trên, mỗi nền văn hóa, văn minh thế giới lấy một ý nghĩa của chữ vạn theo một góc cạnh của vũ trụ giáo.

Theo vũ trụ giáo chữ vạn trên ngực Đức Phật lúc sinh ra có một nghĩa là vũ trụ tạo sinh, vũ trụ, mặt trời diễn đạt cốt Phật, giáo Pháp Phật.

+ Ảnh tượng

- Hào quang

Phật Đản Sinh có vòng hào quang được diễn đạt theo nhiều cách tùy theo tính nòng nọc (âm dương), Càn Khôn, tùy theo dịch học, tức tùy theo giáo phái Phật giáo.

Hào quang sau đầu trông giống hình bánh xe pháp có 8 'căm' xe thường giảng là biểu tượng của Bát Chánh Đạo.

Phật Đản Sinh (ảnh của tác giả).

Thật ra ở đây vì Phật mới sinh nên chưa có Bát Chánh Đạo, phải nhìn theo vũ trụ giáo là hình mặt trời có 8 tia sáng nằm trong vòng tròn không gian diễn đạt mặt trời Càn Khôn, Vũ Trụ, Tạo Hóa [giống mặt trời-không gian ở tâm trống Quảng Xương, trống biểu của Hùng Lang gồm hai ngành Hồng Lạc, Chim-Rắn, Tiên Rồng Việt Nam (xem trống này)]. Đức Phật từ cõi trời, vũ trụ giáng thế [như đã biết Phật Thích Ca có cốt là Phật Vũ Trụ. Ngài vốn đã là một vị Phật cai trị tại vùng Đâu Suất (Tausita). Ngài giao quyền lại cho Ngài Di Lặc (Maitreya) trị vì vùng trời Đâu Suất xuống thế gian làm người, rồi tu luyện trở thành Phật thế gian, lịch sử, hiện tại, một vị Phật Người (Nhân Phật Manushi)]. Như thế Phật Thích Ca có hai khuôn mặt: ở cõi trên là Phật Vũ Trụ, đội lốt Phật Vũ Trụ Đại Nhật Quang Vairocana. Ở thế gian là Phật Người, Phật Thế Gian, Phật Lịch Sử, Phật Hiện Tại.

Vành hào quang sau đầu phải hiểu là mặt trời tạo hóa nằm trong không gian tức mặt trời Càn Khôn, Vũ Trụ, Tạo Hóa. Phật Thích Ca từ vũ trụ giáng thế có cốt là Phật vũ trụ.

- Hào quang hình mặt trời.

Nhìn theo duy dương ngành mặt trời thái dương, Phật Đản Sinh có một khuôn mặt là mặt trời.

Phật Đản Sinh có hào quang hình mặt trời (phong bì tem Nepal) (Envelope from Lumbini, 29 July, 1970, courtesy United Nations Archives).

Lưu ý hào quang mặt trời có hai loại tia sáng: tia dài mang dương tính thái dương và tia ngắn mang âm tính thái dương ngành thái dương nghĩa là một thứ mặt trời lưỡng tính phái mang tính vũ trụ, Càn Khôn ngành mặt trời thái dương.

- *Một tay chỉ lên trời, một tay chỉ xuống đất.*

Thường thường Phật Đản Sinh dùng một ngón tay trỏ phải chỉ lên trời và ngón tay trỏ trái chỉ xuống đất. Một ngón là số 1 nhìn chung là nhất thể vũ trụ. Một ngón là nhất thể là vũ trụ thấy rõ qua từ Universe (vũ trụ) có Uni- là một, nhất thể và -verse là qui về. Universe là qui về Nhất thể.

Còn nhìn theo lưỡng cực thì số 1 là mặt trời. Bốn ngón tay còn lại là đất (số 4 là Cấn, Đất âm) mang nghĩa Trời dương đất âm. Còn nhìn theo một ngón thẳng đứng là nọc, dương, mặt trời và bốn ngón nắm lại thành bao, túi là nòng, âm, không gian tức nòng nọc (âm dương), mặt trời-không gian tức vũ trụ.

Phật có cốt đại vũ trụ và tiểu vũ trụ.

. Phật Thế Gian Tiểu Vũ Trụ.

Tuy nhiên tôi thấy có lẽ chỉ riêng ở Việt Nam có một dạng Phật Đản Sinh khác thường.

Một lần một người bán đồ cổ nói với tôi là ông ta muốn đưa cho tôi xem một bức tượng Phật Đản Sinh rất cổ có gốc từ Việt Nam.

Khi nhìn thấy pho tượng, trong nháy mắt, tôi biết ngay ông ta nói đúng, pho tượng có gốc từ Việt Nam. Pho tượng làm theo phong cách tượng gỗ sơn son thếp vàng Việt Nam.

Kỷ vật Phật Đản Sinh của tác giả.

Phía trước mặt tượng, lớp thếp vàng đã bị phai mờ vì bị khói nhang, đèn nến. Nhưng mặt sau tượng, lớp thếp vàng còn thấy rất rõ.

Tượng làm theo hình ảnh đặc thù một em bé Việt Nam. Đầu trọc, mặt trái xoan, tai to, ở trần, bụng hơi phình, mặc quần đùi trang trí cánh hoa sen, thắt dây lưng như dải rút.

Điểm lôi cuốn tôi nhất là tượng rất khác thường, không giống một tượng Phật Đản Sinh nào mà tôi thường thấy.

Tay trái tượng chỉ lên trời trong khi ở các tượng thường thấy, *tay phải* của Phật chỉ lên trời. Phật Đản Sinh Việt Nam này thuận tay trái.

Tay trái dùng ba ngón tay (ngón cái, trỏ và giữa) chỉ lên trời thay vì ở các tượng khác tay phải chỉ dùng một ngón trỏ chỉ lên trời.

Thoạt đầu tôi tưởng những khác thường này có thể đúng như người bán là tượng có thể là rất cổ, lúc Phật giáo mới du nhập vào Việt Nam nên nhà chùa và người tạc tượng chưa rành rõ về truyền thuyết Phật hay có thể chỉ là lỗi kỹ thuật của người tạc tượng không rành truyền thuyết Phật. Sự khác biệt này lại càng làm cho pho tượng thành hiếm quí.

Tuy nhiên mới đây khi vào thăm Bảo Tàng Viện Lịch Sử Thành Phố Hồ Chí Minh tôi gặp lại pho tượng Phật Đản Sinh đặc biệt này:

Phật Thích Ca sơ sinh, gỗ sơn thếp vàng, thế kỷ 19, Việt Nam chụp tại Bảo Tàng Viện Lịch Sử T.P. HCM (ảnh của tác giả).

Pho tượng này cũng thuận tay trái và cũng dùng ba ngón tay chỉ lên trời và chỉ địa thay vì chỉ dùng một ngón trỏ.

Như thế đây là một dạng thể Phật Đản Sinh đặc thù của Việt Nam. Ta có thể hiểu là theo dịch học số 3 là tam thiên: ba ngón chỉ lên trời diễn đạt cõi Trời. Còn số 2 là lưỡng địa: hai ngón giữa và út chỉ đất diễn đạt cõi đất. Hiển nhiên Phật Đản Sinh thế gian Việt Nam diễn đạt Phật Thế Gian Tiểu Vũ Trụ.

Phật thuận tay trái đúng hơn dùng tay phải chỉ lên trời vì như đã biết Phật giáo mang tính Tĩnh, âm.

Cũng nên nói thêm là chúng ta nghe nói là Đức Phật đi bảy bước, một tay chỉ lên trời, một tay chỉ xuống đất và nói "*Thiên Thượng Thiên Hạ Duy Ngã Độc Tôn*". Trời Trên, Trời Dươi chỉ có Ta (ngã) là duy Nhất. Có người không thích Phật cho rằng Phật kiêu căng mới nói như thế. Sự thật Phật không bao giờ kiêu ngạo, Ngài không bao giờ nghĩ mình là nhất, là thánh thần, là thượng đế hay đấng tạo hóa mà Ngài coi mình như mọi người: "*Ta là người đã thành Phật và các người là Phật sẽ thành*". Đây có thể là câu nói của người nào đó quá tôn sùng muốn thần thánh hóa Phật hoặc không ưa Phật nên gán cho Phật.

Với loại tượng Phật Đản Sinh Việt Nam đưa 3 ngón tay lên trời 'tam thiên' xác thực hùng hồn ở loại tượng mà Phật Đản Sinh đưa một ngón tay lên trời, như đã nói ở trên là Trời dương đất âm hay nhất thể mặt trời-không gian tức vũ trụ. Tuyệt nhiên không phải Đức Phật có ý nói mình là 'duy ngã chỉ có ta' mà hoàn toàn là bị gán ghép. Một trong những giáo pháp chính của Ngài là Vô Ngã chứ không phải là Duy Ngã!

....

Ở tượng này ta cũng thấy Phật đứng trong một tòa hình bầu bình, một biến dạng của bầu nậm nòng nọc (âm dương), nguyên lý căn bản của vũ trụ tạo sinh, dịch học. Cổ bình hình nọc dương dạng hoa mặt trời và phần bầu bình nòng âm không gian bao phủ đầy mây cũng cho thấy Phật Đản Sinh có cốt vũ trụ.

- Phật đứng trên tòa sen.

Tòa sen có trụ mang hình ảnh trục thế giới. Tòa sen cũng có một khuôn mặt diễn đạt mỗi cánh hoa là một thế giới. Tòa sen diễn đạt hằng hà sa số vũ trụ, thế giới... Như thế tòa sen cũng xác thực Phật Đản Sinh có cốt vũ trụ.

- Đế Tượng.

Đế tượng Phật thường diễn đạt phần chỏm núi vũ trụ Meru. Ở đây có hình biến dạng của một chiếc trống đồng Đông Sơn. Như đã biết trống Đông Sơn là trống biểu của vũ trụ tạo sinh, vũ trụ giáo. Như vậy đế tượng cũng diễn đạt tính vũ trụ của Đức Phật Đản Sinh.

(2)....

- Đặt Tên Thái Tử.

Ba ngày sau khi thái tử ra đời hoàng cung mời đạo sĩ A-tư-đà đến xem tướng cho thái tử. Hai ngày sau đó một toán 8 vị Bà-la-môn tới làm lễ đặt tên. Tương truyền tên Tất-đạt-đa là do Kiều-trần-như và 4 đạo sĩ Bà-la-môn khác trong toán đó đặt. Thái tử được đặt tên là Siddharta Gautama. Siddharta (Phạn ngữ Sanskrit và Nam Phạn ngữ Pali: Siddhartha) phiên âm theo âm thuần túy là Sĩ Đạt Ta hay theo âm và nghĩa là Tất Đạt Đa có nghĩa là Tất Thành Đạt, kiên tâm, trì chí tất thành đạt ("He Who Achieves His Goal").

Còn Gautama (Pali: Gotama) là tên dòng tộc có nghĩa là "con cháu dòng dõi Gotama. Gautama thuộc giai cấp Chiến Sĩ Kshatriya, một trong bốn giai cấp của xã hội Ấn giáo là brahmin (tăng lữ Bà-la-môn), kshatriya (vua chúa, chiến sĩ), vaishya (thứ dân) và shudra (tiện dân).

Gotama phiên âm là Cồ Đàm.

Siddharta Gautama là Tất Đạt Đa Cồ Đàm. Hiểu theo Hán Việt là Tất Đạt Thành Giác Ngộ. Hiểu nôm na là Người xua tan được tăm tối (nghĩa là ngu tối, vô minh) bằng sự hiểu biết sáng suốt của người đó (tức là hiểu biết tâm linh, giác ngộ) (3).

**** Thứ đến đây là bằng chứng xác thực Đức Phật Thích Ca là một con người có thật.***

Đức Phật được sinh ra như bao người bình thường khác, nhưng tu đắc đạo thành Phật. Xác thực Đức Phật Thích Ca có cốt là Phật Vũ Trụ giáng thế xuống làm người thế gian rồi thành Phật thế gian, Phật Người (Manushi), Phật hiện tại dẫn dắt loài người qua bể khổ.

- *Ngày Lễ Phật Đản Sinh.*

Phật sinh ra vào ngày rằm tháng tư năm 623 Trước Dương Lịch.

Trước đây Phật giáo chọn ngày 8 tháng 4 âm lịch làm ngày Phật đản, gần đây Phật giáo thế giới đổi qua ngày 15 tháng 4 và gọi là ngày Vesak. Dĩ nhiên cũng giống như ngày Chúa Giáng Sinh, ngày Phật đản không thật sự là ngày đích thực Phật ra đời (bằng chứng là đã đổi từ ngày này sang ngày khác được). Vì thế *tháng tư âm lịch* được cho là *mùa Phật đản*, các chùa có thể chọn các ngày khác nhau trong tháng tư làm ngày Phật đản.

Hiển nhiên ngày 8 tháng 4 nguyên thủy phải mang một ý nghĩa gì liên hệ với Phật. Ngày này phải hiểu theo ý nghĩa tín ngưỡng, tôn giáo. Con số 8 và 4 phải hiểu theo tín ngưỡng thờ phượng giống như các con số ngày tháng giỗ kỵ của Hùng Vương, Thánh Dóng Phù Đổng Thiên Vương, Hai Bà Trưng... (xem các bài viết này). Các con số này phải hiểu theo vũ trụ thuyết dựa trên nguyên lý nòng nọc (âm dương) của dịch học.

1. Con số 8.

Theo dịch số 8 là số Khôn tầng 2 thế gian (0, 8). Khôn lưỡng hợp với Càn: Càn Khôn là Vũ Trụ.

2. Con số 4.

Theo dịch học, số 4 là số Cấn tầng 1 cõi tạo hóa. Theo Tiên Thiên Bát Quái Cấn lưỡng hợp với Đoài khí vũ trụ, theo Hậu Thiên Bát Quái Cấn lưỡng hợp với Khôn.

Như thế ta có ngày 8 là ngày Khôn-Càn, vũ trụ và tháng 4 là tháng Cấn-Khôn, Đất-Trời. Như vậy ngày Phật đản có một nghĩa bao gồm cả đại và tiểu vũ trụ.

. Ngày Phật giáo thế giới Vesak.

Như đã nói ở trên ngày Phật đản thay đổi tùy theo vùng, quốc gia, tông phái. Ngày 8 tháng 4 được Phật giáo Đại thừa (theo âm lịch Trung Hoa) dùng nhiều, còn phái Nguyên Thủy ngày Phật đản được tổ chức vào ngày trăng tròn của tháng Vaisakha của Phật lịch và lịch Hindu, thường rơi vào tháng 4 hoặc tháng 5 của dương lịch Thiên Chúa giáo Gregory phương Tây.

Đại hội Phật giáo thế giới chọn ngày 15 tháng 4 làm ngày Vesak. Như thế nhìn theo dịch học ngày 15 tháng 4 có nghĩa không thay đổi với ngày 8 tháng 4, chỉ khác nhau về tính nòng nọc (âm dương). Con số 15 là số lẻ, số dương, là số Càn tầng 2 thế gian (7, 15). Càn hôn phối với Khôn. Trong khi như đã biết số 8 là số Khôn tầng 2 thế gian (0, 8) hôn phối với Càn. Như thế 15 và 8 chỉ ngược nhau về tính nòng nọc (âm dương). Chọn số dương ngày 15 Càn và tháng 4 mang tính Khôn là chọn theo duy dương của xã hội phụ quyền ngự trị ngày nay. Còn ngày 8 tháng 4 nguyên thủy gồm hai số chẵn mang tính thuần âm là chọn theo tính Tĩnh, âm của Phật giáo. Tuy nhiên ý nghĩa nhìn chung không thay đổi.

Không còn gì để nói nữa qua ngày 8 tháng 4 hay 15 tháng 4 ta thấy rõ Phật là Vũ Trụ bao trùm cả Đại Vũ Trụ và Tiểu Vũ Trụ, Phật giáo là tôn giáo của vũ trụ và loài người.

- Trụ Ashoka

Bên cạnh Đền Mayadevi có trụ đá lịch sử của vua Ashoka.

Trụ Ashoka.

Đầu trụ bị gẫy để dưới chân trụ (ảnh của Michelle Nguyễn).

Như đã nói ở trên Trụ Ashoka được dựng ở đây vào năm 249 Trước Dương Lịch là một bằng chứng khảo cổ học vững chắc nhất hỗ trợ cho việc nhận diện chỗ ra đời cửa Đức Phật Thích Ca vì có khắc các dòng chữ Brahmi: "*... đây là nơi Buddha Śākyas (Śākyamuni) sinh ra*".

Tiến sĩ Fuhrer khám phá ra cây trụ năm 1896 lúc đó các dòng chữ bị chôn vùi dưới mặt đất khoảng 1 m.

Thầy Huyền Trang cũng ghi lại đã nhìn thấy một trụ đá của vua Ashoka nhưng bị gãy đổ hoàn toàn, trên thân trụ có năm dòng chữ được khắc ghi (như trên).

Như đã nói ở trên vào thế Kỷ Thứ 14 Sau Dương Lịch, Vua nước Jumla là Ripu Malla, một vị vua Ấn giáo, thuộc miền Tây Nepal – cũng đến đây thăm viếng. Vua cho khắc lên phần trên của Trụ Ashoka dòng chữ *"Om Mani Padme Hum"* (*Úm ma ni bát mê hồng*, "ngọc quý trong hoa sen") cùng với tên ông để tỏ lòng tôn kính nơi đức Phật ra đời.

- Hồ Nước Thiêng.

Hồ thiêng liêng Pushkarani (ảnh của tác giả).

Bên cạnh Đền Maya Devi là hồ thiêng liêng, nơi Hoàng hậu Maya tắm trước khi sinh thái tử và cũng là nơi thái tử được tắm lúc ra đời.

Như đã biết nguyên thủy chỉ là một cái ao đất ngày nay xây có cấp bậc.

- Phế Tích Tu Viện

(ảnh của tác giả).

Bên cạnh hồ Pushkarani có những nền móng gạch đỏ xác nhận hình thành từ thế kỷ thứ 3 hoặc thứ 4 Trước Dương Lịch. Đây là vết tích còn lại phía bên ngoài của Tu viện Lâm Tỳ Ni mà phần chính đã được phần đền mái bằng bao che.

Cạnh đó là các tháp tạ ơn nhỏ (votive stupas).

- Cây Bồ Đề.

Cây sala hay cây vô ưu ngày nay không còn nữa (đáng lẽ phải trồng lại một cây mới). Thay cho cây này ngày nay là cây Bồ-đề với một điện nhỏ thờ Phật.

(ảnh của tác giả).

B. VÙNG TU VIỆN.

Đã nói ở trên. Cần phải có nhiều thì giờ và đi bộ nhiều.

Nếu muốn thăm viếng kiểu 'cưỡi ngựa xem hoa" có thể dùng thuyền đi dọc theo con kênh.

C. TRUNG TÂM VĂN HÓA và LÀNG LUMBINI MỚI.

Đã nói ở trên. Cần phải có nhiều thì giờ và đi bộ nhiều.

Kết Luận

Lumbini, ngôi vườn Xinh Đẹp như cõi thần tiên nơi Đại Thần Nữ Maya sinh ra Đức Phật Thích Ca, một trong bốn linh địa Phật tích được xác thực bằng những khảo cổ học kiên cố, vững chắc nhất.

Nơi đây xác quyết Đức Phật Thích Ca là một con người, một nhân vật lịch sử có thật được sinh ra như bao người bình thường khác. Đức Phật không bao giờ tự nhận mình là đấng tạo hóa hay là Thượng Đế hoặc là một đấng Chí Tôn toàn năng.

Ngài là một con người thế gian rồi tu tập tự chính mình tìm ra chân lý, giác ngộ thành Phật thế gian, Phật Người (Manushi). Ngài là người hướng đạo, dẫn đường chỉ lối cho những ai muốn tu tập theo bước chân ngài để đạt tới giải thoát.

Tất cả các chi tiết từ truyền thuyết, ảnh tượng, từ thể xác tới tâm linh, trang sức, ngày sinh... đều diễn đạt tính con người tiểu vũ trụ, con của đại vũ trụ của Đức Phật. Phật Thích Ca có cốt là Phật Tiểu Vũ Trụ và Đại Vũ Trụ. Khuôn mặt đại vũ trụ tương đương với Phật Đại Vũ Trụ Đại Nhật Quang Vairocana. Phật giáo là một thứ tôn giáo vũ trụ. Giáo

Pháp Phật là Pháp Vũ Trụ. Luật Phật là luật Vũ Trụ. Phật giáo liên hệ mật thiết với vũ trụ giáo, dịch học...

Ghi Chú.

.(1). Xin nhắc lại các kiến trúc thờ các thần dương nữ ngành mặt trời thái dương có tháp vuông bằng đầu mang tính dương nữ thái dương. Ví dụ như các tháp vuông bằng đầu của Vương Cung Thánh Đường thờ Đức Mẹ Maria như phế tích nhà thờ Đức Mẹ La Vang ở Hải Lăng, Quảng Trị: Nhà thờ Notre Dame Paris, Nice, Saigon nguyên thủy ngày xưa (trước năm 1895)

Từ trái qua là các nhà thờ Đức Bà ở Paris, ở Nice, ở Sài Gòn có tháp trụ vuông bằng đầu (https://baoxaydung.com.vn/nha-tho-duc-ba-chuyen-it-biet-ve-3-lan-trung-tu-153437.html).

(ngày nay nhà thờ Đức Bà Saigon sửa lại thành hai tháp nhọn là sai).

Các tháp ngành âm Vishnu Ấn giáo
như Tháp Đôi Qui Nhơn cũng có trụ tháp vuông bằng đầu

...

Qua kiến trúc thờ phượng các thần nữ ngành thái dương ta thấy rõ Đức Bà, Nữ Vương Maria có một khuôn mặt tương đương với Đại Thần Nữ Maya.

.(2). Một số chi tiết vừa nói ở trên có thể chỉ là huyền thoại (như sinh ra từ sách) cho thấy Đức Phật là một người đại nhân, siêu phàm. Huyền thoại nhiều khi không phải là chuyện có thật nhưng huyền thoại là một cách dùng để tôn vinh, tôn thờ, để truyền đạt, chuyên chở một đức tin, một triết thuyết, để giảng giải, giáo huấn tu sinh, giới bình dân cho dễ hiểu, dễ nhớ. Từ các tín ngưỡng ban sơ cho tới các tôn giáo lớn hiện nay đề có những huyền thoại và truyền thuyết.

.(3). Gautama có gốc "gỐ" và "tama". "gỐ" nghĩa là "bright light" (sáng chói lọi), mặt trời. Go biến âm với Việt ngữ rõ (tỏ) (g = r như gợn = rợn (sóng) và với chói (sáng). Còn **tama** có một nghĩa 'darkness, tối đen' chính là Việt ngữ **tăm** (từ đôi đồng nghĩa Tối tăm → tăm = tối) = **đậm** (t =d), **thâm** (đen) = **đêm**. Gotama có nghĩa là 'one, who dispels darkness (i.e., ignorance) by his brilliance (i.e., spiritual knowledge) [người xua tan tăm tối (nghĩa là ngu tối, vô minh) bởi sự sáng chói của người đó (tức là hiểu biết tâm linh, giác ngộ)].

Gautama thuộc giai cấp Chiến Sĩ Kshatriya, một trong bốn giai cấp của xã hội Ấn giáo là brahmin (tăng lữ Bà-la-môn), kshatriya (vua chúa, chiến sĩ), vaishya (thứ dân) và shudra (tiện dân).

Gotama phiên âm là Cồ Đàm, Kiều Đàm. Siddharta Gautama là Tất Đạt Đa Cồ Đàm. Hiểu theo Hán Việt là Tất Đạt Thành Giác Ngộ. Hiểu nôm na là Người xua tan được tăm tối (nghĩa là ngu tối, vô minh) bằng sự hiểu biết sáng suốt của người đó (tức là hiểu biết tâm linh, giác ngộ).

II. TU HÀNH

a . Tu Khổ Hạnh

Như đã biết Thái Tử Tất Đạt Đa lớn lên sống vương giả tràn đầy hạnh phúc trong hoàng cung vàng son. Một lần ra khỏi hoàng cung ngài thấy cảnh sinh lão bệnh tử làm lay động tâm hồn và cũng thấy một đạo sĩ đi dạo an nhàn, thanh thản khiến thái tử ngày đêm suy nghĩ làm sao tìm ra được một phương cách nào giúp con người thoát khỏi khổ đau của kiếp người vô thường.

Năm 29 tuổi thái tử quyết định bỏ lại cung vàng điện ngọc, vợ đẹp con khôn ra đi tìm chân lý.

Ngài đi lang thang khắp nơi, đã gặp nhiều đạo sĩ Ấn giáo học đạo. Người đầu tiên là Alara Kalama, Thái Tử học được một số phép thiền định kiểu yoga nhưng ngài nghĩ không đi tới đâu. Người thầy thứ hai là Uddaka Ramaputta, Thái Tử học được một số giáo điều tinh túy của Ấn giáo. Nhưng ngài thấy Ấn giáo chưa phải là chân lý hoàn thiện cuối cùng, còn nhiều điểm cần cải cách và bổ sung. Thái Tử nhận thấy phải tự mình tìm ra, phải sáng tạo ra một giáo pháp của riêng mình để giải thoát cái khổ đau cho kiếp người.

Rời thầy Uddaka Ramaputta Thái Tử đi lang thang trong rừng núi rồi tới một vùng có một ngọn núi bên một dòng sông, một nơi có núi sông, sơn thủy. Đó là vùng ngày nay là Uruvela có con sông Nilanjana hay Niranjana (l = r) (phiên âm là Ni-liên-thuyền), một chi lưu của sông Falgu nên cũng gọi là sông Falgu và có ngọn đồi gọi là Đồi Dungeshwari. Thái Tử cùng năm vị tu sĩ Bà La Môn thực hành cách tu khổ hạnh ép tâm, ép thần, ép xác ở vùng này.

Ngài đã ngồi tu khổ hạnh cực đoan ở hang tu khổ hạnh Dungeshwari.

a. *HANG TU KHỔ HẠNH ĐỒI DUNGESHWARI.*

Hang tu khổ hạnh ở Đồi Dungeshwari, Giác Thành Bodh Gaya.

Đồi Dungeshwari cách Giác Thành Bodh Gaya khoảng 12 km đi dọc theo dòng sông Falgu có nhánh sông Nilanjana. Thầy Huyền Trang có ghi lại nơi này trong du ký hành hương gọi là "Hang Tiền-Thành Đạo (Pragbodhi, pre-enlightenment).

Tại sao gọi là Đồi Dungeshwari? Nhìn tên có tận cùng bằng chữ i cho biết có giống cái (1).

Đồi có một hang thờ nữ thần Ấn giáo Dungeshwari và ba hang chính có các điện thờ Phật.

Như thế Đồi Dungeshwari có các hang thờ chung cả Ấn giáo và Phật giáo. Ấn giáo ngày nay ngự trị nên đồi được gọi tên là Đồi Dungeshwari theo vị thần nữ của họ. Trong khi như đã nói ở trên Huyền Trang vào thế kỷ thứ 7 gọi là Hang Tiền-Thành Đạo của Phật. Tôi gọi là **Hang Tu Khổ Hạnh** của Thái Tử Tất Đạt Đa.

Đối với dân bản quán hiện nay họ gọi điện thờ Phật là *Sujata Sthan* theo tên người nữ dâng món ăn sữa-gạo cho Phật (sthan: place chỗ, land đất, country xứ sở ruột thịt với stan như Pakistan, với Anh ngữ state, bang…).

Hang này còn gọi là hang Tối Đen (Mahakala: maha, mạnh, lớn và kala có một nghĩa là đen*).*

Tại chỗ đậu xe dưới chân đồi đã có sẵn một đạo binh ăn mày và một đội ngũ khiêng cáng nằm chờ được thuê đưa người hành hương lên hang trên đỉnh đồi.

Đội ngũ cáng nằm, ngồi chờ khách hành hương (ảnh của tác giả).

Những chiếc cáng trông thô sơ, tạm bợ, bệ rạc làm bằng cành cây thô quấn dây dợ chằng chịt giống như những chiếc cáng dùng khiêng vật liệu, đất cát... Tuy nhiên đây là một phương tiện hữu ích giúp cho các người có vấn đề về di chuyển hay muốn để dành sức lực.

Đường lên đồi có chỗ dốc cao, cần phải có một cây gậy chống cho vững.

Có lẽ leo núi đồi bằng cách thiền hành và niệm Phật sẽ thấy bớt mệt và đi nhanh hơn.

Me bảo: "Đường còn lâu,
Cứ vừa đi ta cầu
Quán Thế Âm Bồ Tát
Là tha hồ đi mau!"
(Nguyễn Nhược Pháp, Đi Chùa Hương).

Một lần ở Myanmar một nhà sư dậy chúng tôi leo núi lên chùa vừa thiền hành vừa niệm Buddha bằng cách hít vào thở ra đồng thời niệm Buddha (Bu-: hít vào, -dd: giữ hơi thở một chút và –ha: từ từ thở ra). Đôi lúc tôi dùng câu niệm Nam Mô A Di Đà Phật (Nam Mô: hít vào; A Di: giữ hơi thở một chút và Đà Phật: thở ra).

Lên tới đỉnh đồi gặp ngay lối vào một Chùa Tây Tạng treo tràn ngập cờ phướn cầu nguyện. Những phướn tụng lời cầu kinh vi vu, dạt dào tung bay trong gió chiều. Chùa đã từng được Đức Dalai Lama thứ 14 khánh thành. Có một tháp chorten Tây Tạng nhỏ.

Lối vào Chùa Tây Tạng. Lưu ý vách đá dán đầy vàng lá.

Cần phân biệt là ở Chùa Tây Tạng cũng có hang có tượng Đức Phật tu khổ hạnh ở ngay sát bên cạnh với hang nguyên thủy chính thức nơi Phật tu khổ hạnh. Vì đông người, muốn ngồi thiền định một mình, chúng tôi vào thăm hang Chùa Tây Tạng có ít người trước. Trong hang này có một tượng Phật tu khổ hạnh gầy còm chỉ còn xương bọc da, bụng hóp, hai hốc mắt lõm sâu thăm thẳm ngồi trước một tượng Phật thành đạo mập mạnh sau này.

Phật gầy mòn ở hang Chùa Tây Tạng (ảnh của tác giả).

Đợi hết người, chúng tôi mới vào hang nguyên thủy.

Cửa vào hang nơi Phật tu khổ hạnh.

Hang này nhỏ, thấp, tối đặc đúng theo tên gọi là hang Tối Đen Mahakala. Ngào ngạt mùi khói hương, đèn dầu. Ở đây trên một điện nhỏ chỉ có một tượng Phật tu khổ lấp lánh.

(ảnh của tác giả).

Trong hang nguyên thủy chỗ Phật ngồi tu khổ hạnh.

Bước vào hang này dường như có một cái gì khác lạ, cảm thấy tâm thần lay động hơn ở hang Chùa Tây Tạng. Có cảm tưởng dường như còn dư hưởng hơi hướng của Đức Phật ngồi đây từ hơn hai ngàn năm trước.

Trong hang này có hai tu sĩ không rõ là thuộc Ấn giáo hay Phật giáo ngồi cùng với hai pho tượng, một lớn, một nhỏ, mặt như phái nữ, trùm kín xiêm y giấy vàng và vàng cam.

(ảnh của tác giả).

Đây chắc là nàng Sujata và người hầu nữ dâng món ăn sữa-gạo cho Thái Tử (thấy rõ ở bên trái tượng nhỏ có các vật đựng thức ăn và nước uống).

Lễ Phật xong, không còn ai, chúng tôi ngồi tĩnh tâm trong hang. Nhiều người tin rằng thật sự hang tỏa ra một thứ năng lực siêu phàm của Phật lực vì liên kết với Đức Phật. Hang động có một ý nghĩa biểu tượng là dạ con, trứng vũ trụ. Phật ngồi trong hang là Phật ngồi ở tâm vũ trụ. Tâm Phật là tâm vũ trụ.

Hang hâm hấp nóng, vách đá ẩm ướt như đang vã mồ hôi. Ngồi tĩnh tâm tôi cố định thần dùng nhãn lực (sức mạnh của thị lực) tìm hình bóng Thái tử còn hằn dấu in trên vách đá hang động. Có văn bản Phật giáo cho rằng Thái tử ngồi thiền định bất động một chỗ lâu ngày bóng in trên vách động tạo thành một hình ảnh in khắc đậm vào mặt hang động. Hình bóng này được coi như là một phần thân xác Phật để lưu lại, một thứ xá lợi di hài Phật. Có thể lắm. Bóng Ngài trên vách động che phần ánh sáng nên lạnh hơn, ẩm ướt hơn, nước đọng lại không bay hơi hơn, tối hơn... có thể giúp các loài vi sinh, meo mốc, vi nấm mọc khác với các vùng còn lại của mặt vách hang nằm bên ngoài bóng. Vùng nằm trong bóng Thái tử có mầu sắc khác tạo ra hình bóng Thái tử tô, vẽ lên mặt đá hang động. Lâu năm in đậm, khắc vào mặt hang...

Ngồi tĩnh tâm trong hang tu khổ hạnh cho tới lúc hoàng hôn xuống chúng tôi mới xuống núi.

Hoàng hôn ở Đồi Tu Khổ Hạnh (ảnh của tác giả).

Xuống tới bến xe bus, một người thanh niên tiến lại xin cây gậy nhôm của tôi. Cây gậy gồm ba khúc đẩy ngắn lại cho vào túi đeo lưng rất tiện. Tôi lắc đầu. Anh ta nài đòi mua lại. Tôi còn cần cây gậy để leo lên Đỉnh Núi Kên Kên Linh Thú mai mốt, nếu không, tôi sẽ tặng cho anh ta. Tôi biết anh ta muốn có cây gậy này để hành nghề cho thuê gậy kiếm sống. Tôi cảm thấy áy náy nhìn thấy đôi mắt thất vọng của anh ta. Nhưng quả thật tôi còn cần cây gậy.

b Tu Trung Đạo.

Tại vùng hang động Dungeshwari này Đức Phật trong sáu năm đã chịu khổ hạnh ép tâm thần chống lại những sợ hãi, đớn đau, khó chịu do muông thú, rắn rết, côn trùng, thời tiết khắc nghiệt... và ép xác theo tiết thực chỉ ăn uống nửa tháng một lần. Ăn cỏ, rau, rong rêu, hoa quả...

Tu khổ hạnh đến độ đưa mình tới bên bờ cõi chết. Cuối cùng ngài nhận thấy khổ hạnh tuyệt đối chỉ làm tổn hại mình, không ích gì, không giúp ngài cũng như người khác giác ngộ được. Có chăng Ngài chỉ nhận được sự thán phục của năm vị tu sĩ Ba La Môn đã gặp mà thôi.

Với nhận thức này ngài quyết định rời hang bỏ lối tu khổ hạnh cực đoan chuyển qua cách tu Trung Đạo (Middle Way) thiền định.

a. Làng Senali Của Sujata, Người Nữ Dâng Sữa-Gạo Cho Đức Phật.

Từ bỏ hang tu khổ hạnh Thái Tử đi xuống một ngôi làng ngày nay là làng Senani (Bakrour hay Bakraur) gần Uruvela, đối diện ngang qua con sông Falgu với Bồ Đề Đạo Tràng.

Làng này ngày nay vẫn là một làng nghèo xác xơ có lẽ cũng không thay đổi bao nhiêu so với từ hơn hai ngàn năm trước vào thời Thái Tử Tất Đạt Đa tới đây. Tiểu bang Bihar vốn là địa bàn hoạt động của Đức Phật với rất nhiều linh địa Phật tích nhưng hiện nay là một tiểu bang nghèo nhất Ấn Độ.

Giai cấp cùng đinh lao động Shudras vẫn sống dưới gót chân của thượng đế (đầu thượng đế là giới tăng lữ Brahmins).

Có những gia đình có ngày chỉ có được một vốc cơm nấu bằng nước rãnh, một nhúm rau tập tàng mọc bên bờ ruộng hay hạnh phúc hơn là có được một con cá nhỏ bắt ở một ao bùn nướng trên than phân bò ươm mùi khói phân bò...

Thái Tử ngồi thiền dưới một gốc cây đa trong làng như thuở mới 11 tuổi lần đầu tiên ngồi thiền dưới gốc cây Diêm Phù như đã biết.

Cây đa làng Bakrour.

Với thân xác gầy mòn, da bọc xương có dân làng tưởng ngài là một tên ăn mày. Ban đêm có người tưởng ngài là một vị thần hay một bóng ma sống ở gốc đa.

Nàng Sujata (Tu-Xà-Đa) cho nữ tỳ đi thăm dò thấy quả đúng có một người sắp chết đói ngồi bất động dưới gốc đa nên nàng đến dâng sữa-gạo (kheer) cho ngài (2). Tại Proud Surya Mountain Resort ở Dharamshala nơi cư ngụ của Đức Dalai Lama thứ 14 chúng tôi đã được thưởng thức món chè tráng miệng kheer này.

Món tráng miệng Vermicelli kheer tại Proud Surya Mountain Resort ở Dharamshala (bột gạo làm thành sợi như bún) (ảnh của tác giả).

Nàng Sujata là người đầu tiên dâng ngài thức ăn kể từ lúc ngài quyết định chấm dứt tu khổ hạnh.

Về sau làng này có đền thờ Sujata.

Đền thờ Sujata (ảnh của tác giả).

Dĩ nhiên ở đây cũng như ở những nơi khác chúng tôi cũng được tiếp đón nồng hậu bởi những người ăn xin. Nhưng thấy quả thực có những người nghèo khổ, tàn tật. Đặc biệt là có nhiều người bán rong Ấn Độ rao bán bằng tiếng Việt các lồng đầy những con chim nhỏ như chim mía: "*phóng sinh*"! "*phóng sinh*"! "*phóng sinh*"!

Đền sát cạnh gốc đa.

Sujata và người hầu nữ dâng chè Sữa-bột gạo cho Thái Tử (ảnh của tác giả). Con bò trắng diễn tả sữa Kheer.

Bữa ăn giúp Thái Tử lấy lại sức, sau đó ngài vượt dòng sông Nilanjana đi tới Bồ Đề Đạo Tràng.

b. Dòng sông Nilanjana (Falgu).

Như đã biết sông Nilanjana hay Niranjana (Ni-liên-thuyền) nhập vào sông Falgu nên cũng gọi là sông Falgu. Thái Tử đã tắm nhiều lần ở dòng sông này.

Hiện nay chỉ là một dòng sông cát, cỏ hoang mọc đầy.

Sông Falgu hiện nay (ảnh của tác giả).

Dòng sông chia đôi hai vùng Đồi Tu Khổ Hạnh và Bồ Đề Đạo Tràng. Từ đền Sujata nhìn ngang qua sông Falgu thấy rất rõ Đại Tháp của Chùa Đai Giác Mahabodhi.

Từ đền Sujata nhìn ngang qua sông Falgu thấy Đại Tháp của Chùa Đai Giác Mahabodhi (ảnh của tác giả).

Nếu có thì giờ ta nên thiền hành đi chân đất băng ngang qua lòng sông cát theo dấu chân Thái Tử, đi từ gốc đa của đền Sujata qua đến gốc Bồ Đề, nơi có tòa Kim Cương, chỗ Thái Tử ngồi thiền định thành đạo, thành Phật.

c. Điện Thờ Phật Giáo Cỏ Kusha.

Tại bờ sông Nilanjana Thái Tử gặp một người già Sottiya (Sotia) (có văn bản cho là do một thánh nhân nhà trời giả dạng). Người cắt cỏ này dâng tặng ngài tám bó cỏ Kusha. Chính ngài đã dùng những cỏ này lót chỗ ngồi thiền định ở gốc cây Bồ Đề. Tại sao lại tặng 8 bó cỏ mà không hơn không kém? Cỏ Kusha mọc bên bờ nước nên mang âm tính Khôn. Số 8 là số Khôn lưỡng hợp với Càn. Thái tử ngồi trên cỏ Càn Khôn tại Tòa Kim Cương ở tâm vũ trụ Càn Khôn ở Bồ Đề Đạo Tràng.

Sau này cũng có điện thờ người cắt cỏ Kusha tặng cho Thái Tử.

(ảnh của Michelle Nguyễn).

Điện Thờ Người Cắt Cỏ Kusha (ảnh của Michelle Nguyễn).

Hai đền thờ Sujata và Người Cắt Cỏ hết sức thô sơ, các hình tượng nặn bằng đất bùn tô vôi mầu trông như đồ mã... cho thấy rõ đời sống dân làng này rất nghèo nàn, cơ cực và cũng cho thấy Phật giáo ở Ấn Độ ngày nay đã suy vong, bị lép vế dưới sự ngự trị của Ấn giáo.

Tôi thấy lòng mình trùng xuống.

d. Tháp Sujata.

Tại làng Bakrour nơi Sujata ở còn có tháp Sujata Kuti hay Sujata Garh để thờ tưởng nhớ Sujata. Tháp được khởi xây từ thế kỷ thứ 2 và được xác nhận bằng những bằng chứng khảo cổ học và được nhắc tới trong du ký hành hương của thầy Huyền Trang.

Tháp Sujata Kuti (ảnh của tác giả).

Thiền hành vòng quanh tháp Sujata.

Một trụ Ashoka cũng tìm thấy ở đây. Về sau trụ này mang về để ở Bodhi Gaya.

Khi ra về ghé thăm một trường tiểu học ở đây.

Ta có thể giúp đỡ hiện kim cho nhà trường hay các dụng cụ học sinh đã mang theo tặng trực tiếp cho các em học sinh. Đây là một việc thiện có ý nghĩa hơn là cho các em bánh kẹo, tiền bạc.

Ghi Chú.

.(1.). Danh từ Phạn ngữ tận cùng có chữ i thường có giống cái trong khi có chữ a có giống đực như deva, thần nam và devi, thần nữ. Một ví dụ điển hình là Gautama: người nam dòng tộc Gautam Cồ Đàm và Gautami: người nữ dòng tộc Gautam. Ví dụ bà dì kế mẫu của Đức Phật có tên là Prajapati Gautami được phiên âm là Kiều Đàm Di..

.(2). Phạn ngữ skheer là sữa: s(kh)eer biến âm với Việt ngữ sữa. Kheer là một thứ tráng miệng như chè hay bánh pudding làm bằng sữa gạo (gạo, bột gạo có thể làm dưới nhiều dạng như cháo, cơm, bánh lọc, bánh tầm, bún...), đường và các gia vị thơm. Tôi gọi là ***chè*** kheer vì ngọt do có đường, có khi nấu lỏng và dùng tráng miệng.

.(3). Cỏ kusha hay Kusa (tên Việt Nam là Tinh thảo kép https://www.botanyvn.com/) là một thứ cỏ dùng để dệt tấm lót chỗ ngồi (thảm cỏ, chiếu). Kusha có công dụng tương đương với loại cỏ cói hay lác ở Việt Nam dùng để dệt chiếu. Có một điểm thú vị là cỏ kusha và cỏ cói (lác) mặc dù là hai giống khác nhau nhưng có công dụng như nhau và có tên biến âm với nhau: Kusa biến âm với cói (tiếng Bắc). Kusha còn gọi là cỏ darbha biến âm với đác, lác. Cỏ darbha là cỏ lác (gọi theo miền Nam). Mường ngữ đác là nác, nước, là lác cũng có nghĩa là nước: lác đác (mưa). Hai loại cỏ darbha (kusha) và lác (cói) có tên cùng có nghĩa nước vì đều mọc ở chỗ có nước. Có thể tên lác và darbha cùng có một gốc Phạn ngữ như dhara, dòng nước, Ba Tư ngữ Darya là biển, Dalai Lama là tiếng Mông Cổ có Dalai là Biển. Dhara biến âm với Đà Rằng (sông), Đà Nẵng, Darlac, Đà Lạt... những tên có nghĩa gốc là nước.

III. THÀNH ĐẠO
BỒ ĐỀ ĐẠO TRÀNG (BODHI GAYA)

A. Những Nơi Nổi Tiếng Cần Xem.
(**What are** the most sacred things in the Mahabodhi Temple Complex).

1. ***Cây Bồ Đề (Bodhi Tree).***
2. ***Tòa Kim Cương (Diamond Throne).***
3. ***Đền Đại Bồ Đề (Mahabodhi Temple)***
4. ***Sáu vùng thiêng liêng liên hệ với Phật thành đạo.***

B. Việc Phải Làm:
(What to do at the Mahabodhi Temple complex?)

a. Ngồi Thiền Dưới Cây Bồ Đề (Meditation under Bodhi Tree).
b. Thiền hành theo lối dấu chân Phật (Walking meditation on the path of Buddha's footprints.
c. Cầu nguyện, cúng dường (prayers, offerings).
....

***Lưu Ý Quan Trọng**: Cần mang theo một máy ảnh thường để chụp ảnh. Máy điện thoại di động không cho phép mang vào vì có thể điều khiển bom nổ từ xa. Trong quá khứ nơi đây đã từng bị nổ bom phá hoại do một nhóm người Hồi quá khích.*

*

Từ làng Senani của nàng Sujata, người dâng cơm-sữa Thái Tử Tất Đạt Đa qua sông Nilanjana hay Niranjana (Ni-liên-thuyền), sông này nhập vào sông Mohana tạo thành sông Falgu nên cũng gọi là sông Falgu ở thành phố Bodh Gaya.

Ngài đến một gốc cây Bồ Đề (Bodhi) trải 8 bó cỏ kush (Khôn Càn) do người cắt cỏ ven sông dâng tặng xuống đất rồi bắt đầu ngồi thiền định theo lối tu Trung Đạo.

Thành Phố Bodh Gaya: Giác Thành.

Thành phố Bodh Gaya, cách 115 km về phía nam thủ đô Patna (Hoa Lệ Thành), kinh đô của Đế quốc Maury và Gupta bên bờ Sông Hằng, tiểu bang Bihar. Tiểu bang này là một tiểu bang nhiều thánh địa thiêng liêng, là vùng hoạt động chính của Phật Thích Ca nhưng ngày nay nghèo nhất Ấn Độ.

(nguồn khanacademy.org)

Bodh Gaya nghĩa *là gì?*

Là Giác Thành, Thành Phố Giác Ngộ (1).

Đạo Tràng là gì?

Đạo Tràng có nhiều nghĩa: thuyết pháp, truyền giới, thọ bát, cúng dâng... của sư tăng. Nói chung là những gì mang tính cách hình thức trong việc làm Phật sự, dùng để tu hành Phật đạo đều được gọi là Đạo tràng..

Theo nghĩa lý tính, đạo tràng là tâm ngay thẳng....

(https://phatgiao.org.vn/dao-trang-la-gi-d39824.html*).*

Cần phải phân biệt, tránh lầm lẫn là Bodh Gaya tức Giác Thành, Thành Phố Giác Ngộ khác với Bodhi Gaya tức Bồ Đề Đạo Tràng, nơi 'Thờ Phượng Cây Bồ Đề', nơi có Tòa Kim Cương, chỗ Phật ngồi giác ngộ dưới gốc Bồ Đề trong quần thể Đền Đại Giác Mahabodhi ở Giác Thành. Giác Thành Bodh Gaya và Bồ Đề Đạo Tràng Bodhi Gaya chỉ khác nhau một chữ i.

Đức Phật Thích Ca Thành Đạo.

Ở đây, Đức Phật từ bỏ phép tu khổ hạnh và dùng phép tu thiền định dưới bóng cây bồ đề. Sau **49** ngày thiền định, Đức Phật đã đạt được sự thấu hiểu, giác ngộ, ở tuổi thứ 35. Sau đó ngài cũng giảng pháp diệt khổ **49** năm (2).

Bẩy tuần như sau:

- Tuần Thứ Nhất:

Quan trọng nhất là cây Bồ đề vĩ đại, dưới đó Đức Phật đã trải qua tuần lễ thứ nhất ngồi thiền định.

- Tuần Thứ Hai:

Về phía bắc của lối giữa, trên một vùng cao, là phòng nguyện Animeshlochan Chaitya, nơi được tin là Đức Phật đã trải qua Tuần Lễ Thứ Hai.

- Tuần Thứ Ba:

Đức Phật trải qua Tuần Lễ Thứ ba đi **18 bước lui và tới** (3) ở một vùng gọi là Ratnachakrama (Nơi Du Hành Châu Báu), gần tường phía bắc của đền chính. Những tảng đá cao hình hoa sen khắc dấu chân Ngài.

- Tuần Thứ Tư:

Chỗ Đức Phật trải qua Tuần Lễ Thứ Tư ở chỗ Phòng Thờ Ratnaghar tọa lạc về phía đông bắc gần vòng tường thành.

- Tuần Thứ Năm:

Ngay sau các cấp bậc của lối vào phía đông trên lối trung ương có một cột trụ đánh dấu chỗ Cây Ajapala Nigrodh, dưới đó Phật định thiền trong Tuần Lễ Thứ Năm, trả lời các câu chất vấn của các Brahmans.

- Tuần Thứ Sáu:

Ngài trải qua Tuần Lễ Thứ Sáu gần Hồ Sen về phía nam của vòng rào.

- Tuần Thứ Bẩy:

Tuần Lễ Thứ Bẩy trải qua dưới Cây Rajyatana về phía đông nam đền chính, hiện nay đánh dấu bằng một cây lớn.

Các đệ tử của thái tử Tất-đạt-đa Cồ-đàm bắt đầu thăm viếng nơi Ngài đã đạt được sự giác ngộ vào ngày rằm trong tháng Vaisakh (tháng 4 – tháng 5) theo lịch Ấn Độ. Theo thời gian, nơi này được gọi là Bodhi Gaya. Ngày Đức Phật đạt giác ngộ, thành đạo gọi Buddha Purnima và cây nơi Đức Phật ngồi thiền gọi là Cây Bồ đề, Cây Giác Ngộ.

Lịch sử của Bodhi Gaya đã được ghi chép lại trong nhiều tài liệu. Trong đó, quan trọng nhất là hình cây bồ đề nơi Phật Thích Ca thành đạo đã được khắc ghi lại trên cổng của Đại Tháp Phật Sanchi.

Thứ đến trong các tài liệu của các nhà sư Trung Quốc Pháp Hiển (法顯) Faxian (thế kỷ thứ 4) và Huyền Trang Xuanzang (thế kỷ thứ 7) hành hương đến linh địa này để thỉnh kinh.

**** Cấu Trúc Tổng Quát Của Quần Thể Đền Đại Giác Mahabodhi.***

Đền chính Mahabodhi là Chùa Đại Giác, Đại Giác Ngộ hay Đại Bồ Đề là ngôi đền đầu tiên xây cất bởi Hoàng đế Ashoka vào thế kỷ thứ 3 Trước Dương Lịch. Chùa hiện nay xây vào khoảng thế kỷ thứ 5-6.

Quần thể đền hiện nay gồm có:

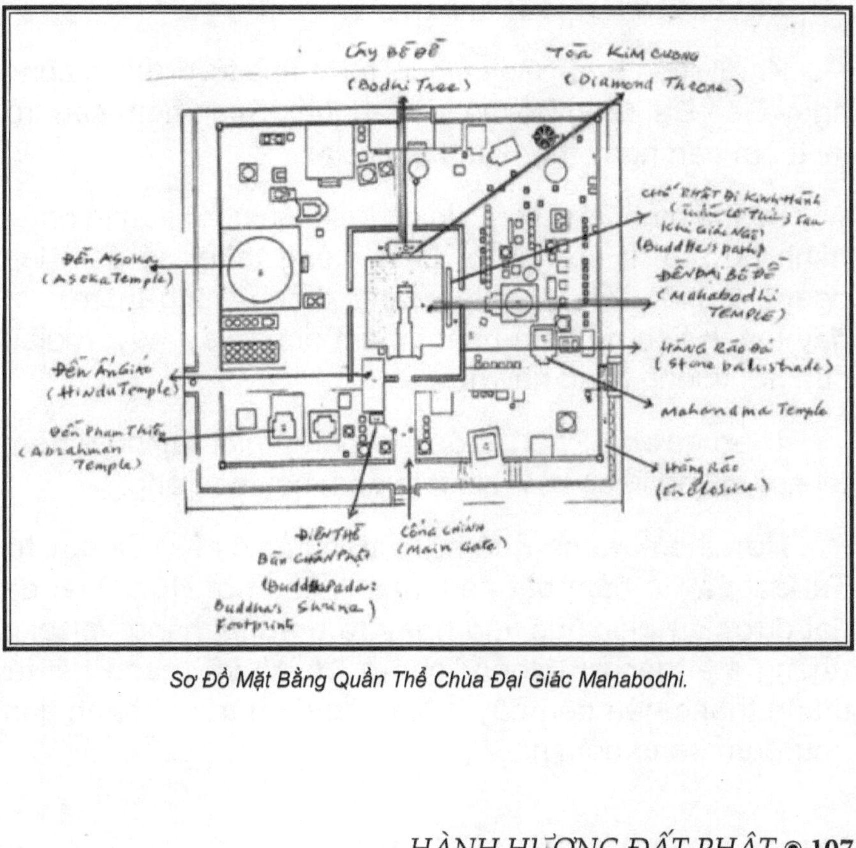

Sơ Đồ Mặt Bằng Quần Thể Chùa Đại Giác Mahabodhi.

(nguồn Nguyễn Tường Bách, Mùi Hương Trầm, tác giả ghi chú thêm).

1- Cây Bồ Đề.
2- Tòa Kim Cương (Vajrasana).
3- Đền Đại Giác Ngộ Mahabodhi cao 50m, đây là đền chính.
4- Sáu chỗ linh thiêng của Phật thành đạo.
5- Tất cả bao quanh bởi nhiều Tháp Tạ Ơn.
6- Ao sen, nơi linh thiêng thứ 7 ở ngoài vòng đại phía nam.
....

Ta sẽ đi thăm những chỗ chính này của quần thể Chùa Đại Giác vào ban đêm và ban ngày.

A. QUẦN THỂ CHÙA ĐẠI GIÁC MAHABODHI BAN ĐÊM.

Khi tới tỉnh Bodh Gaya, buổi tối chúng tôi đi thăm viếng ngay Đền Đại Giác Bồ Đề Mahabodhi. Sáng hôm sau trở lại thăm ban ngày thêm một lần nữa.

Đây là một điểm son, xin có lời khen ngợi ban tổ chức hành hương. Ít có người được viếng thăm cả đêm lẫn ngày. Về ban đêm dĩ nhiên vắng khách viếng thăm, nơi đây thanh tịnh dễ cảm nhận, thấm nhuần sự huyền diệu của nơi thiêng liêng này hơn.

Theo gương Phật, không gì bằng thiền định về đêm tại nơi thiêng liêng này. Nhất là đêm nay có trăng.

Hơn thế nữa, như đã nói ở trên các đệ tử của thái tử Tất-đạt-đa Cồ-đàm bắt đầu thăm viếng nơi Đức Phật đã đạt được sự giác ngộ vào **ngày rằm** trong tháng Vaisakh (tháng 4 – tháng 5), theo lịch Ấn Độ. Vì vậy các Phật tử thuần thành nên đến đây thăm vào đêm trăng thanh tịnh như đêm trăng hôm nay.

(ảnh của tác giả).

Chùa Đại Giác
Mahabodhi đêm trăng
(ảnh của tác giả).

Một tháp bên
(ảnh của tác giả).

Ban đêm với ánh đèn chiếu sáng quần thể Đền Mahabodhi diễn tả tuyệt vời sự 'enlightenment' của Đức Phật.

A1. Cây Bồ Đề Ban Đêm.

Cây Bồ đề mà Thái tử Siddharta Gautama ngồi ở gốc và thành đạo coi như là một loại cây thiêng có một ý nghĩa biểu tượng là Cây Vũ Trụ (Cây Tam Thế, Cây Đời Sống).

Khuôn mặt cây vũ trụ này thấy rõ qua một con tem Sri Lanka diễn tả một cây hình lá Bồ Đề mọc lên từ một chậu đá hình Trống Đồng Cây Nấm Vũ Trụ Nguyễn Xuân Quang VI (Heger I) lật ngược.

(Trần Thanh Lý, Lịch Sử Phật Giáo Qua Tem Thư Bưu Chính).

Như đã biết trống đồng nòng nọc (âm dương) Đông Sơn là trống biểu của vũ trụ tạo sinh, vũ trụ giáo. Chậu đá hình trống đồng lật ngược diễn tả đỉnh Núi Tu Di/Meru tức là Núi Vũ Trụ Ngân Sơn/Kailash ở Himalaya.

(Điểm này cũng xác thực thêm một lần nữa trống đồng Đông Sơn là trống biểu vũ trụ tạo sinh, vũ trụ giáo). Cây Bồ đề dạng lá mọc trên đỉnh Núi Vũ Trụ Tu Di hình trống đồng cây nấm vũ trụ cũng xác thực cây Bồ đề có khuôn mặt là cây vũ trụ (cây tam thế, cây đời sống).

Sau khi Phật nhập niết bàn, cây Bồ đề nguyên thủy mà Đức Phật ngồi dưới khi ngài giác ngộ vẫn còn sống cho đến thời của vua Ashoka. Vì sùng kính Đức Phật vua Ashoka để hết tâm hồn chăm sóc, gìn giữ cây. Do lòng ghen ty, quý phi của nhà vua là bà Tissarakkhā đã sai người lén chặt cây Bồ-đề. Vua Ashoka trồng lại cây Bồ-đề khác từ một nhánh cây được chiết từ cây ở Sri Lanka (cây này lớn lên từ cành của cây mẹ tại đây được chiết ra gửi tặng cho vua Devanampiya Tissa trước đó). Có tài liệu khác thì ghi rằng cây bồ đề thứ 2 này mọc ra từ mầm nhú lên từ gốc của cây bị chặt.

Sau đó cây Bồ-đề bị hủy hoại nhiều lần vì nhân tai hay thiên tai.

Vị trí cây Bồ đề ngày hôm nay so với gốc cây ban đầu vẫn không thay đổi, vẫn ở vị trí nguyên thủy.

.....

Trước mặt tôi là một cây Bồ đề cổ thụ, rợp lá hình trái tim xanh tươi, lóng lánh dưới ánh đèn theo gió nhẹ. Cây đang hát thầm lời kinh trời đất, vũ trụ...

Cây có rào lan can bao bọc, phủ đầy những lá cờ Phật giáo và cờ phướn cầu nguyện Tây Tạng đầy mầu sắc. Quanh gốc cây ngoài vòng rào khá đông người ngồi thiền.

A2. Tòa Kim Cương (Vajrasana) Ban Đêm.

Khi Phật tới cây Bồ-đề ngài rải cỏ kush dưới gốc cây rồi ngồi thiền. Sau này Hoàng đế Ashoka xây một chiếc ngai đánh dấu chỗ Đức Phật ngồi thiền định gọi là Vajrasana (Ngai Kim Cương, Tòa Kim Cương hay Tòa Dóng Sấm Thunderbolt).

Tại sao lại gọi là Kim Cương hay Dóng Sấm?

Dóng sấm biểu tượng cho sấm là liên tác giữa lửa mặt trời Càn với nước không gian Khôn. Càn Khôn là vũ trụ. Tiếng nổ Big Bang là tiếng sấm khai thiên lập địa. Phật thành đạo trên Toà Kim Cương khai sáng mở ra trời đất vũ trụ mới, tỏa sáng khắp trời đất, vũ trụ như kim cương ngời sáng.

Năm 1880, Alexander Cunningham thấy nền của Tòa Kim Cương lộ ra trên sân sau của bức tường đền chính Mahabodhi. Ông cho đào thêm và phát hiện toàn diện tòa Kim Cương ngay gốc cây Bồ đề hiện đang sống. Tòa có một ngai bằng đá Basal, mặt bằng đá xanh đặt trên một sàn đá hoa cương.

Ngai Kim Cương tại chỗ khai quật [Diamond throne at excavation (Alexander Cunningham, Mahabodhi, 1892, Pl. XIII)].

Diamond Throne of Ashoka at Bodhi Gaya (photo: Christopher J. Fynn, CC BY-SA 3.0).

Ở viền trên của thành bên Tòa Kim Cương có trang trí hình ngỗng:

Đàn ngỗng biểu tượng cho giải thoát, thoát khỏi vòng sinh, tử, tái sinh gọi là luân hồi (The flight of the hamsa symbolizes moksha, the release from the cycle of birth, death, and reincarnation known as samsara).

Ông cũng khám phá ra được hai khúc rễ dài, lớn của cây bồ-đề nguyên thủy.

....

Tôi chỉ chụp được một góc Tòa Kim Cương sau hàng rào vì vướng người không vào sát hàng rào được

Một góc Tòa Kim Cương ban đêm (ảnh của tác giả).

Bà nhà tôi đảnh lễ hướng về Tòa Kim Cương.

Có lẽ Tòa Kim Cương là dấu mốc trọng đại nhất của quần thể Đền Đại Giác Mahabodhi này.

Theo một vài truyền thống Phật giáo Bodhi Gaya chỉ đơn giản chính là Tòa Kim Cương.

Thật vậy.

- Như đã nói ở trên cây Bồ Đề có một khuôn mặt là cây vũ trụ (cây tam thế, cây đời sống).

- Đền Mahabodhi làm theo dạng Núi Vũ Trụ Meru.

- Phật Thích Ca có một khuôn mặt là Phật Vũ Trụ.

- Tòa Kim Cương như đã nói ở trên có một khuôn mặt là dóng sấm khai thiên lập địa mở ra trời đất, vũ trụ.

Không còn gì để nói nữa Tòa Kim Cương nằm trên trục vũ trụ, ở tâm của vũ trụ.

Vì vậy mà ở phần dưới mặt bên của bệ Tòa Kim Cương có trang trí những hình người dạng thần Atlas nâng Tòa Kim Cương giống như nâng bầu trời, vũ trụ.

Hơn thế nữa Vajrasana đã được nhiều học giả nói tới như Ashvaghosa trong Buddhacharita nói rằng chỗ ngồi này là "Rốn trái đất", Pháp Hiền cũng đề cập là tất cả Phật quá khứ thành đạo ở đây và Phật tương lai cũng sẽ đắc đạo ở chỗ này (Vajrasana | Incredible India).

Rõ như ban ngày Tòa Kim Cương có một khuôn mặt là 'rốn quả đát", là tâm của tam thế, vũ trụ. Vì thế ta thấy Ngài dùng thủ ấn tay chạm đất (bhumisparsa mudra) khi bị quỉ vương Mara vu oan, Ngài xin Mẹ Đất chứng giám. Khi chạm tay xuống đất, bỗng nhiên cả đất trời, vũ trụ rung chuyển, bựt sáng lên và Ngài đắc đạo. Đây chính là do giác ngộ như chùy Kim Cương Vajra tạo ra. Phật ngời sáng khi thành đạo như vũ trụ tỏa sáng lúc khai thiên lập địa.

Sau khi thành đạo tại đây, Ngài thuyết giảng trong 21 ngày về sự hình thành vũ trụ cho các Bồ Tát (Kinh Hoa Nghiêm) rồi sau đó mới tới Lộc Uyển giảng pháp khai sinh ra Phật giáo...

Hy vọng sáng mai tôi chụp được ảnh tòa kim cương rõ hơn.

A3. Thiền Dưới Bóng Bồ Đề Ban Đêm.

Nói tới Phật giáo là nói tới Thiền Định (4).

Ban đêm, nhất là đêm trăng, thanh tịnh là lúc lý tưởng nhất ngồi thiền định dưới tàn Bồ Đề hướng về Tòa Kim Cương.

Đức Phật mấy ngàn năm trước đã ngồi thiền tại đây ngày cũng như đêm. Lúc đó nơi đây là rừng già đầy thú dữ và ma quái. Ngài đã đạt tới mức *định xuất thế* Tam-ma-đại (samadhi) đạt niết bàn, thành đạo và tìm ra chân lý sống cho loài người (3).

Đức Phật ngồi thiền định lần đầu lúc mới bẩy tuổi khi theo cha đi dự một Lễ Hạ Điền (Lễ Cầy Ruộng đầu xuân của dân Ấn Độ), dưới một gốc cây Diêm Phù (Jambu) (cây trâm, cây doi, mận Mỹ Tho, jambosier, rcse apple).

Tác giả ngồi tĩnh tâm dưới gốc Diêm Phù ở vườn nhà.

Vì vậy không gì hạnh phúc bằng được ngồi định tâm, tịnh tâm, tĩnh tâm, thiền định ở nơi Đức Phật đã ngồi thiền đắc đạo vào một đêm trăng như đêm nay.

Bác sĩ Chung, trưởng đoàn đang thiền định.

Nhà tôi đang thiền định.

Một tu sĩ ngồi thiền suốt đêm trong lều mùng (ảnh của tác giả).

Lưu ý đôi dép để một chiếc ngược và một chiếc xuôi. Chiếc bên trái đi vào và chiếc bên phải đi ra theo chiều âm của Phật giáo: hai nẻo đi và về, ngược xuôi, hai nẻo sắc không, hai nẻo nòng nọc (âm dương)…

……

A 4. Chùa Hay Tháp Đại Giác Mahabodhi Ban Đêm.

Vào khoảng 250 Trước Dương Lịch, vua Ashoka cho xây chỗ Đức Thích Ca thành đạo một tòa tháp gọi là chùa hay tháp Bồ Đề Đại Giác Mahabodhi. Nhưng ngôi đền này sau đó bị tiêu hủy.

Một công trình kiến trúc thờ tự khác đã được dựng lại trên ngay chính địa điểm đó vào thế kỷ thứ 2 Trước Dương Lịch và đã được trùng tu nhiều lần. Khi quân đội Hồi giáo xâm chiếm Ấn Độ, họ đã phá hủy toàn bộ các Thánh tích Phật giáo, trong đó có tòa tháp Mahabodhi và cây Bồ-đề thiêng liêng.

Năm 1875, Vua Mindon Min của Miến Điện đề nghị và được sự đồng ý của chính phủ Ấn Độ và giáo hội Ấn giáo Mahant để sửa lại ngôi tháp Đại Giác bị hỏ hoang phế nhiều năm. Nhưng kỳ sửa chữa đầu tiên của người Miến Điện diễn ra không đúng theo truyền thống Phật giáo Ấn Độ có pha mầu sắc văn hóa Mon (như thấy qua một bảo tháp kiểu Myamar ở tận trong cùng ngôi đền). Tại Myanmar có nhiều chùa làm theo núi Meru giống Chùa Đại Giác Ngộ Bồ Đề ở đây. Ví dụ như Chùa Ananda ở Bagan, Myanmar, một trong bốn ngôi chùa cổ nhất còn tồn tại tới ngày nay:

Chùa Ananda ở Bagan, Myanmar.

Chùa xây theo kiến trúc hỗn hợp Mon-Ấn Độ. Vì vậy chính phủ Ấn Độ đã quyết định bổ nhiệm ông J.D Beglar, ông Cunningham và tiến sĩ Rajendra Lal Mitra làm cố vấn trong việc trùng tu. Vào năm 1880 hoàn tất sự trùng tu lại theo sắc thái Phật giáo Ấn Độ.

Vài Nét Kiến Trúc Chính.

Chùa Đại Giác Ngộ là một công trình kiến trúc hình tháp Núi Vũ Trụ Tu Di/Meru.

Nhìn tổng quát cấu trúc làm theo Vũ Trụ Tạo Sinh, Vũ Trụ giáo. Nói chung các cấu trúc các đền thờ phượng trong các tín ngưỡng, tôn giáo ở khắp nơi trên thế giới là biểu hiện đại vũ trụ thượng đế cùng với tiểu vũ trụ con người. Hai vũ trụ này giao hòa với nhau. Nói một cách khác là cấu trúc dựa vào triết thuyết Vũ Trụ Tạo Sinh của Vũ Trụ giáo (Đền Tổ Hùng của chúng ta cũng vậy, xem Cấu Trúc Đền Tổ Hùng).

Đền Đại Giác này mang hình ảnh Núi Meru Parvata, Núi Trụ Thế Gian gồm tam thế.

a. Thượng Thế

Đỉnh chóp shikara hay shikar (Phạn ngữ có nghĩa là "mountain peak": đỉnh núi) bao quanh bởi amalaka và kalasha (biểu tượng bình nước), đây là siêu kiến trúc, tháp hoặc đỉnh nhọn (spires) trên chánh điện và cũng ở trên các phòng thờ có trụ cột; nó là nét ngự trị nhất và đặc thù nhất của kiến trúc đền bắc Ấn Độ.

Chóp tháp này thếp vàng bằng 290 kg vàng do vua Thái Lan Bhumibol Adulyadej tặng. Bù lại nhà vua được tặng lại một xá lợi Phật.

Trên đỉnh shikara có phần hình chuông cầm tay có cán kiền trùy (ghanta) một thể biến dạng của bầu nậm nòng nọc (âm dương) diễn tả thượng thế gồm hư không, thái cực và lưỡng nghi ngành nòng, âm.

b. Trung thế

Bốn mặt thân tháp trang trí bằng những hốc lõm trong tường (niches) có chứa các tượng Phật.

Tất nhiên pho tượng chính ở mặt tiền là tượng Phật thành đạo với thủ ấn tay chạm đất (bhumisparsha mudra có bhu- = Việt nhữ phù, núi như Phù Ninh).

Pho tượng này nằm trong hốc tường **tròn** diễn đạt Càn Khôn vũ trụ (trong khi các pho tượng khác nằm trong các hốc lõm hình vòm omega thờ tự chaitya).

Lưu ý Phật Thích Ca thành đạo ở giữa với thủ ấn chạm đất trong hốc lõm hình vòng tròn diễn đạt Càn Khôn vũ trụ (ảnh của tác giả).

Ta thấy rõ Phật Thích Ca có một khuôn mặt là Phật Vũ Trụ đội lốt Phật Vũ Trụ Vairocana.

c. Hạ thế

Từng nền sát đất với các viền nẹp khuôn đúc (mouldings) trang trí hình ngỗng có một nghĩa là giải thoát luân hồi như đã nói ở trên.

d. Trục Thế Giới

Tháp chính có Trục Thế Giới diễn tả bằng 13 tầng với con số Li 13 có một khuôn mặt là trục thế giới. Bốn tháp ở bốn góc ứng với tứ tượng, tứ phương. Tháp có ba tầng ứng với tam thế.

Hiển nhiên đền chính có cấu trúc làm theo vũ trụ giáo.

Đền làm theo kiến trúc kiểu Naga (Rắn) mang đậm nét âm với đỉnh tháp shikara có hình bình nước. Xin nhắc lại Phật giáo là một tín ngưỡng Tĩnh mang âm tính thấy rõ qua sự kiện Ấn giáo đã coi Phật Thích Ca là một thiên sứ của ngành nòng âm Vishnu. Phật Thích Ca được Thần Rắn Naga che chở trong lúc ngồi thiền gặp bão tố...

e. Tứ Tượng

Ở bốn góc của lan can đền là bốn tháp điện có tượng Phật ứng với tứ tượng.

f. Dạ Con Vũ Trụ: Chính Điện.

Một cửa dẫn vào phòng nhỏ có chính điện coi như là dạ con vũ trụ, có tượng Phật ngồi, rất lớn mạ vàng cao 5 bộ (ft) với thủ ấn tay chạm đất minh chứng đã hoàn tất thành đạo.Tượng có hào quang tia sáng mặt trời tỏa rạng diễn đạt 'Enlightment' (giác ngộ).

Phật Thích Ca có một khuôn mặt là Phật Vũ Trụ với hào quang ánh sáng mặt trời tỏa rạng diễn đạt Enlightment (ảnh của tác giả).

A 5 Vùng Bao Quanh Chùa Đại Giác.

Từ phía đông, một cầu thang dẫn xuống qua một lối trung ương dài dẫn tới các vùng bao quanh. Dọc theo con đường chính này là những nơi đáng kể liên hệ với các biến cố ngay sau khi Phật thành đạo, cùng với các tháp tạ ơn và các điện.

A 6. Thiền Hành Vòng Quanh Chùa Đại Giác Ban Đêm.

Về đêm vắng người, thanh tịnh là lúc lý tưởng để thiền hành quanh chùa.

Cankamana (Đi quanh hành lang chùa) Đức Phật trải qua tuần lễ thứ ba ở đây, thiền hành đi lên đi xuống. Hình hoa sen trên nền cho biết là dấu chân Phật lúc đi (ảnh của tác giả).

Hoa sen dấu chân Phật dọc theo đường Thiền hành (ảnh của tác giả).

A 7. Sáu Chỗ Linh Thiêng.

- Dấu Chân Phật.

Dấu chân Phật khắc trên đá đen thời Ashoka ở một điện thờ (ảnh của tác giả).

Trên lối vào trung ương hướng về đền chính về phía nam, bên trái là một điện thờ nhỏ vói một Phật đứng ở phía sau, có một tượng dấu chân Phật (Padas) khắc trên đá đen, có từ thế kỷ thứ 3 (Trước Dương Lịch). Khi Hoàng đế Ashoka tuyên bố Phật giáo là quốc giáo, ông cho làm hàng ngàn dấu chân Phật như thế này ở khắp nơi trong vương quốc của mình.

- Trụ Ashoka

Trụ Ashoka thứ thiệt ở góc đông nam của quần thể Đền Mahabodhi (xem dưới).

……

A 8. Vùng Tháp Tạ Ơn (votive stupas).

Về phía nam của lối đi có những chùm tháp tạ ơn xây bởi các vua, hoàng tử, giới vương giả và cả dân thường, từ giản dị tới huy hoàng. Tháp có hình dạng, kích thước khác nhau.

Các tháp tạ ơn nhỏ giản dị (ảnh của tác giả).

Một tháp tạ ơn cỡ trung bình trang trí vừa phải (ảnh của tác giả).

Một tháp tạ ơn lớn trang trí huy hoàng (ảnh của tác giả).

……

B. QUẦN THỂ CHÙA ĐẠI GIÁC MAHABODHI BAN NGÀY.

B 1. Cây Bồ Đề Ban Ngày.

Cây Bồ đề (ảnh của tác giả).

*Hôm nay chúng tôi mặc áo 'nâu sòng' của Phật tử dân dã Việt Nam. Hôm nay tôi mặc áo lá chữ T có hình trống **Cây Nấm Vũ Trụ** Nguyễn Xuân Quang VI (Heger I) ngồi dưới tàn **Cây Vũ Trụ** (Cây Tam Thế, Cây Đời Sống) **Bồ đề**.*

(ảnh của tác giả).

Con chó ngủ an bình trong tiếng ru tụng kinh dưới tàn cây Bồ đề thiêng liêng. Đạo Phật không phải chỉ liên quan tới loài người mà còn tới cả muôn loài. Có thể kiếp sau con chó này được hóa kiếp làm người. Theo truyện kể một con chim vướng tội trì chí mỗi ngày bay ba vòng tháp Phật về sau được hóa kiếp thành người.

(ảnh của tác giả).

Đức Phật trải qua Tuần Lễ Thứ Năm sau khi thành đạo, tại đây ngài trả lời Phạm Thiên (Brahmana) là chỉ có việc làm của một người mới khiến cho họ trở thành Phạm Thiên, không phải do sinh ra.

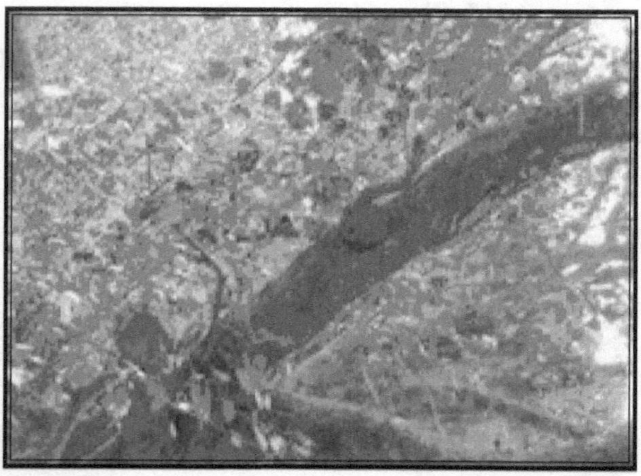

Chiết cành cây Bồ đề để tạo ra cây con tặng các trung tâm, chùa chiền khắp nơi trên thế giới để lưu truyền lại đời đời (ảnh của tác giả).

B 2. Tòa Kim Cương Ban Ngày.

Mặc dầu tối qua chúng tôi đã thấy và chụp được một góc Tòa Kim Cương, sáng nay muốn chụp lại và kiểm chứng lại cho chắc với người hướng dẫn viên địa phương. Đồng thời cũng muốn anh ta chỉ cho cả đoàn biết vì Tòa Kim Cương như đã biết là điểm quan trọng ở đây, có thể quan trọng còn hơn cả cây Bồ đề. Nhưng khi tôi hỏi Tòa Kim Cương ở đâu, anh ta có vẻ khó chịu và đáp ứng lạnh nhạt: *'Đi theo tôi, ông sẽ biết'*. Cho tới lúc điểm danh ra về, anh vẫn chưa chỉ Tòa Kim Cương cho cả đoàn. Nhà tôi hỏi lại. Anh trả lời tỉnh bơ: *'tất cả vùng này là 'Kim Cương Tòa'*. Tôi muốn 'sửa lưng' anh ta nhưng đang ở ngay gốc Bồ Đề thiêng liêng này tôi cố giữ cho được trái tim bồ đề một chút nên làm lơ đi. Nghĩ bụng khi chấm dứt cuộc hành hương này tôi sẽ nói cho anh ta biết rõ về Tòa Kim Cương.

Rất tiếc là anh Ngọc trong đoàn, một tay cameraman với tôi là hai người duy nhất có máy ảnh thường được phép dùng tại đây, hôm nay anh để quên pin máy ảnh trên xe nên tôi là người duy nhất có máy ảnh thông thường được cho phép chụp ảnh. Anh Ngọc nhờ tôi quay mấy clip phim nhưng tôi biết mình không có tài quay phim nên đưa máy ảnh cho anh Ngọc dùng.

Vì vậy không đi chụp Tòa Kim Cương vào lúc ban ngày được. Đành chờ khi ra ngoài cổng mua bộ bưu ảnh Bodhi Gaya, nghĩ bụng thế nào cũng có hình Tòa Kim Cương thiêng liêng quan trọng này. Quả đúng vậy:

Tòa Kim Cương (bưu ảnh).

B 3. Ngồi Thiền Dưới Cây Bồ Đề Ban Ngày.

Cả nhóm ngồi Thiền dưới tàn cây Bồ đề do Bác sĩ Chung hướng dẫn. Bác sĩ Chung là một Sư phụ về Thiền Định. Mỗi buổi sáng anh hướng dẫn chỉ dậy chúng tôi về Thiền, khí công, thái cực quyền.

B 4. Chùa Đại Bồ Đề Ban Ngày.

Chùa Đại Giác với cổng tam quan (ảnh của tác giả).

Cổng chùa là một loại cổng tam quan (thiếu hai tầng trên so với cổng tam quan ở Đại Tháp Sanchi) tương đương với cổng torana của Ấn giáo, cổng Torii của Thần Đạo Nhật Bản. Như đã biết cổng tam quan là một kiến trúc tam thế thấy rõ nhất qua cổng Núi Vũ Trụ chẻ đôi Candi Bantar của Nam Dương. Bước qua những cổng tam thế này là từ thế giới phàm tục đi vào thế giới thiêng liêng vũ trụ của thượng đế, thần linh.

Chùa có hình núi tháp Vũ Trụ Meru (ảnh của tác giả).

Chùa có hình núi tháp Vũ Trụ Meru (xem Kiến Trúc Tháp Phật, Hang Động Ajanta).

Chỏm tháp mạ bằng 290 kg vàng do vua Thái Lan tặng như đã nói ở trên.

Như đã nói ở trên trong chính điện có pho tượng Phật thành đạo lớn mạ vàng có hào quang ánh sáng diễn đạt 'Enlightenment'. Phật ngồi ở trung tâm tháp tức ngồi ở trung tâm vũ trụ cho thấy rõ khi thành đạo ngài đã tỏa ánh đạo vàng bao trùm khắp tam thế, vũ trụ.

Hôm nay chúng tôi mua vải làm áo mới cúng dường Đức Phật.

Vải làm áo mới cúng dường Đức Phật.

Vị sư đang thay áo mới cho Phật (ảnh của tác giả).

Phật được mặc xong áo mới.

B 5. Thiền Hành

Ban ngày có quá nhiều tín hữu Phật giáo đi thiền hành không thoải mái bằng ban đêm.

B 6. Sáu Chỗ Linh Thiêng của Phật thành đạo.

Trụ Ashoka thứ thật có khắc chữ Brahmi (ảnh của tác giả).

Trụ Ashoka như đã nói ở trên ở góc đông nam của quần thể Đền Mahabodhi.

Các phần khác đã nói ở trên.

7. Ao Sen.

Ao sen, nơi linh thiêng thứ 7 ở ngoài vòng đai chùa Đại Giác về phía nam.

Khi Phật thiền định tại đây gặp một lúc mưa bão sấm sét, Vua Rắn Naagraj Mucalinda xuất hiện ra che chở bảo vệ Ngài (ảnh của tác giả).

Sau Khi Thành Đạo.

Sau khi đắc đạo Đức Phật Thích Ca giảng Pháp 21 ngày tại đây. Quan trọng nhất là Kinh Hoa Nghiêm (xem chi tiết ở phần Xá Vệ Thành).

Ngài cũng nói tới tu tập đi theo dấu chân ngài.

Đức Phật Thích Ca là một nhân vật lịch sử có thật. Ngài là một người như mọi người khác, nhưng nhờ chính tự mình tu tập trải qua bao nhiêu năm tu khổ hạnh cực đoan rồi chuyển qua lối tu trung đạo thiền định Ngài đã đắc đạo, *giác ngộ hoàn toàn* tại Kim Cương Tòa dưới gốc cây Bồ-đề tại Bồ Đề ĐạoTràng ở Giác Thành này.

Ngài đã tự chính mình tìm ra được con đường giải thoát cho riêng mình. Ngài đã tự một mình tu luyện không một ai truyền dậy, không một thần linh nào trợ giúp.

Cho nên Ngài đã nói: "*Các người hãy tự mình thắp đuốc lên mà đi*". Ngài khuyên phải trông cậy vào chính mình và tự mình tu tập để đi đến giải thoát, chứ không trông mong vào một thứ thần quyền nào cả, không thể dựa vào ai, ngay cả vào chính Ngài. Ngài không giúp được ai.

Như đã thấy tấm bảng xi măng ở trên *Đức Phật 'trả lời Phạm Thiên (Brahmana) là chỉ có việc làm của một người mới khiến cho họ trở thành Phạm Thiên, không phải do sinh ra'*.

Đức Phật không tự cho mình là một đấng cái thế toàn năng.

Ngài không hề nhắc đến một đấng sáng tạo, một thượng đế sáng thế nào quyết định số mệnh con người.

Phải dùng lý trí và sự thông minh của mình để suy xét. Ngài nói rằng "*Ta không dạy ai đến để tin, nhưng đến để thấy và thực hành*".

Phải tự tu tập. Phải tự tu hành. Thực hành. Thực hành. Và thực hành.

....

Tóm lại

Phật tử ngày nay tôn thờ Bodhi Gaya như là một nơi hành hương thiêng liêng nhất trên thế giới. Họ tới dâng lời cầu nguyện, thực thi tế lễ và thiền định.

Tòa Kim Cương là rốn quả đất, tâm vũ trụ là một linh địa huyền diệu, nơi Đức Phật thành đạo đã giúp hàng tỷ sinh linh hiểu và biết, tìm ra được chân lý sống không còn hay vơi đi nỗi khổ đau của kiếp người.

Hãy ngồi xuống tĩnh tâm trước tòa Kim Cương vào một đêm trăng như hôm nay để tìm lại giây phút Đức Phật lúc thành đạo, nghe lá Bồ-đề hát lời kinh giác ngộ, giải thoát rồi tự mình đốt đuốc lên mà đi theo dấu chân Đức Phật...

C. VÙNG LÂN CẬN CHÙA ĐẠI GIÁC MAHABODHI VÀ PHỤ CẬN GIÁC THÀNH BODH GAYA.

C.1. Vùng Lân Cận Chùa Đại Giác Mahabodhi.

- Đại Tượng Phật (Great Buddha Statue) Tại Giác Thành Bodh Gaya.

Đại Tượng Phật (ảnh của tác giả).

Tượng làm bằng sa thạch và hoa cương đỏ. Phật ngồi thiền định, cao 18.5 m (61 ft), cao nhất ở Ấn Độ, được Đức Dalai Lama thứ 14 hiện nay khánh thành năm 1989. Tượng thuộc chùa Nhật Bản Daijokyo.

Tượng rỗng một phần trong có cầu thang, có chứa 20.000 ảnh tượng Phật bằng đồng.

Quanh tượng đài có mười tượng các đệ tử chính của Phật, mỗi bên năm vị.

Một bên có tượng năm đệ tử của Đúc Phật Thích Ca (ảnh của tác giả).

Trong đó có ba đệ tử nồng cốt của ngài là Ananda, Xá Lợi Phất (hay Xá Lợi Tử) và Mục Kiền Liên.

- Ananda

Tượng Ananda (ảnh củatác giả).

Nói thật vắn gọn Ananda, anh em chú bác với Đức Phật Thích Ca, là phụ tá, cận vệ, trung gian và phát ngôn viên giúp Đức Phật trong nhiều cách, nhiều phương diện và học hỏi, lưu giữ, lưu truyền giáo pháp của Phật.

Quan trọng nhất là Ananda giúp phái nữ được thừa nhận vào tăng đoàn (sangha).

- Xá Lợi Phất

Tượng Xá Lợi Phất (Sàriputta)

Śāriputra (Pali: *Sāriputta*, nghĩa đen là "the son of Śāri", Xá Lợi Tử, tên mẹ đẻ là Upatiṣya), được coi là người thứ nhất cùng với Mục Kiền Liên trong hai đệ tử chính của Đức Phật.

Với tư cách bậc thầy, Xá Lợi Tử nổi trội về sự Thông Thái, Trí Tuệ (wisdom).

- Mục Kiền Liên

Tượng Mục Kiền Liên (ảnh của tác giả).

Maudgalyāyana, (Pali: Moggallāna), cũng gọi là Đại Maudgalyāyana (Mahāmaudgalyāyana hay bởi nhũ danh là Kolita, tên gọi theo nơi sinh), cùng với Sariputta (Xá Lợi Phất) là hai đệ tử gần cận nhất của Đức Phật và cũng là hai sư phụ cột trụ giảng dậy giáo lý Phật giáo. Mục Kiền Liên đảm trách nhiệm vụ dậy dỗ Rahula (La Hầu La), con trai Đức Phật. Với tư cách bậc thầy, Mục Kiền Liên rất nổi tiếng về phép Thần Thông (psychic powers) qua thiền định.

Mục Kiền Liên đã tái thống nhất lại cộng đồng tu sĩ sau khi bị Devadatta (anh em chú bác và cột chèo với Đức Phật) chia rẽ.

Một khuôn mặt nổi tiếng, nhất là ở Phật giáo Đông Nam Á của Mục Kiền Liên là cứu mẹ ở địa ngục được tái sinh tới một thế giới khác.

....

- Các Chùa Thế Giới.

Vùng bao quanh gần ngay bên Chùa Đại Giác ngày nay mọc lên rất nhiều các Chùa Thế Giới: như chùa Thái Lan, Myanma, Nhật Bản... dĩ nhiên có cả chùa Việt Nam.

Việt Nam có 4 chùa tại đây: Việt Nam Phật Quốc Tự của thầy Huyền Diệu, chùa Độ Sanh của một nhà tu hành người Mỹ gốc Việt, chùa Viên Giác của một nhà tu hành người Đức gốc Việt và tịnh xá Kỳ Hoàn của thầy Thích Giác Viên từ Vũng Tầu.

Việt Nam Phật Quốc Tự

Một buổi tối trên đường về khách sạn đoàn ghé thăm Việt Nam Phật Quốc Tự, ngôi chùa Việt Nam đầu tiên ở Ấn Độ của thầy Huyền Diệu. Chùa khá lớn.

(ảnh của tác giả).

Chính điện thờ Phật tam thế (ảnh của tác giả).

.....

Hương Vị Tết Việt Nam Tại Ấn Độ.

Tại Giác Thành này chúng tôi ở tại khách sạn Oaks, mới xây, tuy nhỏ nhưng đủ tiện nghi, sạch sẽ, nhân viên phục vụ tận tâm. Đặc biệt ngoài các món Ấn Độ còn có các món ăn chay và mặn Á châu khác. Có cả nước mắm và ớt hiểm tươi, cà pháo muối chua dầm nước tương ớt tỏi:

Cà pháo muối chua dầm nước tương ớt tỏi (ảnh của tác giả).

Đặc biệt nhất là có bữa có cả các món mang hương vị Tết Việt Nam như:

Bánh chưng (họ gọi là banana rice cake, đúng ra phải gọi là bánh chưng gạo nếp gói lá chuối),

Bánh chưng
(có lẽ đúng hơn là bánt tét)
(ảnh của tác giả).

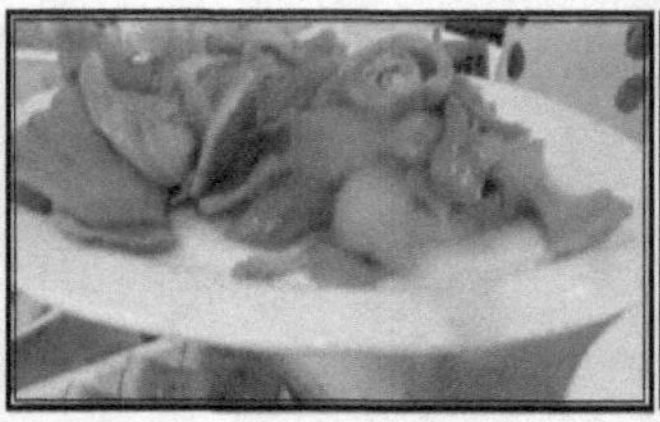

Dưa cải bẹ nén chua
(ảnh của tác giả).

Hành củ nén chua
(ảnh của tác giả).

....

Hỏi ra mới biết khách sạn này thuộc một chuỗi khách sạn do một người Thái làm chủ.

Ghi Chú

(1). Phạn ngữ bodh, bodha là biết, hiểu, tỉnh, thức. Bodhaka: revealing: khám phá ra.

.Việt ngữ Bụt, Biết.

Bodh cùng gốc với Budh-, Phạn ngữ *buddhah* "awakened," (thức, thức tỉnh, giác ngộ) phát từ gốc Tiền-Ấn-Âu ngữ PIE *bheudh: "be aware, make aware" (biết, phòng bị). Ta có *bheudh- = Việt ngữ biết.

Gốc *budh-* means "to awaken," and its literal meaning is closer to awakening: Budh- ruột thịt với Việt ngữ Bụt. Ông Bụt là ông Biết, ông Giác Ngộ. Từ Bụt là từ nôm na (nhưng không mách qué). Tôi thích Bụt sĩ Lưu Văn Vịnh ưa dùng từ Bụt này hơn là từ Hán Việt Phật. Bụt gần gũi với văn hóa Việt hơn Phật.

. Hán Việt.

Hán Việt là giác ngộ.

- giác覺: hiểu biết (giác ngộ), cảm biết (cảm giác, tri giác), phát hiện ra (phát giác).

- ngộ: 悟

1: tỏ ngộ, biết. Trong lòng hiểu thấu gọi là *ngộ*, đọc sách hiểu được ý hay gọi là *ngộ tính* 悟性.

2: Mở, bảo cho người biết tỉnh lại không mê muội nữa (http://vietnamtudien.org/thieuchuu/).

. *Anh ngữ* enlightenment dùng dịch nhiều từ Phật giáo, nhiều nhất là từ bodhi means the knowledge (hiểu biết) or wisdom (trí tuệ) or awakened intellect (tri thức).

Với nghĩa lệch đi là làm sáng lên (enlightenment: en + light +en + ment) ta thấy Phật ruột thịt với Việt ngữ bật (bật sáng, bật đèn, bật lửa), Bụt là phụt, phực sáng lên (ph = b) và với Phật (b = ph): phực (sáng). Sáng hàm nghĩa hiểu biết (sáng trí, sáng mắt, sáng dạ…).

Tóm lại: Bodh là **hiểu biết, nhận thấy ra, giác ngộ, thức tỉnh, bựt sáng.**

Gaya là gì?

Phạn ngữ: gaya, house, nhà: gayA, city GayA, thành phố.

Ta thấy Gaya, nhà biến âm mẹ con với Hán Việt Gia là nhà.

Như vậy theo Phạn ngữ Gaya chỉ 'nhà', nơi, chỗ Đức Phật giác ngộ, thành đạo thì nên hiểu theo đúng nghĩa *Bodh Gaya là nhà, Thành Phố Giác Ngộ, Giác Ngộ Thành, Giác Thành.*

Còn Bodhi là Bồ Đề có gốc Bodh nhưng thường chỉ Cây Bồ Đề, Cây Giác Ngộ.

Tóm lại Bodh Gaya là Giác Thành, Thành Phố Giác Ngộ.

Còn Bodhi Gaya là Chỗ Cây Bồ Đề.

Cần phân biệt tỉnh Giác Ngộ Bodh Gaya và Chỗ Cây Bồ Đề Bodhi Gaya thường nói là Bồ Đề Đạo Tràng khác nhau.

.(2). Con số 49 có 4 + 9 = 13. Số Li 13 có một nghĩa là số trục thế giới thấy rõ qua theo Phật giáo các linh hồn người chết sau **thất tuần 49 ngày** mới về thượng thế, cõi vĩnh hằng theo trục thế giới 13. Có lẽ cũng theo Phật giáo dân gian Việt Nam tin rằng năm **49 tuổi** là năm có vận hạn lớn nhất trong đời có thể mất mạng nghĩa là về cõi vĩnh hằng hay địa ngục theo trục thế giới 13. Các tháp hay đỉnh tháp Phật có 13 vòng, 13 khấc, 13 tầng có một nghĩa là trục vũ trụ có đường lên Niết Bàn. Ví dụ như Bảo tháp Swayambhunath còn gọi là chùa Khỉ có mười ba từng vòng tròn chồng lên nhau tượng trưng cho truc vũ trụ lên Niết Bàn và cho bước tiến tới sự giác ngộ. Phật Thích Ca có một khuôn mặt là Phật Vũ Trụ đội lốt Phật Vũ Trụ Vairocana. Tâm Phật là tâm vũ trụ.

Cầu thang ở hang Bethlehem, nơi Chúa sinh ra đời cũng có 13 bậc đi xuống. Chúa có một khuôn mặt vũ trụ giáng trần theo trục vũ trụ 13 bậc...

.(3). Con số **18** bước lui và tới này có cùng ý nghĩa vũ trụ trời đất với 18 Đời Hùng Vương (số 18 là mã số DNA của Hùng Vương), với vành 18 con cò bay và 18 chim đứng trên trống Nấm Vũ Trụ Nguyễn Xuân Quang VI (Heger I) Ngọc Lũ I (xem Trống Ngọc Lũ I). Ta cũng thấy rõ số 18 có:

- số 1 có một nghĩa là mặt trời, Càn và 8 là số Khôn, không gian. Số 18 là số mặt trời-không gian, Càn Khôn, vũ trụ.

- số 1 + 8 = 9, số Chấn IOO, dương I thái âm OO và 8 – 1 = 7 số Càn III dương I thái dương II. Ta có lưỡng hợp thái âm thái dương đại vũ trụ ngành dương.

……

Phật Thích Ca có cốt là Phật Vũ Trụ và Phật thế gian lịch sử Trời Đất nên ngài đi **18 bước lui và tới Càn Khôn, vũ trụ** là đi hết vũ trụ là vậy.

.(4). Định

Trạng thái chú tâm lên một đối tượng duy nhất bằng sự lắng lọc của tâm.

Định là phiên âm của Phạn ngữ và Pali

-dhi của từ samadhi (tam-ma-địa) ruột thịt với thiền. Từ đôi đồng nghĩa thiền định hay định thiền → định = thiền (đ = th).

Thiền phiên âm của dhyn (dhyAna, meditation).

Định ~ tịnh (tịnh tâm, tịnh độ), ~ tĩnh (tĩnh tâm) (đ = t).

Nói tới Phật giáo là nói tới Thiền Định.

Có hai loại định: thế tục và xuất thế. Có ba loại định xuất thế nên mới gọi là samadi (tam-ma-địa) (sam- là ba, dễ nhớ hơn nên phiên âm là tam-ma-định) dẫn tới chứng ngộ tính không, vô ngã và đạt niết bàn.

IV. CHUYỂN PHÁP LUÂN
VƯỜN NAI SARNATH, NƠI SINH CỦA PHẬT GIÁO

VƯỜN NAI (LỘC UYỂN) SARNATH (1).

Như đã biết Đức Phật sau khi thành Đạo ngài giảng Pháp sơ khởi tại Bồ Đề Đạo Tràng trong hai mươi mốt ngày trong đó có nói tới Kinh Hoa Nghiêm. Sau đó Ngài hướng về Vườn Nai Sarnath.

Vườn Nai hay Lộc Uyển (Sarnath hay Isipatana) là nơi Đức Phật Tổ Cồ Đàm Siddharta Gautama thuyết pháp đầu tiên cho năm vị môn đồ sau khi ngài thành đạo vào năm 528 Trước Tây Lịch. Đây là **nơi sinh, nơi khai sinh của Phật giáo.**

Tên Gọi

Sarnath: Đất Hươu.

Danh từ Lộc Uyển được dịch nghĩa từ tiếng Pāli là Sarnath (vua của loài nai); Tên Sarnath (Sarangnath,

Isipatana, Rishipattana, Migadaya hay Mrigadava) phát gốc từ Phạn *Sāranganātha* hay Pali *Sārangnāth* có nghĩa là "Lord of the Deer" (Chúa Hươu). Phạn ngữ saraGga, kind of antelope (một loài sơn dương). Sarnath có sarn- liên hệ với gốc Phạn ngữ **zArGga, làm bằng sừng,** biến âm với Việt ngữ **gạc (sừng)**, với Anh ngữ **hart, hươu sừng, hươu đực. Sarnath** có **sar-** biến âm với Việt ngữ **sẩu là cứng [ngô sậu là ngô cứng, sáo sậu = sáo đá (cứng như đá),** là **sừng:** '*xin khúc đầu những xương cùng sẩu*'].

Còn **-nath** là địa điểm, địa chỉ biến âm với Việt ngữ **đất** (n = d). Như thế Sarnath là **Đất Hươu Sừng**, **hươu gạc, chúa tể loài hươu.** Ví dụ tiêu biểu là **Kì Dương Vương, Vua Hươu Sừng Đực** của Việt Nam (Kì là kèo, là hèo, là hươu và Dương ở đây hiểu theo nghĩa là đực).

Theo một truyền thuyết Tiền Kiếp Phật nơi đây là một khu rừng có nhiều hươu nai sống. Vua Benares thường đến đây săn bắn. Nhưng có một điều lạ là loài hươu nai ở đây rất tinh khôn, vua đi nhiều lần nhưng toàn là về tay không. Tức giận vua ra lệnh đốt khu rừng để giết hết hươu nai. Bỗng dưng có hai con hươu đầu đàn (tiền thân của Đức Phật và Đề-bà-đạt-đa) tới gặp vua xin đừng đốt rừng và hứa dâng vua một con hươu hay nai khi vua làm yến tiệc. Vua bằng lòng. Từ đó hươu nai trong đàn phải luân phiên bị hy sinh cho đàn nai sống còn. Một ngày nọ đến lượt một con nai mới mang thai (nhìn chưa biết). Thương con trong bụng, nai này đến xin Chúa Hươu cho mình hoãn lại đợi cho tới ngày sau khi sinh con xong. Nghe xong Chúa Hươu quyết định hy sinh mạng sống của mình để thế mạng cho con nai cái có thai đang được dự trù để đem đi giết làm tiệc cho vua. Khi thấy Chúa Hươu tới dâng mạng sống của mình, vua ngạc nhiên. Sau khi biết rõ uẩn khúc, động lòng vua bãi bỏ việc giết hươu nai làm yến tiệc và biến khu rừng thành một nơi nương náu cho hươu nai. Khu rừng đó là Đất Hươu Chúa Sarnath ngày nay.

Biệt Danh Isipatana: Đất Thánh Nhân Trút Bỏ Xác Phàm.

Đây là biệt danh dùng trong kinh thư Pali có Pali isi, Phạn ngữ rishi: thánh nhân, thiên nhân, tiên nhân, người giác ngộ và patina: rơi xuống. Theo kinh tạng Pāli nơi đây có 500 thiên nhân, bậc giác ngộ thành quả ở cõi trên rồi buông bỏ xác thân tứ đại rơi xuống đây. Vào thế kỷ thứ VII, khi ngài Huyền Trang đến chiêm bái thánh tích này, Ngài cho biết có một bảo tháp được xây để đánh dấu nơi xác thân của 500 vị này, ngày nay bảo tháp này không còn nữa.

Điểm này thấy rõ qua tượng Phật tại đây có hai vị nhà trời ở vầng hào quang trên đầu Phật (xem dưới).

Mrigaday: Công Viên Mang Nai.

Mrigadaya là Công Viên Nai. Phạn ngữ *mRga*, hươu, nai chính là Việt ngữ *mang*, *mễn*, một loài có lông vàng.

Thầy Huyền Trang dựa theo Nigrodhamiga Jàtaka (J,i. 145ff) cho rằng Mrigadàya, vốn là một khu rừng do vua xứ Benares cho lập ra làm nơi cho hươu nai nương náu. Có lẽ dựa vào truyện tiền kiếp Phật đã nói ở trên.

Nơi đây thanh tịnh khi chưa thành đạo Đức Phật và năm anh em Kiều Trần Như đã từng tu khổ hạnh ở khu rừng này.

Tóm lại

Ta phải hiểu nơi khai sinh ra Phật giáo này theo thứ tự thời gian là: ***Isipatana,*** theo kinh tạng Pāli là nơi đây các thiên nhân, bậc giác ngộ thành quả (như Đức Phật) ở cõi trên rồi buông bỏ xác thân tứ đại rơi xuống cõi trần (kinh tạng Pali của Phật giáo nguyên thủy còn lưu giữ lại nhiều điểm mang tính 'nguyên thủy' hơn kinh đại thừa mang nhiều tính bác học). Thứ đến là tên **Sarnath** là Đất của Hươu Sùng, một Bồ-tát tiền thân Phật và sau cùng là Mrigadaya Công Viên Nai. Mrigadaya có lẽ nghiêng về con mang cái có thai, có mang (mang cũng có một nghĩa là có thai: mang thai).

Như thế cả ba tên đều liên hệ với Đức Phật: nơi các vị đại giác ngô như Đức Phật, Đát Chúa Hươu tiền thân Phật và Công Viên Nai, con nai mang thai được thế mạng bởi Bồ tát Hươu tiền thân Phật.

Nếu dùng từ Lộc Uyển, Vườn Nai là dùng theo từ Mrigadaya, Công Viên Mang Nai. Còn dùng theo duy dương dùng từ Sarnath thì phải hiểu là Đất Hươu Sừng, Hươu Chúa.

Lưu Ý

Hươu hay Nai?

Tôi thường thích dùng từ **Nai** thay vì từ **Hươu**. Nai chỉ con cái mang âm tính nên thích hợp với Phật giáo mang tính Tĩnh, âm. **Nai** biến âm mẹ con với **nái** có nghĩa là cái (heo nái), phái nữ, mẹ. Nai cái mang âm tính không có sừng (ngoại trừ loài tuần lộc reindeer con cái có sừng).

Hơn thế nữa như đã nói ở trên Sarnath liên hệ tới con mang cái đang mang thai được Chúa Hươu định thế mạng để cứu. Vì thế Phật giáo dùng biểu tượng nai nái nhiều hơn là hươu (đực). Ta thấy rõ qua các hình nai không có sừng ở Sarnath này:

Năm vị môn đệ đang cung nghinh Bánh Xe Pháp với hình hai con nai (nguồn: Wikipedia).

Các chùa Phật giáo Tây Tạng cũng thường có biểu tượng nai không có sừng rất nhiều.

(hình chụp tại Điện Phổ-Đà-La Potala, Lhasa, Tây Tạng).

Trong khi con đực gọi là hươu. Con hươu là con hiêu, con hèo, con cọc, con nọc, con gạc, con đực. Anh ngữ hươu đực gọi là hart biến âm với gạc (h = g như hóa chồng = góa chồng) là sừng. Con hart là con gạc.

Như thế vườn Nai Lộc Uyển dù gì thì cũng mang một ý nghĩa thiêng liêng trong tín ngưỡng, trong Phật giáo.

Tại Sao Phật Chọn Sarnath?

Như đã biết Đức Phật là người biết chọn những chỗ nào để tu tập, để thành đạo, để hoằng Pháp. Ngài đã chọn Sarnath cũng không phải là không có mục đích. Có thể ngài đã chọn vì những lý do sau đây. Sarnath là:

+ Nơi của các thiên nhân, bậc đại giác ngộ như đã nói ở trên.

+ Chúa Hươu, một vị Bồ-tát tiền thân Phật trong tiền kiếp Phật như đã nói ở trên.

+ Chỗ quen thuộc: như đã nói ở trên nơi đây khi chưa thành đạo Thái tử Tất Đạt Đa và năm anh em Kiều Trần Như đã từng tu khổ hạnh ở khu rừng này.

Ngài có ý sẽ cải hóa họ thành đệ tử của mình rồi phái đi khắp nơi để hoằng Pháp Phật giáo.

+ Một linh địa.

Trong kinh Mahaparinibbana Đức Phật có nhắc tới Sarnath là một trong bốn nơi thiêng liêng mà các Phật tử phải viếng thăm và tôn kính.

+ Một nơi tâm linh, văn hóa, tư tưởng, học thuật, thương mại, cổ đại.

Sarnath chỉ cách Varanasi 13 cây số về phía Đông Bắc thuộc bang Uttar Pradesh, Ấn Độ. Varanasi ngày xưa gọi Kashi hay Banares, một thành phố có người ở liên tục cổ nhất thế giới (trên 5.000 năm) bên bờ sông Hằng (Ganga). Varanasi đã được nhắc tới trong kinh Vệ Đà và trong trong sử thi Mahabharata. Đây là một thành phố thần thánh nhất, nằm trong 7 thành phố thiêng liêng của Ấn Độ về Ấn giáo, Jain giáo. Varanasi thường được cho là 'thành phố của đền đài', 'thủ đô tâm linh tín ngưỡng' của Ấn Độ...

+ Nơi có dòng sông Hằng thiêng liêng.

Sarnath nằm gần chỗ hợp lưu của Sông Hằng và sông Varuna.

Sông Hằng là dòng sông thiêng liêng nhất của người Ấn Độ dù họ theo bất cứ tôn giáo nào. Sông Hằng là dòng sông văn hóa và văn minh Ấn Độ.

Theo truyền thuyết của phái Vaishnava thờ Vishnu thì sông phát nguồn từ ngón chân cái của Visnu gọi là dòng *Vishnupadi (padi: chân). Vishnu dùng ngón chân cái đục vòm thượng giới một lỗ hổng cho dòng sông này chảy quanh trứng vũ trụ, chảy xuống thượng thế Ấn Độ rồi tạo thành Ngân Hà, chảy xuống vương triều Brahma, một đóa hoa sen thiêng trên đỉnh núi vũ trụ Meru mà cánh cánh tạo thành các lục địa trái đất. Một dòng chảy lớn tạo thành Sông Ganga. Ta thấy rõ truyền thuyết này dựa theo vũ trụ giáo: Sông Hằng bắt nguồn từ lỗ hổng hư không chảy vòng quanh trứng vũ trụ tức thái cực, chảy xuống thượng thế của tam thế Ấn Độ thành dòng sông trời Ngân Hà, chảy xuống núi Meru có một khuôn mặt là núi trụ thế gian rồi cuối cùng chảy xuống đất Ấn Độ ra biển.*

Theo truyền thuyết của phái Shaivism thờ Shiva thì bắt đầu từ lúc thánh nhân Kapila đang ngồi tĩnh tâm bị bầy con của vua Sagara phá quấy. Kapila nhìn chúng với tia mắt tức giận khiến chúng biến thành tro than. Chỉ có nước Sông Hằng mới có thể cứu rỗi được các người chết này từ tro than của họ. Vua Bhagirstha, con cháu của những người chết này muốn cứu vớt tổ tiên đã chịu phép tu khổ hình và được ban ơn cho dòng Sông Ganga từ trời chảy xuống thế gian. Vì dòng chảy quá mãnh liệt nên Bhagirstha xin Shiva (có nơi cư ngụ ở Núi Kailash trong dẫy Himalaya) nhận dòng Ganga trong mớ tóc của Shiva cho dòng nước thuần dịu đi rồi từ Himalaya chảy êm đềm xuống Ấn Độ (trong thực tế thì sông Hằng phát nguồn từ đỉnh Núi Vũ Trụ Kailash, nơi cư ngụ của Shiva tức từ đỉnh đầu của Shiva nên các dòng chảy giống như những dòng tóc của Shiva từ đỉnh vũ trụ chảy xuống thế gian).

Vì vậy mà dòng chảy của Ganga ở Himalaya gọi tên là Bhagirathi (Phạn ngữ là Bhagiratha) và Sông Hằng có thế cứu rỗi được tổ tiên quá vãng của Bhagiratha, giúp tro than của họ được tái sinh hay sinh vào cõi vĩnh hằng. Do đó theo các tôn giáo của Ấn Độ Sông Hằng là dòng sông vũ trụ thiêng liêng chảy qua tam thế, một dòng chảy luân hồi, sinh tử, tái sinh, vĩnh hằng. Sông Hằng, một dòng sông khai sinh ra sự sống, một dòng sông tẩy rửa, thanh khiết tội lỗi cho người sống. Vào lúc bình minh ở bến Varanasi, một bến nổi tiếng nhất của Sông Hằng, họ tế lễ cung nghinh mặt trời mọc khai sinh ra sự sống bên dòng Hằng giang.

Cung nghinh mặt trời mọc ở bến Sông Hằng Varanasi).

Người sống một đời ao ước được tắm nước sông Hằng để rửa sạch đi các tội lỗi... Sông Hằng, một dòng sông thiêng cứu rỗi, siêu thoát cho người chết, có thể biến tro than người chết tái sinh, chuyển sinh trong vòng luân hồi hay giải thoát khỏi vòng luân hồi. Vào lúc hoàng hôn buông xuống, rực sáng những dàn hỏa thiêu với khói bay mịt mù...

Người Ấn Độ ước mơ một đời là khi chết được ném tro than của mình sau khi hỏa táng xuống dòng sông Hằng (xem Ấn Độ Bến Sông Hằng Varanasi: Một Ngày: Một Đời Người).

Theo Phật giáo dĩ nhiên Ganga cũng là một dòng sông vũ trụ thiêng và châu thổ Sông Hằng vùng Himalaya là linh địa, là địa bàn hoạt động của Đức Phật. Đức Phật xuống trần thế qua giấc mơ của Mẹ Maya từ núi Meru, Tu Di, ra đời, đắc đạo, hành đạo và nhập diệt ở lưu vực Sông Hằng vùng Himalaya. Núi Meru, Tu Di là Núi Vũ Trụ và Sông Hằng là Sông Vũ Trụ. Như đã biết Đức Phật có cốt vũ trụ. Đức Phật cũng đã từng nhắc tới Sông Hằng khi giảng

Pháp: *"Trong vũ trụ bao la có Hằng Hà sa số thế giới cùng với vô lượng vô biên chúng sanh"*.

+ Nơi có nhân hòa.

Varanasi có các vị vua và các thương nhân giầu sang có thể giúp hỗ trợ Đức Phật. Quả thật như vậy về sau Phật giáo ở Sarnath nở rộ huy hoàng cũng một phần nhờ các vị này.

Sarnath là chỗ lý tưởng nhất để cho Phật giáo ra đời.

Đức Phật Là Một Đại Y Sư Của Loài Người.

Đức Phật hiển nhiên là một thầy thuốc vĩ đại của loài người. Bệnh tật của loài người qui về ba nhóm chính là: **bệnh thể xác**, **bệnh tâm thần** và **bệnh xã hội**. Đạo Phật hiển nhiên là một trị liệu cho con người nhất là các bệnh tâm thần và xã hội. Bằng chứng cụ thể là người Trung Hoa từ thượng cổ đã biết chữa trị bệnh thể xác bằng cây cỏ và bằng giải phẫu (như Hoa Đà đà mổ ung nhọt). Chữa trị bệnh xã hội bằng Khổng giáo có thể coi là có một ít thuốc chữa. Chữa bệnh tâm thần bằng Lão giáo chưa đủ. Bệnh tâm thần chưa có thuốc chữa hữu hiệu vì thế phải du nhập Phật giáo vào Trung Quốc để chữa cho tâm thần được an lạc: '*Bụt trong nhà không thờ, thờ Thích Ca ngoài đường*' là vậy. Ta thấy rõ điểm này qua sự kiện là Phật giáo phát triển huy hoàng nhất ở Trung Hoa hơn tất cả các tôn giáo khác.

Ở đây trong phạm vi Chuyển Pháp Luân chỉ xin giới hạn nói một chút qua lăng kính Tứ Diệu Đế. Diệu là tuyệt diệu, huyền diệu còn Đế là gì? Theo Thiều Chửu Hán Việt Từ Điển thì:

諦 **đế, đề**

· *1 : Xét kỹ, rõ. Như đế thị* 諦視 *coi kỹ càng.*

· 2 : *Chữ nhà Phật dùng như nghĩa chữ chân ngôn 真言. Như tham thấu lẽ thiền gọi là đắc diệu đế 得妙諦 được phép rất mầu. Nhà Phật nói đời người là khổ, đúng là khổ, thế là khổ đế 苦諦. Sở dĩ phải khổ là vì trước đã làm nhiều nhân xấu như tham lam, giận dữ, ngu si nó gom góp lại thành các nỗi khổ, thế là tập đế 集諦. Muốn cho khỏi khổ, cần phải tới cõi Niết bàn tịch diệt, không còn một tí gì là khổ, thế là diệt đế 滅諦. Muốn được tới cõi Niết bàn, cần phải tu đạo, thế là đạo đế 道諦, bốn điều này đúng thực không sai, nên gọi là tứ đế 四諦.*

Ta thấy "*bốn điều này đúng thực không sai*" *dịch sang Anh ngữ là "Four Noble Truths).* Mặt khác ta thấy những điều đúng sự thật không chối cãi được nữa gọi là **định đề**. Ví dụ như trong hình học có định đề Euclid về hai đường song song. Như vậy để dễ hiểu và dễ nhớ ta có thể nói là **Tứ Diệu Định Đề** (Bốn Sự Thật Tuyệt Diệu), Ta cũng thấy ở trên theo Thiều Chửu Đế cũng phát âm là Đề như vậy nếu muốn ta có cũng có thể gọi là **Tứ Diệu Đề**, Bốn Định Đề Tuyệt Vời (nhớ đừng lầm lẫn với đề có một nghĩa là khóc: trẻ em bị chứng dạ đề là khóc đêm).

Tóm lại **để dễ hiểu và dễ nhớ Tứ Diệu Đế có thể coi như tương đương với Tứ Diệu Định Đề, Tứ Diệu Đề, Bốn Sự Thật Tuyệt Diệu (Four Noble Truths).**

Đức Phật đã chẩn đoán, chữa trị căn bệnh khổ đau của loài người qua Tứ Diệu Đế. Đức Phật đã nhận thấy căn bệnh chính của loài người là Khổ Đau, tìm ra nguyên nhân bệnh, hoạch định cách chữa trị và trị liệu.

Bây giờ ta hiểu nghĩa theo nôm na dựa vào gốc Phạn ngữ, Pali xem thực hư như thế nào?

1. ***Khổ Đế*** (*dukkha).*

Dukkha có:

+ tiền tố 'du-' là 'bad' or "difficult".

. Với nghĩa là xấu 'bad' thì du-, dus ~ Việt ngữ đau (bệnh, khó ở, bất an), đau ốm, đau yếu, đau đớn, đau nhức, đau khổ, đau thương...

. Với nghĩa 'difficult', khó khăn: ta có từ đôi đồng nghĩa khốn khó ⟶ khó = khốn. Khốn có một nghĩa xấu như nguy khốn, nghèo khốn, khốn đốn, khốn kiếp, khốn nạn, đồ khốn, thằng khốn...).

Như vậy duk- có nghĩa là đau khổ, khốn khó.

+ gốc kha: "empty", trống không. Về sau kha trong Phạn ngữ nghĩa là 'bầu trời', 'khí ether' hay 'không gian' có nguồn gốc là từ chỉ 'lỗ hổng' (the word *kha*, in later Sanskrit meaning "sky," "ether," or "space," was originally the word for "hole"). Đây chính là nghĩa của từ *không, hư không, trống không, lỗ không, hư vô* trong vũ trụ giáo. Hư không là khởi nguyên của sự sinh và cũng là tận cùng của tử. Con người sinh ra từ hư không khi chết lại trở về với hư không. Kha 'empty' hư không là vòng sinh tử, luân hồi.

Như vậy dukkha có nghĩa đau (đớn, bệnh tật, khổ sở, bất an...) khó (khó ở, khó chịu, khốn khó) trong vòng sinh tử, luân hồi luân lưu muôn vàn kiếp vô cùng tận.

Một sự thật không chối cãi như một đế, một đề, một định đề là con người và khổ đau, khón khó là một. Con người không một ai không có bệnh. Từ khi còn là trong trứng nước cho tới khi lìa đời đã mang trong người mầm mống khổ đau, bệnh tật.

Tất cả con người đã mang trong người dòng bệnh khổ đau, khốn khó luân lưu trong vòng sinh tử, luân hồi mặc dầu chúng ta không biết.

Trắng răng đến thuở bạc đầu,
Tử, sinh, kinh, cụ làm nau mấy lần?
(Chết, sống, sợ, hãi)
(Nguyễn Gia Thiều, Cung Oán Ngâm Khúc).

Chúng ta tưởng mình khỏe mạnh nhưng thật ra không phải là như vậy...

Khổ Đế là sự đau khổ, khốn khó, bất an... luân lưu trong vòng sinh tử, luân hồi.

Đời là đau khổ, là bể khổ.

2. ***Tập Đế*** (samudaya).

Tại sao gọi là Tập đế mà giảng nghĩa là nguyên nhân? Phạn ngữ samudaya □ (có gốc samuha: nhóm, chùm, tụ tập, tập hợp) có một nghĩa là 'aggregate of the constituent elements or factors of any being or existence': tập hợp các yếu tố cấu tạo, sinh ra hay các phần tử của sinh mạng hay hiện hữu: Sam- biến âm với Anh ngữ sum với nghĩa là "aggregate of two or more numbers" is from early 15c (tập hợp của hai số hay hơn có từ đầu thế kỷ 15) và với Việt ngữ xum (xum tụ, xum họp, xum vầy), với cụm, chùm, chòm, xóm. Tập hợp hay chùm, nhóm các yếu tố tạo ra Khổ, thường dịch là nguồn gốc hay nguyên nhân. Aggregate còn có nghĩa là những ràng buộc (chúng ta vào khổ) (có cùng nghĩa trong Five Aggregates: Ngũ Uẩn. Ngũ Uẩn là nguyên nhân của đau khổ).

Tập hợp những yếu tố sinh ra, những ràng buộc, vướng mắc, bám víu... là nguyên nhân của đau khổ.

3. *Diệt Đế (nirodha).*

Nirodha có gốc nir- với nghĩa tiêu cực (không, không còn, hết...) liên hệ với Mường ngữ no, Việt ngữ *nỏ, nọ* (không) (Liên Hệ Việt Ngữ với Ấn Âu Ngữ) cùng gốc chung với Nirvana, Niết Bàn. Theo n = d ta có nir- = niết = diệt (hủy diệt, tiêu diệt, tận diệt...). Nirodha có nghĩa là ngăn chận, kiểm soát, phòng ngừa (nirodhaka: condom, bao phòng ngừa bệnh tình dục...).

Như thế Diệt đế là sự tiêu diệt, sự chấm dứt, ngăn ngừa, phòng ngừa.

Khổ có thể chấm dứt được, diệt được, phòng ngừa được bằng cách thoát ra khỏi tập hợp nguyên nhân và sự ràng buộc gây ra *khổ*.

Có thể chấm dứt được Khổ bằng cách thức nào? Đó là con đường giải thoát, đạt Đạo.

4. Đạo Đế (magga).

Magga cùng gốc với maggala, maggalya có nghĩa là 'anything fortunate' (bất cứ thứ gì may mắn), 'auspicious' (tốt lành, an lành), 'amulet' (bùa) (Bùa từ thuở sơ khai đã là một cách trị bệnh, một liều thuốc trị bá bệnh như bệnh thân xác (uống bùa làm bằng cây cỏ ma dược, ma túy trị đau nhức), bệnh tâm thần (bùa trừ tà, trừ ma quỉ ám) và trị bệnh xã hội (bùa yêu, bùa hạnh phúc)...

Nói chung là những thứ đem lại an lành, tốt đẹp, an lạc không còn đau khổ.

Ta thấy rất rõ megga với nghĩa tốt lành, an lành, tốt đẹp, an lạc không còn đau khổ chữa trị được duk- có nghĩa là đau khổ, khốn khó.

Dịch nghĩa magga là **Đạo**, nghĩa đen là con Đường, cách thức (way). Hiểu theo tín ngưỡng Đạo là giáo lý, chân lý. Trong Phật giáo Đạo là nguyên lý cuối cùng của vũ trụ: thành Đạo, đạt Đạo, đắc Đạo đồng nghĩa với giải thoát, giác ngộ¸ đạt Niết Bàn.

Nói ngược lại con đường, **Đạo** (Bát Chính Đạo) là con đường dẫn đến sự từ bỏ, sự đoạn **Diệt** tất cả **Tập** hợp những nguyên nhân của vòng ***Khổ** đau*, khốn khó (dukkha).

Chấm dứt được Khổ qua Bát Chánh Đạo.

Tóm lại:

Nói một cách nôm na dễ hiểu, dễ nhớ theo nghĩa gốc của Phạn ngữ thì: **Khổ Đau** là bệnh của loài người do một **Tập** hợp, tập thể những yếu tố, những ràng buộc con người gây ra gọi là nguyên nhân. Thấy được nguyên nhân, căn nguyên bệnh là có thể lên kế hoạch dự phòng, dự hậu để tiêu **Diệt** bệnh. Con đường hoặc cách thức hay nhất diệt bệnh để đạt được tốt lành, an vui là đạt **Đạo**, là giải thoát, giác ngộ, đạt Niết Bàn.

Nhìn dưới lăng kính Tứ Diệu Đế của Đức Phật ta thấy cách chữa bệnh của y học ngày nay đúng y hệt: **Đoán bệnh**: nhận diện ra mặt bệnh (Khổ Đế), **chẩn bệnh**, tìm nguyên nhân bệnh (Tập Đế), **định bệnh**: định liệu phòng ngừa, dự hậu (prognosis) (Diệt Đế) và **trị bệnh**: tìm đường chữa trị (Đạo Đế).

Hiển nhiên Đức Phật là một Đại Y Sư của loài người.

Bánh Xe Pháp.

Ở trên ta đã thấy hình tượng năm vị môn đệ đang cung nghinh Bánh Xe Pháp với hai con nai.

(nguồn: Wikipedia).

Chúng ta đã được nghe giảng nhiều về bánh xe Pháp theo giáo lý Phật giáo, ở đây tôi xin nhìn dưới lăng kính vũ trụ giáo qua tín ngưỡng Đông Sơn xem có soi sáng thêm được gì không?

Tâm bánh xe nhìn theo Phật giáo có bốn 'căm' bánh xe có thể ở đây diễn đạt Tứ Điệu Đế, bài Pháp đầu tiên Đức Phật giảng tại đây. Nhìn rộng ra thêm có thể diễn tả thêm là Tứ Đại (Lửa, Nước, Khí, Đất) bản thể của con người, tiểu vũ trụ và của cả Đại Vũ Trụ (con người là tiểu vũ trụ con của đại vũ trụ). Tứ Diệu Đế nói về Khổ của con người hiển nhiên liên hệ với tới Tứ Đại (nước, lửa, khí, đất) cấu tạo nên con người, tạo nên thân xác con người. Phần thân xác tức phần Sắc trong Ngũ Uẩn.

Như thế bánh xe pháp với 4 căm xe nhìn theo nghĩa Chuyển Pháp Luân ở đây mang nghĩa Tứ Điệu Đế nhưng nhìn theo triết lý Phật giáo tổng quát mang thêm ý nghĩa cũng liên hệ với Tứ Đại cấu tạo nên vũ trụ và con người.

Ta cũng thấy rất rõ khi quay bánh xe Pháp chữ thập + Tứ Đại chuyển động sinh ra chữ Vạn. Đây chính là chữ Vạn (卍) trên ngực Đức Phật mang ý nghĩa vũ trụ tạo sinh, vũ trụ, mặt trời và nhiều ý nghĩa khác trong tín ngưỡng, văn hóa khác trong đó có cả Phật giáo như đã biết (xem Hành Hương Đất Phật: Vườn Lâm Tì Ni).

Phần còn lại của mặt bánh xe là ba vành tròn đồng tâm biểu tượng tam thế.

Như vậy bánh xe Pháp diễn tả trọn vẹn qui trình Vũ Trụ Tạo Sinh dựa trên nòng nọc, âm dương, dịch lý.

Bây giờ ta hãy đối chiếu với tín ngưỡng, văn hóa Đông Sơn. Như đã biết trống đồng Đông Sơn là trống biểu tượng của vũ trụ giáo, mặt trời giáo, văn hóa Chim-Rắn, Tiên Rồng Việt Nam (Giải Đọc Trống Đồng Đông Sơn).

Nhìn thoáng qua ta thấy bánh xe pháp này trông giống một mặt trống đồng Đông Sơn có mặt trời 4 nọc tia sáng nằm trong vòng tròn không gian diễn tả mặt trời-không gian, Càn Khôn, Vũ Trụ.

Bốn tia sáng (căm xe Pháp) chữ thập + ứng với Tứ tượng, Bốn Nguyên Sinh Động Lực Chính (Four Great Primary Forces) khi chuyển động thành tứ hành (four elements). Tứ hành dương và âm liên tác thành tám tượng (tám quẻ, bát quái) (vì thế có bánh xe Pháp có 8 căm xe và được hiểu theo Phật giáo là Bát Chánh Đạo) tạo ra tam thế, vũ trụ muôn vật, muôn sinh, vô lượng thế giới…

Chân đế bánh xe Pháp hình trụ vuông. Như đã biết các bệ Phật, Phật đài thường diễn tả đỉnh Núi Vũ Trụ Tu Di/Meru. Tác giả Trần Thanh Lý trong Lịch Sử Phật Giáo Qua Tem Bưu Chính gọi là 'Bục Đá":

BỤC ĐÁ

Tích Lan

Ngày phát hành: 10-4-1969

Màu cam, nâu và xanh lá cây – Giá tiền 4 cents

Cây Bồ Đề dưới dạng một lá mọc trên 'bục đá' đỉnh Núi Vũ Trụ Tu Di/Meru hình trống đồng Đông Son.

Và cũng xác thực:

Nếu là một *bục đá*, biểu hiệu của đỉnh núi Tudi *(Meru)*.

Bánh xe Pháp để trên bệ đỉnh núi vũ trụ cũng xác thực bánh xe Pháp mang ý nghĩa biểu tượng vũ trụ.

Đế bánh xe Pháp hình vuông là một biến dạng của trống đồng tròn có mandala tròn (hình vuông là dạng thái dương của vòng tròn). Nhìn cả bánh xe và chân đế mang hình ảnh một trống đồng Đông Sơn với mặt trống lật lên.

Như vậy đối chiếu trống đồng Đông Sơn, trống biểu của vũ trụ giáo rõ như hai năm là mười bánh xe Pháp có một khuôn mặt biểu tượng vũ trụ tạo sinh, vũ trụ, gồm có con người tiểu vũ trụ là con của đại vũ trụ.

Rõ như ban ngày bánh xe pháp với 4 căm xe ứng với Tứ Diệu Đế/Tứ Đại khi được Đức Phật chuyển luân chuyển cái Khổ, cái Thân Xác của con người tiểu vũ trụ giúp siêu thoát vào đại vũ trụ tinh khôi. Trở về với Phật có cốt là Phật Người Tiểu Vũ Trụ và Phật Đại Vũ Trụ.

Như vậy ta thấy có nhiều loại bánh xe pháp cần phải phân biệt tùy theo số căm xe và các trang trí khác giống như trống đồng Đông Sơn có nhiều loại mặt trời có số nọc tia sáng khác nhau mang ý nghĩa khác nhau trong vũ trụ tạo sinh.

Phật giáo và tín ngưỡng Đông Sơn tương đồng khắng khít với nhau vì cùng liên hệ mật thiết với vũ trụ giáo.

Đệ Tử Đầu Tiên Thành Chánh Quả.

Như đã biết một nhóm thầy tướng Bà La Môn được mời tới xem tướng Phật khi ngài mới sinh. Các thầy tướng cho rằng lớn lên Đức Phật sẽ trở thành một Đại Vương hay một Bậc Đại Giác Ngộ. Trong nhóm này có một vị trẻ tuổi nhất nhưng thông tuệ nhất tên là Kondañña (Kiều Trần Như) nói thẳng không dè dặt, quả quyết là thái tử sẽ thành một đấng Đại Giác Ngộ. Về sau nghe thái tử đi tu tìm học đạo với hai đạo sĩ Bà-la-môn đầu tiên là Udaka Ramaputta (Rāmaputra Udraka) và Alara Kalama, Kiều Trần Như và bốn người bạn nữa theo thái tử tu hành theo cách khổ hạnh. Thái tử đã trải qua sáu năm tu hành khổ hạnh cực đoan tại hang Tu Khổ Hạnh Dungeshwari rồi nhận ra rằng không đi tới đâu bèn chuyển qua cách tu Trung Đạo Thiền Định. Kiều Trần Như và bốn người bạn thất vọng rời bỏ ngài đi về Vườn Nai Isipatana này. Khi Đức Phật giác ngộ, sau khi thuyết giảng kinh Hoa Nghiêm trong hai mươi mốt ngày Ngài trở lại Isipatana gặp lại 5 tu sĩ cũ. Tại đây, ngài nói về tu Trung Đạo và giảng bài Pháp đầu tiên về bốn chân lý căn bản của triết thuyết Phật giáo là Tứ Diệu Đế gọi là kinh Chuyển Pháp Luân ('quay bánh xe Pháp') Dharmacakkappavattana sutta (có cakka là bánh xe, có ca- là cộ, là car).

Đức Phật giảng bài pháp đầu tiên Chuyển Pháp Luận cho 5 đệ tử.

Bảng đá Kinh Chuyển Pháp Luân bằng tiếng Việt tại Vườn Nai Sarnath

Kiều Trần Như về sau trở thành một A-la-hán rồi sau đó các vị kia cũng thành chánh quả.

Tăng Già Đoàn (Shanga) **Đầu Tiên.**

Tại đây năm đệ tử họp lại. Đoàn Tăng già đi hoằng pháp khắp nơi đầu tiên thành hình (trong khi ở Vườn Trúc Lâm mới chỉ trong nội bộ). Ba Ngôi Báu, Tam Bảo: Phật, Pháp, Tăng đầu tiên.

Về sau Tăng già đoàn lên tới 60 vị A La Hán, được Đức Phật phái đi khắp nơi truyền đạo Pháp.

Sau đó, ngay vào thế kỷ thứ 2 Trước Tây Lịch, Vườn Nai đã là nơi hội tụ một cộng đồng tu sĩ Phật giáo lên tới hai ngàn người với rất nhiều chùa, tu viện.

Vào thế kỷ thứ bẩy, Thầy Huyền Trang tới viếng Sarnath, ghi nhận là có tới 30 tu viện và 3.000 nhà sư sống tại Sarnath.

Các Nơi Hiện Nay Nên Thăm Viếng.

- Chùa Mulagandhakuti

Mulagandhakuti (Chòi Cỏ Thơm Nguyên Thủy hay Chòi Cỏ Thơm Đứng Đầu) là địa danh, nơi Đức Phật ở trong mùa mưa đầu tiên ở Sarnath (Phạn ngữ Mulagandhakuti có Mula: nguyên thủy, đầu tiên, gốc, gandha-, mùi, hương thơm và kuti, lều, chòi, đỉnh cao).

Chùa Mulagandhakuti Vihara, Sarnath.

Tháp chùa mang hình bóng Núi Vũ Trụ, Núi Thế Gian Meru tương tự như ở Bồ Đề Đạo Tràng. Lưu ý có hình Bánh Xe Pháp ở cổng nhỏ (ảnh của tác giả).

Chùa và tu viện mới Mulagandhakuti Vihara xây năm 1930 bởi Hội Đại Bồ Đề Mahabodhi Tích Lan (Sri Lanka). Trong chùa có những tranh tường rất nổi tiếng vẽ về cuộc đời Đức Phật do một nghệ sĩ người Nhật, ông Kosetnu Nosu vẽ năm 1936.

Nghe nói trong chùa có giữ xá lợi Phật.

Phía sau tu viện là Vườn Nai, hiện nay hươu nai vẫn còn thấy.

Tượng Phật bằng vàng tại chùa Mulagandha Kuti Vihar.

Phật giảng Pháp lần đầu, hai bàn tay làm thủ ấn quay bánh xe Pháp. Tượng này làm sao chép lại tượng thật thế kỷ thứ 5 tại Sarnath, hiện để trưng bầy tại Bảo Tàng Viện Sarnath (xem dưới).

- Cây Bồ Đề.

Một cây Bồ Đề cổ thụ trồng bởi Anagarika Dharmapala lấy từ cành của cây Bồ Đề ở Tích Lan được cho là cây con của Cây Bồ Đề mà Đức Phật đã ngồi khi đạt tới giác ngộ ở Tòa Kim Cương ở Bồ Đề Đạo Tràng.

Cây Bồ Đề cổ thụ.

- Phế Tích Sarnath.

Vào cuối thế kỷ thứ 12, người Hồi giáo Thổ san bằng Sarnath.

Các phế tích hiện nay còn thấy:

+ Tháp Dhamekh

Tháp Dhamekh ở Vườn Nai xây vào thế kỷ thứ 5 Sau Tây Lịch bởi vua Ashoka. Tháp có chạm trổ hoa lá và hình hình học và cho là có để các xá lợi Phật bên trong.

Tháp Dhamekh ở Sarnath Ấn Độ.

Tháp trông tương tự như một cái bầu nậm nòng nọc (âm dương) có phần cổ là nọc, dương và phần bầu đáy âm, nòng mang trọn vẹn ý nghĩa vũ trụ tạo sinh.

+ Những tu viện cổ gần Tháp Dhamekh.

Ngày nay chỉ còn nền móng.

(nguồn Wikipedia).

+ Tháp Dharmarajika

(nguồn: asiaexplorers.com)

Đây là một trong vài tháp tiền-Ashoka còn sót lại, mặc dầu chỉ còn lại phần nền móng. Phần trên đã bị lấy đi làm vật liệu xây cất đem về Varanasi vào thế kỷ 18. Những di hài tìm thấy trong tháp bị đem ném xuống sông Hằng.

+ Tháp Chaukhandi

Tháp Chaukhandi (nguồn Wikipedia).

Tháp được dựng lên để tưởng niệm chỗ Phật gặp 5 đệ tử, làm từ thế kỷ thứ 5 hay sớm hơn và sau đó sửa lại thành tháp bát giác theo phong cách Hồi giáo.

- Phế tích Mulagandhakuti vihara đánh dấu chỗ Đức Phật ở lại vào mùa mưa đầu tiên. Chùa mới Mulagandhakuti Vihara đã nói ở trên.

+ Trụ Pháp Ashoka.

Hoàng đế A Dục Ashoka ghi dấu lần viếng thăm Sarnath của mình đã cho dựng Trụ Pháp Ashoka ở Sarnath vào thế kỷ thứ 3 Trước Dương Lịch. Trụ bị phá hủy lúc người Hồi Thổ xâm lăng. Ngày nay chỉ còn gốc trụ.

(nguồn Wikipedia).

Phần đỉnh bị gẫy rời ra có hình sư tử hiện để trưng bầy tại Bảo Tàng Viện Sarnath.

Theo Phật giáo, trụ tháp là biểu tượng của Trục Vũ Trụ và trục mỗi ngày mọc lên từ hồ huyền thoại Anavatapta (theo vũ trụ luận của Phật giáo thì hồ là trung tâm của vũ trụ) cho tới khi đụng tới mặt trời. Đối chiếu với tín ngưỡng trống đồng Đông Sơn thì trụ Ashoka này tương ứng với trụ trống mọc từ vùng nước cõi âm hạ thế đế trống lên tới mặt trời ở mặt trống thượng thế.

Ta thấy rõ cả hai đều mang hình ảnh của Trục Vũ Trụ trong Vũ Trụ giáo.

Đối chiếu với truyền thuyết và cổ sử Việt thì trụ Ashoka cũng như trụ trống đụng tới mặt trời giữa trưa chính là hình bóng của Kì Dương Vương, Vua Mặt Trời Thượng Đỉnh. Kì có một nghĩa là Kè là Trụ. Dương hiểu theo nghĩa mặt trời thì Kì Dương là Trụ Mặt Trời chính là Trụ giữa trưa đụng tới mặt trời ở đây. Đây là lý do truyền thuyết cũng nói là Kì Dương Vương có phép thần có thể đi lại tam thế (dĩ nhiên bằng trục thế giới nối liền tam thế) nên xuống được cõi nước âm hạ thế lấy được Long Nữ con của Long Vương.

Đỉnh đầu Trụ Pháp gồm có ba phần:

Đầu trụ Pháp Ashoka ở Sarnath 250 Trước Dương Lịch hiện trưng bầy ở Bảo Tàng Viện Sarnath (wikipedia).

Phần thứ nhất dưới cùng hình hoa sen, biểu tượng phổ quát của Phật giáo. Hoa sen mọc dưới nước cũng biểu tượng vùng nước cõi đất Trung Thế.

Phần hình chiếc trống ở giữa có khắc bốn con thú biểu tượng cho bốn phương trời: ngựa (hướng Tây), bò (Đông), voi (Nam) và sư tử (Bắc). Chúng cũng biểu tượng bốn dòng sông phát xuất từ hồ Anavatapta chẩy vào thế giới như bốn dòng sông lớn chính. Mỗi con thú cũng có thể được nhận diện bởi mỗi một trong bốn hiểm nguy của vòng luân hồi (samsara). Các con vật chuyển vận nối tiếp nhau vô cùng vô tận, quay bánh xe của hiện hữu.

Bốn con sư tử ở trên trống, mỗi con quay về một hướng. Miệng há to đang gầm rống như đang truyền pháp, truyền Tứ Diệu Đế đi ra khắp bốn phương của cõi đất trần gian. Sư Tử là một biểu tượng của Phật Thích Ca (vì thế mà ở cửa chùa nhất là chùa Phật Tổ Cồ Đàm thường để tượng sư tử). Ngoài ra sư tử còn là biểu tượng của trung tín và lãnh đạo và có thể là biểu tượng của vua Ashoka người đã cho dựng Pháp trụ (Karen Shelby). Nguyên thủy bánh Xe Pháp để trên đầu bốn con sư tử, ở đây để ở dưới.

Dấu tích trụ tháp chính gốc còn giữ lại được Bánh Xe Pháp ở trên đầu sư tử thấy qua hình tháp làm phỏng theo của vua Mangrai dựng ở chùa U Mong gần Chiêng Mai, Thái Lan.

Trụ Pháp ở Chiangmai, Thái Lan (Wikipedia).

Nhìn theo vũ trụ giáo trụ có ba phần. Phần trên cùng là Bánh Xe Pháp hình mặt trời nằm trong không gian, nhìn theo nòng nọc, âm dương nhất thể ứng với thái cực và nhìn theo nòng nọc, âm dương phân cực riêng rẽ ứng với lưỡng nghi diễn tả vũ trụ, tạo hóa ứng với Thượng Thế. Phần chỏm tháp có hình sư tử có bờm biểu tượng cõi trời thế gian, vành bệ tròn hình trống (có khi vuông) với bốn tượng thú ở bốn hướng ứng với tứ tượng biểu tượng cho cõi đất thế gian và phần hình bầu có hình cánh hoa sen biểu tượng cho cõi nước thế gian. Đây là ba tiểu thế của Trung Thế. Đế trụ ứng là cõi âm Hạ Thế và thân trụ là Trục Thế Giới.

Nhìn tổng thể trụ Ashoka mang hình ảnh của Cây Vũ Trụ (Cây Tam Thế, Cây Đời Sống) có trục thế giới thông qua tam thế giống như cây Đèn Đá Cây Vũ Trụ, giống như cơ thể học của trống đồng hình Cây Nấm Vũ Trụ Nguyễn Xuân Quang VI (Heger I) của đại tộc Đông Sơn. Bánh xe Pháp có mặt trời nằm trong vòng tròn bánh xe không gian giống hệt như mặt trời nằm trong vòng tròn vỏ không gian bao quanh đỉnh tia sáng ở tâm mặt trống đồng diễn tả Thượng Thế. Những con thú bốn chân ứng với vành thú hay người ở vùng đất dương mặt trống. Phần bầu hoa sen ứng với phần bầu phình tang trống có hình thuyền diễn tả vùng nước thế gian. Hai vùng này là Trung Thế. Đế trụ ứng với đế trống diễn tả Hạ Thế và thân trụ ứng với trụ trống (eo trống) diễn tả Trục Thế Giới.

Cũng nên biết là trụ Ashoka đã có từ lâu trước thời Ashoka nên không phải do ông sáng tạo ra mà chỉ biến đổi đi cho thích ứng với Phật giáo. Chúng có lẽ đã chịu ảnh hưởng của các cây trụ Achaemenid Persia (Wikipedia).

Như thế trụ Ashoka mang ý nghĩa của Vũ Trụ Tạo Sinh của Vũ Trụ giáo có một khuôn mặt là trục thế giới.

Ngày nay hình bốn con sư tử dựa vào nhau trên trụ Ashoka được dùng làm quốc biểu của Ấn Độ.

Bánh Xe Pháp của Ashoka được dùng trên lá cờ Ấn Độ.

Cờ có ba mầu: phần trên mầu nghệ (Kerasi), ở dưới là mầu xanh lá cây và ở giữa mầu trắng có Bánh Xe Ashoka mầu xanh dương có 24 căm xe.

Trục bánh xe hình chấm vòng tròn có một nghĩa là mặt trời. Hai mươi bốn căm xe là 24 nọc tia sáng. Số 24 là số Khôn tầng 4 (0, 8, 16, 24). Trục bánh xe là mặt trời 24 nọc tia sáng Khôn Càn, vũ trụ, tạo hóa. Vành bánh xe là không gian. Nhìn toàn diện bánh xe Pháp Ashoka này là Càn Khôn, Vũ Trụ.

Cờ được giải nghĩa theo hiện nay là mầu nghệ biểu hiện cho can đảm và hy sinh; mầu trắng cho sự thật, hòa bình và trong sạch; mầu xanh lá cây cho thịnh vượng và bánh Xe Ashoka cho Luật (của) Pháp Law of Dharma (chính trực).

- *Bảo Tàng Viện Khảo Cổ Học Sarnath.*

Bảo Tàng có lưu trữ hai cổ vật quí giá nhất là:

1. Phần chóp đỉnh Trụ Pháp Ashoka đã nói ở trên

2. Một tượng Phật Chuyển Pháp Luân tinh xảo, nổi tiếng.

Tượng Phật Chuyển Pháp Luân giảng Pháp, thời Gupta thế kỷ thứ 5 tại Sarnath (nguồn: bưu ảnh) Bảo Tàng Viện Khảo Cổ Học Sarnath).

Phật có thủ ấn Chuyển Pháp Luân (dharma-chakkra mudra): hai bàn tay để trước ngực sát nhau. Lòng bàn tay phải quay ra phía trước, ngón trỏ và cái làm thành vòng tròn diễn đạt bánh xe Pháp. Lòng bàn tay trái quay vào trong ngực ngón út quay bánh xe Pháp.

Lưu Ý:

+ *Phật giáo mang tính tĩnh, âm nên quay bánh xe Pháp bằng ngón út trái, âm.*

+ Cần phân biệt thủ ấn Chuyển Pháp Luân với thủ ấn Giáo Hóa (vitarka muddra). Tổng quát thủ ấn giáo hóa được Đức Phật dùng khí giảng Pháp: tay phải đưa lên cao ngai vai, lòng bàn tay quay về phía trước, ngón trỏ và ngòn cái tạo thành vòng tròn bánh xe Pháp  *.Tay trái buông xuống, lòng bàn tay xoay ra trước.* Lòng bàn tay trái quay vào trong ngực ngón út quay bánh xe Pháp.

Nhìn dưới diện vũ trụ giáo thì thủ ấn Chuyển Pháp Luân (dharma-chakkra mudra) có vòng tròn diễn đạt bánh xe Pháp là nòng O, nường, yoni còn ngón út là nọc que I, nõ, linga. Nõ nường liên tác khi quay là nòng nọc (âm dương) liên tác khởi động qui trình vũ trụ tạo sinh tạo ra vũ trụ, muôn sinh. Bánh xe Pháp khi quay là tạo ra vũ trụ, trời đất, thế giới, muôn loài. Chuyển Pháp Luân là khơi động vũ trụ tạo sinh, chuyển đại vũ trụ và tiểu vũ trụ. Rõ như ban ngày Pháp Phật là Pháp Vũ Trụ, Luật Phật là Luật Vũ Trụ. Phật giáo là tín ngưỡng vũ trụ. Phải dựa vào vũ trụ luận của vũ trụ giáo, của dịch học mới thấu hiểu, quán triệt được giáo lý Đạo Phật.

Đặc biệt tượng Phật ở Sarnath này trên vầng hào quang biểu tượng thượng thế có hình hai người nhà trời (thiên nhân). Như đã nói ở trên Sarnath còn có tên là Isipatana có nghĩa là Nơi Thánh Nhân, bậc Giác Ngộ bỏ lại thân xác ở thế gian.

Như đã biết tượng Phật ở chùa Mulagandha Kuti Vihara là bản sao chép lại của tượng này.

Các Cơ Sở Phật giáo Hiện Nay.

Quanh các thánh địa này có rất nhiều chùa của các quốc gia Phật giáo, trong đó có Việt Nam.

Kết luận

Tóm lại Vườn Nai Sarnath là nơi khai sinh ra Phật giáo, một trong bốn thánh địa của Phật giáo.

Tại đây Đức Phật Chuyển Pháp Luận khai sinh ra Phật giáo.

Tứ Diệu Đế hay Bốn Diệu Đề hoặc Bốn Định Đề Tuyệt Diệu, Bốn Sự Thật Tuyệt Diệu (Four Noble Truths) dựa trên tứ đại tạo nên tiểu vũ trụ con người cùng chung với tứ đại tao nên đại vũ trụ coi như là bốn chân lý của Đức Phật, nền tảng của Phật giáo.

Cuộc đời này là giả tạm, vô thường và con người tự mình ràng buộc, trói buộc với những tập hợp nguyên nhân gây nên khổ đau, khốn đốn. Vì lòng tham dục vọng vô bờ bến không bao giờ thỏa mãn nên phải luân hồi triền miên trong vòng sinh tử.

Chúng có thể dự định tiên liệu, dự hậu, phòng ngừa, Diệt trừ được. Trị liệu là con đường để giải trừ khổ đau đó. Con đường đó chính là Đạo, là Bát Chánh Đạo, con đường giải thoát, giác ngộ đạt tới cảnh giới Niết Bàn. Con người có thể tự mình giải thoát khỏi khổ đau, thoát vòng luân hồi bằng nỗ lực tu tập: làm điều lành, tránh điều ác, không làm hại muôn sinh và giữ tâm ý mình thanh tịnh, an bình.

Hãy ngồi xuống đây dưới tàn cây Bồ Đề tĩnh tâm lắng nghe lời Phật khuyên sống một đời theo Trung Đạo và nghe Phật giảng về Tứ Diệu Đế để tìm về con đường giải thoát.

Cũng nên biết là:

Nhìn dưới diên vũ tru giáo thì thủ ấn Chuyển Pháp Luân (dharma-chakkra mudra) có vòng tròn diễn đat bánh xe Pháp là nòng O, nường, yoni còn ngón út là nọc que I, nõ, linga. Nõ nường liên tác khi quay là nòng nọc (âm dương) liên tác khởi động vòng qui trình vũ trụ tạo sinh tạo ra vũ trụ, muôn sinh. Bánh xe Pháp khi quay là tạo ra vũ trụ, trời đất, thế giới, muôn loài. Chuyển Pháp Luân là khơi động vũ trụ tạo sinh, chuyển đại vũ trụ và tiểu vũ trụ. Rõ như ban ngày Pháp Phật là Pháp Vũ Trụ, Luật Phật là Luật Vũ Trụ. Phật giáo là tín ngưỡng vũ trụ. Phải dựa vào vũ trụ luận của vũ trụ giáo, của dịch học mới thấu hiểu, quán triệt được giáo lý Đạo Phật.

Ghi Chú.

.(1). Chuyến đi kỳ này còn thiếu một di tích Phật thiêng liêng trong 'tứ động tâm' chưa đi là Vườn Nai Sarnath. Có lẽ Sarnath được thay thế bởi chuyến đi yết kiến riêng Đức Dalai Lama ở Dharamsala.

May mắn là lần viếng thăm Varanasi lúc trước chúng tôi đã tới viếng thăm Sarnath.

V. GIẢNG PHÁP

Sau khi khai sinh ra Phật giáo ở Vườn Nai Sarnath Đức Phật dùng hết phần đời còn lại của mình đi khắp nơi giảng Pháp, giáo lý Phật giáo. Những nơi chính yếu là thành Phố Vương Xá, Thành phố Xá Vệ, Ca Tỳ La Vệ, Tỳ Xá Li...

1. THÀNH PHỐ VƯƠNG XÁ (Rajgir)

Đỉnh Kên Kên Linh Thứu Gridhrakuta (Gādhrakūta).

Các Phế Tích Phật Cần Viếng Thăm Tại Thành Vương Xá.

I. Đỉnh Linh Thứ *****.

Đây là nơi quan trọng nhất phải thăm viếng.

-Tháp Hòa Bình.

-Tảng Đá mà Devadatta mưu toan dùng Giết Phật.
-Hang động:Thiền và Hội Kết Tập Phật Giáo lần thứ nhất..

II. Trúc Lâm Viên**.

III. Đại Học Phật Giáo Đầu Tiên Nalanda Trên Thế Giới***.

IV. Thành Lũy Xưa.

V. Nhà tù giam vua Bimbisara.

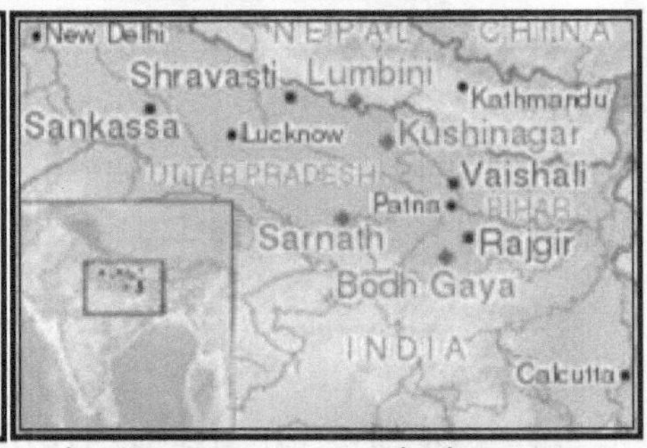

Bản đồ Bốn Nơi Đất Phật Linh Thiêng cho thấy tỉnh Vương Xá Rajgir rất gần Giác Thành Bodh Gaya (nguồn: Wikipedia)

Rajgir hay Rajagrih, cách Giác Thành Bodh Gaya 2 giờ lái xe. Rajgir Phạn ngữ là *Rājagṛha, Pali là Rajagriha* có nghĩa là Vương Xá ["house of the king" hay The City of Kings, cũng gọi là Girivraja hoặc Thành Bao Quanh Đồi (enclosure of hills)].

Thành Vương Xá Rajgir thuộc khu vực Nalanda, tiểu bang Bihar là thủ đô đầu tiên của vương quốc Magadha (Ma Kiệt Đà) tiền thân của Đế quốc Mauryan. Kinh thành Vương Xá được xây ở một vị thế có ba mặt núi bao bọc. Trên các sườn núi đó còn xây những tường lũy giống kiểu Vạn Lý Trường Thành Trung Quốc để chống giặc xâm lăng.

Ngày nay còn lại phế tích của bức tường thành cổ 2.500 năm.

Phế tích lũy thành cổ bao quanh Vương Xá (nguồn: Wikipedia).

Đây là linh địa của Phật, Đức Phật đã nói Vương Xá Thành là nơi *'xinh đẹp, vui thú dường nào'*. Ngài tới đây nhiều lần trước và sau khi đắc đạo.

Vương Xá trở thành một nơi giảng dậy Phật Pháp quan trọng nhất. Ngoài ra tại đây Ngài gặp nhiều môn đệ, cư sĩ, Phật tử quan trọng. Trong số này có hai đệ tử quan trọng nhất là Xá Lợi Tử (Xá Lợi Phất) và Mục Kiền Liên (đã nói về hai tượng ở Giác Thành Bodh Gaya). Hai cư sĩ mạnh thường quân là Vua Bimbisara và Cấp Cô Độc (Anathapindika).

. **Vua Bimbisara** (Tần Bà Sa La).

Khi Phật hãy còn là một du sĩ đi khất thực ở đây Vua Bimbisara của vương quốc Magadha biết được tung tích ngài là một thái tử nên mến phục bèn mời ngài tới và đề nghị chia một phần đất của vương quốc mình tặng ngài nhưng thái tử khước từ (giờ Ngài ra đi tìm chân lý, Ngài đã từng từ bỏ cả một vương quốc được thừa kế vua cha mình).

Vua Bimbisara quả là một người có trái tim Bồ Đề. Ngày nay làm gì có một vị vua nào muốn chia sẻ giang sơn mình cho một thánh nhân?

Đến khi ngài đắc đạo, Vua Bimbisara lại mời ngài về Vương Xá tặng ngài một nơi tu dưỡng là một rừng tre Trúc Lâm Viên. Lần này Đức Phật nhận lời ở lại Vương Xá vài tháng.

Chúng ta có nhiều chùa đặt tên theo Trúc Lâm Viên và nổi tiếng và quan trọng nhất là Trúc Lâm Yên Tử. Phái Thiền Tông Trúc Lâm Yên Tử là hậu duệ của Thiền Tông phát nguồn ở đây.

Đức Phật đã khai hóa và làm lễ thọ giới ('nhập môn') cho vua Bimbisara thành một cư sĩ Phật giáo sùng đạo, thành tâm. Về sau vua Bimbisara bị con là Ajatashatru (À-xa-thế) (Người Không Có Kẻ Thù 'vô địch') bắt giam treo lộn đầu xuống cho tới chết để có được ngôi vua sớm. Một điều an ủi và đem lại niềm vui, hạnh phúc cho vua Bimbisara lúc này là tại nhà giam ông vẫn nhìn thấy bóng Phật ngồi thiền định và giảng Pháp ở trên đỉnh Linh Thứu.

Ngày nay còn lại phế tích nền móng nhà tù giam vua Bimbisara, có thì giờ ta có thể ghé thăm.

Phế tích nhà tù của vua Bimbisara.

. **Cấp Cô Độc** (Anathapindika).

Hiểu theo nghĩa bác học thì Cấp Cô Độc là Người Cấp Dưỡng cho Những Kẻ Cô Độc. Có thể là một trùng hợp lý thú là ông 'Cô Độc' không có con. Cấp Cô Độc là ông Trưởng già, ông Cả Không Có Con (Cấp là đầu, cả, lớn: thủ cấp, là Anh ngữ cap: mũ, chữ viết lớn...). Ông Cấp Cô Độc là một người rất giầu ở Thành Xá Vệ (Shravasti) của vua Ba Tư Nặc. Ông có vợ người Vương Xá Rajgir. Ngày nọ tới đây ở nhà anh vợ ông gặp và cảm phục Đức Phật, ngày hôm sau ông xin qui y và mời Đức Phật về Xá Vệ nghỉ trong những mùa mưa. Đức Phật nhận lời. Ông tìm mua được một khu vườn yên tịnh cho Đức Phật của hoàng tử Jeta con vua Ba Tư Nặc (xem Xá Vệ Thành). Đây là Kỳ Viên Jetavana. Từ năm 508 Đức Phật dùng Kỳ Viên làm nơi cư trú 18 mùa mưa của mình. Ở đường Phan Đình Phùng gần khu Bàn Cờ Saigon ngày xưa có Kỳ Viên Tự của Phật giáo nguyên thủy.

.....

Ngoài những người tốt dĩ nhiên Phật cũng gặp kẻ xấu, ghen tị, thù hận, muốn hại, muốn giết mình.

Devadatta (Đề-bà-đạt-đa).

Nổi tiếng nhất là Devadatta (Đề-bà-đạt-đa) có nghĩa là Thần Thánh Ban Cho, Quà Tặng của Thần Thánh (Deva: thần thánh và data cho, quà tặng có gốc Phạn ngữ *da*, cho biến âm với Hán Việt dâng, tặng). Ông ‘Quà Tặng của Thần Thánh Ban Cho’ này muốn hãm hại ngài. Devadatta là em họ của Phật gia nhập tăng già và trở thành một thành hội viên có quyền lực. Một lần ông muốn thống nhất tăng già để mình thống lãnh nhưng Phật từ chối. Ông tìm cách giết Phật. Huyền Trang khi tới thăm Vương Xá đã ghi lại rằng Devadatta liên kết với Ajatashatru (À-xa-thế) thả con voi say để hại đức Phật nhưng không thành (một trong những nguyên nhân À Xa Thế giết cha và hại Phật vì cha và Phật quá thân cận với nhau). Devadatta lại lăn một hòn đá lớn cố ý giết Phật. Ngài chỉ bị thương ở chân. Tại ngôi chùa dưới chân núi Linh Thứu hãy còn tảng đá này. Chúng tôi có ý định đến đây xem và chụp hình tảng đá...

Ngự Y riêng Jivaka

Ngự y nổi tiếng của vua Bimbisara chữa chân cho Phật. Jivaka được mệnh danh là Y Vương (“Medicine King”) được tôn thờ ở Á châu thời đó. Jivaka cũng cảm phục Đức Phật và mộ đạo Phật đã mua một vườn xoài (vì thế đôi khi ta thấy Đức Phật ngồi dưới gốc cây xoài sai trĩu quả) và xây tu viện gọi là Jīvakarāma tặng Phật. Thầy Huyền Trang đã tới đây. Phế tích được khai quật vào thế kỷ 19. Đây là một tu viện Phật giáo cổ nhất còn dấu tích khảo cổ tồn tại ngày nay.

Phế tích Tu Viện Jivaka Amravana

Ở ngoại ô Vương Xá Thành có Đại Học Phật giáo đầu tiên Nalanda (xem dưới).

Hang Saptapani (Thất Diệp).

Một nơi nữa là hang Saptapani (Thất Diệp) tại Vương Xá Thành đáng nói tới là trong suốt bao nhiêu năm hoằng pháp những lời giáo huấn của Đức Phật chưa được ghi chép lại thành kinh điển. Sau khi Đức Phật nhập diệt ba tháng, ngài Ca Diếp triệu tập một Hội Nghị Kết Tập Phật Giáo Đầu Tiên Linh Sơn Hội Thượng Phật vào năm 483 (Trước Dương Lịch) tụ tập được 500 vị La Hán mục đích kết tập các bài kinh giảng và các điều luật thành một hệ thống qui củ. Phần Kinh (Sutra) do tỳ khưu Ananda, phần Luật (Vinaya) do Upali (Ưu Bà Ly) và phần Luận (Abhidarma) do Ca Diếp (Kashyapa) đảm trách. Cũng nên biết A Xà Thế sau này ăn năn hối lỗi quay về với đạo Phật và trở thành một quân vương Phật tử tích cực yểm trợ cho hội này.

....

Vì vậy Thành Vương Xá này có rất nhiều Phật tích cần viếng thăm như: Đỉnh Núi Kên Kên Linh Thứu cùng các nơi phụ thuộc, Trúc Lâm Viên, Đại Học Phật giáo Đầu Tiên Trên Thế Giới Nalanda, thành lũy cổ bao quanh Thành Vương Xá, phế tích nhà giam Vua Bimbisala, Tu Viện Jivakarama...

Nơi quan trọng nhất phải đến thăm là Đỉnh Kên Kên Linh Thứu, tiếp đến là Vườn Trúc Lâm và Đại Học Phật giáo Nalanda..

1. ĐỈNH KÊN KÊN LINH THỨU (Gridhrakūta).

Quần thể đồi núi Linh Thứu gồm có hai phần:

- Phần chính là đỉnh Kên Kên Linh Thú nằm trên một đồi nhỏ ở lưng chừng Bảo Sơn.

- Phần phụ mới xây cất sau này là Tháp Hòa Bình Vishwa (Vishwa Shanti Stupa) nằm trên đỉnh Bảo Sơn. Tại đây có dây cáp treo đi thẳng lên tới Tháp Hòa Bình.

Vì thế có hai chọn lựa.

. Chọn lựa thứ nhất là những người lớn tuổi, có vấn đề khó leo núi cao hay muốn để dành sức lực có thể dùng dây cáp treo lên xem Tháp Hòa Bình trước rồi đi xuống thăm Đỉnh Kên Kên sau.

. Chọn lựa thứ hai là leo lên Đỉnh Kên Kên trước, xem xong mới leo bộ lên thăm Tháp Hòa Bình hay nếu thấy đã thấm mệt thì bỏ tháp này vì tuy tháp rất đẹp nhưng như đã nói ở trên chỉ là phần phụ mới xây không quan trọng bằng Đỉnh Kên Kên (từ dưới chân núi lên tới Tháp Hòa Bình đường nấc thang có 600 bậc).

Chúng tôi đến đây đã xế chiều. Vì vậy phần lớn trong đoàn quyết định dùng cáp treo lên xem Tháp Hòa Bình trước rồi đi bộ xuống Đỉnh Kên Kên. Chỉ có bốn năm người leo bộ lên Đỉnh Kên Kên, bỏ không lên thăm Tháp Hòa Bình. Người hướng dẫn đi với nhóm nhỏ leo bộ này. Nhóm chúng tôi như rắn mất đầu.

A. Bảo Sơn: Tháp Hòa Bình (Shanti) Vishwa.

Cổng vào Cáp Treo Lên Đỉnh Linh Thú (ảnh của tác giả).

Tháp cao 400 m trên đỉnh Bảo Sơn Ratnagiri do Nhật Bản xây 1969. Đây là một trong 80 Tháp Hòa Bình xây khắp nơi trên thế giới.

*Cổng tam quan dạng cổng Thần Đạo Torii Nhật Bản.
Như đã biết cổng dạng tam quan có cùng một ý nghĩa biểu tượng vũ trụ giáo giống như nhau trong Phật giáo, Ấn giáo, Thần Đạo (ảnh của tác giả).*

(ảnh của tác giả).

Trong bài Ý Nghĩa của Tháp Phật (1 và 2) tôi đã nói rõ về tháp chùa, tháp Phật, chỉ xin nhắc lại một vài điểm chính ở đây.

Nhìn tổng thể tháp Phật có cấu trúc theo Núi Vũ Trụ (Meru Phật giáo, Kailash Ấn giáo) của vũ trụ giáo.

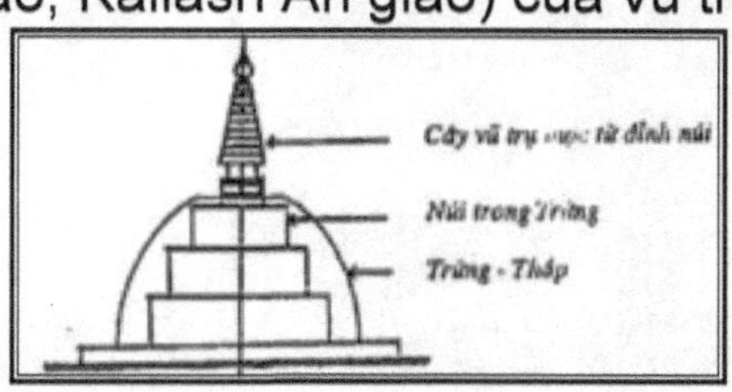

Sơ đồ một Stupa (nguồn: Snograss).

Trong vũ trụ giáo hai phần trên tháp có hình bầu nậm nòng nọc (âm dương): phần cổ bầu hình tháp nhọn là nọc, dương, nõ và phần bụng bầu vòm dạng nửa bán cầu (dạ con) là nòng, âm, nường. Trong Ấn giáo à linga-yoni vòm dạ con. Trong Phật giáo là cái chuông lắc cầm tay kiền trùy ghanta: phần nọc nhọn tay cầm tương ứng với chầy kim cương vajra dương, nõ và phần bầu là chuông, âm, nường. Nòng nọc (âm dương) nhìn dưới dạng nhất thể là Trứng vũ trụ (ở hình này là phần bầu tháp: Trứng vũ trụ), thái cực. Nhìn dưới dạng phân cực là lưỡng nghi. Lưỡng nghi nòng nọc (âm dương) liên tác sinh ra tứ tượng (thường diễn tả bằng bốn cửa của tháp hay bốn tháp nhỏ ở bốn góc. Tại tháp này là bốn cửa có 4 tượng Phật). Tứ tượng sinh ra tam thế (ở hình này là Núi Tam Thế ba bậc cấp trong trứng) biểu tượng bằng cây vũ trụ (cây tam thế, cây đời sống), ở hình này là nọc nhọn tháp trông giống cây giáng sinh (nhìn theo vũ trụ giáo cây giáng sinh Thiên Chúa giáo có một nghĩa biểu tượng là cây vũ trụ. Đức Chúa từ vũ trụ giáng thế). Tháp Chùa, tháp Phật có một nghĩa biểu tượng Núi Vũ Trụ Meru trong Phật giáo.

Tháp xây bằng cẩm thạch trắng có tượng Phật ở bốn bên. Đi theo chiều âm, cùng chiều kim đồng hồ của Phật giáo ta thấy:

Phật Đản Sinh.

Phật Đản Sinh (ảnh của tác giả).

Phật đản sinh đứng trên tòa sen.

Hào quang sau đầu trông giống hình bánh xe pháp có 8 'căm' xe thường giảng là biểu tượng của Bát Chánh Đạo. Thật ra ở đây vì Phật mới sinh nên chưa có Bát Chánh Đạo, phải nhìn theo vũ trụ giáo là hình mặt trời có 8 tia sáng nằm trong vòng tròn không gian diễn đạt mặt trời Càn Khôn, Vũ Trụ, Tạo Hóa [giống mặt trời-không gian ở tâm trống Quảng Xương, trống biểu của Hùng Lang gồm hai ngành Hồng Lạc, Chim-Rắn, Tiên Rồng Việt Nam (xem trống này)]. Đức Phật từ cõi trời, vũ trụ giáng thế [như đã biết Phật Thích Ca có cốt là Phật Vũ Trụ. Ngài vốn đã là một vị Phật cai trị tại vùng Đâu Suất (Tausita). Ngài giao quyền lại cho Ngài Di Lặc (Maitreya) trị vì vùng trời Đâu Suất xuống thế gian làm người, rồi tu luyện trở thành Phật thế gian, lịch sử, hiện tại, một vị Phật Người (Nhân Phật Manushi)]. Như thế Phật Thích Ca có hai khuôn mặt: ở cõi trên là Phật Vũ Trụ, đội lốt Phật Vũ Trụ Đại Nhật Quang Vairocana. Ở thế gian là Phật Người, Phật Thế Gian, Phật Lịch Sử, Phật Hiện Tại.

Vành hào quang sau đầu phải hiểu là mặt trời tạo hóa nằm trong không gian tức mặt trời Càn Khôn, Vũ Trụ, Tạo Hóa. Phật Thích Ca từ vũ trụ giáng thế có cốt là Phật vũ trụ.

Tòa sen dưới chân Phật hình bầu nậm nòng nọc (âm dương) diễn đạt vũ trụ tạo sinh.

Như đã biết điểm này giải thích tại sao Phật đản sinh một ngón tay chỉ lên trời, đại vũ trụ và một ngón tay chỉ đất, thế gian, tiểu vũ trụ.

Thứ nữa Phật bước bẩy bước trên 7 hoa sen. Tại sao? Xin thưa số 7 là số Càn, lửa vũ trụ, dương thái dương và hoa sen là hoa mọc dưới nước có một nghĩa là âm thái âm Khôn. Bẩy bước trên hoa sen là bẩy bước Càn Khôn, Vũ

Trụ. Điểm này cũng xác thực khuôn mặt của Phật Thích Ca có cốt là Phật Vũ Trụ giáng thế.

Phật Đắc Đạo.

Phật đắc đạo (ảnh của tác giả).

Phía sau lưng Phật là lá Bồ Đề thay cho hình cây Bồ Đề nơi ngài thành đạo. Trong lá Bồ Đề có thư pháp Nhật Bản hình tháp Phật hình vòm vũ trụ. Một lần nữa xác thực Phật ngồi ở tòa Kim Cương dưới gốc Bồ Đề ở Bodhi Gaya là ngồi ở tâm vũ trụ, rốn trái đất, khi thành đạo rung chuyển cả trời đất, vũ trụ, bừng sáng, phụt sáng, phực sáng lên như tiếng sấm khai thiên lập địa của dóng sấm Kim Cương chùy nên mới gọi là tòa Kim Cương... (xem Bồ Đề Đạo Tràng).

Có một điểm khác lạ ở đây, có độc giả nào nhận ra không?

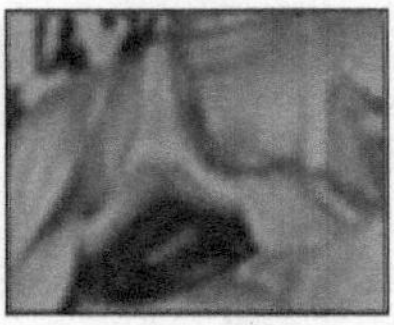

Đó là tượng Phật thành đạo ở đây không có tay là thủ ấn chạm đất 'lấy đất làm minh chứng' (Bhumiparsha mudra) mà hai tay chắp lại như là thủ ấn đảnh lễ (Anjali mudra).

Với kiến thức ABC của tôi về Phật giáo tôi chưa thấu hiểu nổi tại sao người Nhật lại làm như thế?

Phật 'Chuyển Pháp Luân' Giảng Pháp Lần Đầu Tiên.

Phật Giảng Pháp lần đầu tiên cho năm tỳ kheo với thủ ấn 'chuyển Pháp Luân" (dharma-chakra mudra) (ảnh của tác giả).

Tượng này làm theo tượng Phật quay bánh xe Pháp ở Vườn Nai Lộc Uyển Sarnath. Thủ ấn Chuyển Pháp luân: ngón tay trỏ và ngón cái của bàn tay phải làm thành vòng tròn bánh xe Pháp, ngón út bàn tay trái quay bánh xe Pháp (1).

Dưới bệ là hình các đệ tử (Vườn Nai Sarnath).

Phật Nhập Niết Bàn.

Phật nhập Niết Bàn dưới rừng cây sala (ảnh của tác giả).

Ngài nằm nghiêng về bên phải, chân trái để trên chân phải. Tay trái để dọc theo chân trái. Tay phải co lại lót đầu. Đầu hướng về phía Bắc, mặt nhìn về hướng Tây (Tây Phương Cực Lạc) như ta thấy rõ lúc này là lúc chiều tà nên ánh mặt trời chiếu về phía mặt ngài.

....

Không có nhiều thì giờ, chỉ xem chớp nhoáng qua loa Tháp Hóa Bình, chúng tôi phải xuống thăm ngay Đỉnh Kên Kên và bỏ qua không ghé vào lễ Chùa Hòa Bình của Nhật Bản ở đây.

B. ĐỈNH CHIM KÊN KÊN LINH THỨU (Gādhrakūta).

Đây là chủ điểm cần viếng thăm ở tỉnh Thành Vương Xá này.

Đỉnh Linh Thứu ở Làng Devrajnaga cách Tỉnh Vương Xá 5 km, nằm ở Bảo Sơn, một ngọn núi cao nhất ở quanh vùng tỉnh này.

Gijjhakūṭa (Pali) hay Gādhrakūta (Phạn ngữ) có Gādhra, gRdhra: chim kên kên và kuta: lều, chòi cao, nơi cao, đỉnh núi. Kuta có kut- biến âm với Việt ngữ chót (chót cao, cao chót vót) với chóp, chỏm (núi).

Hán Việt là Đỉnh Núi Linh Thứu có thứu鷲 :

1: chim kên kên.

2: *Linh Thứu sơn* 靈鷲山 núi Linh Thứu: Núi Chim Kên Kên Linh Thiêng.

Có một truyền thuyết nói rằng tên Kên Kên là do Ma Vương Mara đã tìm cách quấy phá thiền định của Ananda bằng cách hiện hình dưới dạng một con chim kên kên ma quái ở cửa hang. Nhưng phần lớn tin rằng tên được gọi theo một tảng đá tại đây có hình chim kên kên. Điều này chắc đúng hơn.

Có khi còn gọi là Đỉnh Chim Ưng Thần (Holy Eagle Peak). Gọi tránh dùng tên chim Kên Kên có lẽ vì chim kên kên thường được cho là có biểu tượng tiêu cực, xấu liên hệ với cõi chết, xác người. Thật ra chim kên kên nhiều nơi có biểu tượng rất tích cực, thiêng liêng như ở Ai Cập cổ chim kên kên biểu tượng lửa thái dương, mặt trời, Càn của Ai Cập Thượng.

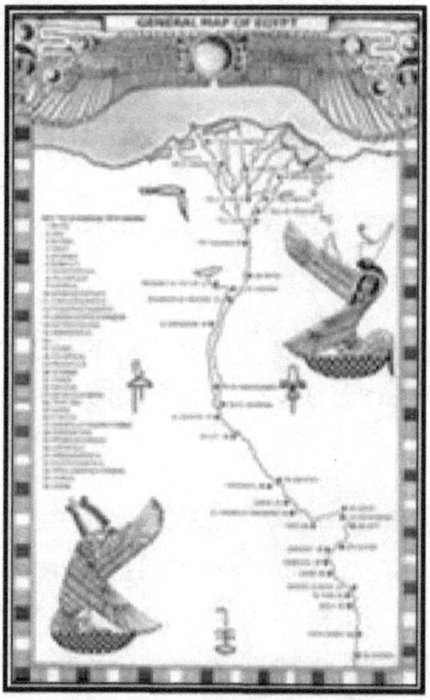

Bản đồ Ai Cập cổ: Ai Cập Thượng trên núi Chim Kên Kên và Ai Cập Hạ dưới biển Rắn Hổ Mang.

Trong khi rắn hổ mang biểu tượng nước thái âm, Khôn cho Ai Cập Hạ trong lưỡng hợp Càn-Khôn, Chim-Rắn giống như Chim Rìu Việt Hồng- Rắn Việt Lạc, Tiên Rồng, Hồng Lạc Việt. Phải chăng tại đây có nhiều chim kên kên nên mới gọi đỉnh núi linh thiêng này là Đỉnh Kên Kên? Kên kên dịch qua Hán Việt là Linh Thứu và núi này là Linh Sơn. Chim kên kên ở đây phải hiểu là có một khuôn mặt linh thiêng.

Như thế nếu lấy tên theo nghĩa biểu tượng thì đã có tảng đá Chim Kên Kên thì tại đỉnh núi này tất phải có một tảng đá hình đầu Rắn. Ta hãy đi tìm (xem dưới).

Từ đỉnh Bảo Sơn có Tháp Hòa Bình nhìn xuống, qua ống kính máy ảnh nhỏ cổ lỗ sĩ của tôi thấy rất rõ Đỉnh Linh Thứu với cả tảng đá hình con chim Kên Kên cụp cánh đứng im ở trên một ngọn đồi nhỏ:

Đỉnh Linh Thứu nhìn từ trên Tháp Hòa Bình
với hình tảng đá chim Kên Kên thấy rất rõ ở góc trái trên (ảnh của tác giả).

Lối chính đi xuống Đỉnh Kên Kên qua cổng Tam Quan Torii đã đóng cửa mất rồi nên chúng tôi đi loanh quanh tìm đường xuống. May nhờ những người bán hàng rong địa phương họ hỏi bằng Tiếng Việt: "Linh Thíu"? "Linh Thíu"? "Linh Thíu"? Họ chỉ một lối mòn nhỏ đi xuống. Chúng tôi hơi e dè. Họ đi trước dẫn đường. Quả thật lối mòn dẫn tới một con đường bậc thang lát xi măng.

Đây chính là lối đi bằng đất ngày xưa vua Bimbisara làm để lên thăm Đức Phật. Ngày nay người Nhật giúp trùng tu lại.

Mấy người bán rong bám đi theo lải nhải chào mời mua hàng. Thú thật chúng tôi hơi lo vì có lúc ở những chỗ vắng vẻ chỉ có hai chúng tôi đi cùng với bọn họ. Nên chúng tôi hứa đại với họ là thăm xong Linh Thứu, xuống chân núi rồi sẽ tính mua sau vì không có thì giờ.

Nhìn từ trên xuống tưởng là gần mà đi xuống mãi mãi chưa thấy tới, trong khi bóng chiều đổ xuống nhanh hơn bước chân chúng tôi đi.

Thật phấn khởi khi thấy một tấm bia đề tên Linh Sơn Kiều bằng chữ Hán.

Linh Sơn Kiều (ảnh của tác giả).

Tên Cầu Núi Thiêng này cho biết có một cây cầu nhỏ bắc ngang qua một con suối trên đường lên đỉnh Kên Kên. Có ai thắc mắc là tại sao con suối này lại được lập bia tưởng nhớ không nhỉ? Đây chính là con suối Đức Phật thường tắm khi lưu trú tại Đỉnh Kên Kên này.

Một lúc sau mới tới một ngã ba, chỗ chia ra một nhánh đi lên Đỉnh Kên Kên, một nhánh chính tiếp tục đi xuống chân núi.

Tiếng nhóm người trên đỉnh Kên Kên chào mừng chúng tôi vọng xuống. Chúng tôi thở phào nhẹ nhõm. Phấn khởi.

Ngã ba có ngã rẽ lên Đỉnh Kên Kên (ảnh của tác giả).

Ngay đầu lối đi lên thấy ngay hai cái hang đá: một cái nhỏ, một cái lớn.

Hang nhỏ (ảnh của tác giả).

Hai chiếc hang đá này Đức Phật đã từng lưu trú, ngồi thiền định. Thầy Huyền Trang viếng thăm nơi đây vào thế kỷ thứ 7 gọi là 'Nhà Đá'.

Bên trong một hang tìm thấy những tấm bài vị tạ ơn bằng đất sét nung.

Hang lớn Sukarakhata còn gọi là hang Heo Rừng (Boar's cave).

Hang lớn Sukarakhata Heo Rừng (Boar's cave) có một mỏm đá nhô ra như mái hiên có hình đầu một con rắn (ảnh của tác giả).

Tại hang này Đức Phật thuyết giảng hai kinh luận của ngài. Cũng tại đây ngài Xá Lợi Phất hay Xá Lợi Tử (Rariputta) đạt được giác ngộ.

Trước cửa hang này có một mỏm đá nhô ra như mái hiên có hình đầu một con rắn.

Gần cận còn có nhiều hang động khác dùng làm nơi thiền định, tĩnh dưỡng và hội họp như:

. Hang Ananda.

Ananda ngồi thiền như đã nói ở trên bị Mara Pisnuna quấy nhiễu, dọa nạt dưới dạng một con chim kên kên lớn ở của hang (vì thế mới có giả thuyết cho là đỉnh núi này gọi tên theo con chim kên kên này). Đức Phật đã độ trì cho Ananda vượt qua. Nghe nói tại cửa hang còn thấy dấu chân của chim kên kên.

. Hang Mục Kiền Liên ngồi thiền định.

. Hang Đại Ca Diếp ngồi thiền định.

. Hang Saptapani (Thất Diệp).

Nơi tổ chức Hội Kết Tập Phật giáo lần thứ nhất do Đại Ca Diếp chủ trì như đã nói ở trên.

…

Tiếc thay trời đã sắp tối rồi chúng tôi phải bỏ qua.

Ngoài hang động, Thầy Huyền Trang cũng nhận thấy có tu viện Phật giáo ở vùng Đỉnh Núi Kên Kên Linh Thiêng này.

Trước đó Thầy Pháp Hiển cũng đã tới Đỉnh Linh Thú này vào thế kỷ thứ 4. Thầy mang theo nhang đèn. Vừa mới vái lạy Phật thì đèn phục sáng lên khiến Thầy bật khóc.

Có một vị tăng sĩ Việt Nam đầu tiên là Đại Thặng Thăng cùng với ba vị tăng sĩ Việt Nam khác đi cùng với nhà sư Trung Quốc Nghĩa Tịnh (Yi Tsing) (635-713) theo đường biển tới Ấn Độ có tới thăm Linh Thứu vào thế kỷ thứ 7 nhưng chẳng may mất tại xứ người (Nguyễn Tường Bách, Mùi Hương Trầm).

Sau hai cái hang tới một khoảng sân rộng đầy cờ phướn cầu nguyện Tây Tạng. Phướn đang theo nhịp gió núi hát lời cầu kinh rộn ràng hòa cùng với lòng mừng vui của chúng tôi. Năm loại phướn ngũ sắc: xanh biển, vàng, đỏ, trắng, cam, năm mầu cờ Phật giáo là năm mầu của hào quang Phật lấp lánh, rạng ngời, phất phới, tung bay.

Đến nơi rồi!

Ôi hạnh phúc biết bao đã đến được chỗ mong đợi này. Ôi hạnh phúc thay! Ôi hạnh phúc thay!

Đỉnh Linh Thú coi như là một Phật tích quan trọng thứ nhì sau Gốc Bồ Đề, Tòa Kim Cương ở Bồ Đề Đạo Tràng tại Giác Thành. Đây là nơi Đức Phật giảng dậy và luận kinh siêu đẳng của Phật Pháp làm thay đổi cả nhân sinh quan của loài người. Phật giảng cho mọi giới, muôn loài khắp trong tiểu vũ trụ và đại vũ trụ (trong khi đó ở Lộc Uyển Sarnath Ngài chỉ mới "chuyển Pháp Luân" khai sinh ra đạo Phật).

Ngay đầu lối cầu thang dẫn lên sân Đỉnh Núi Linh Thứu nhìn thấy ngay phía mặt ngang của tảng đá chim Kên Kên:

Chim Linh Thứu nhìn ngang (ảnh của tác giả).

Chim Linh Thứu nhìn từ bên và trên cao (Bưu ảnh).

Thú thật theo tôi tảng đá trông giống hình chim nhưng không giống chim kên kên lắm. Chim kên kên cổ tròn, cong, dài, trụi lông. Như thế gọi là chim kên kên là cố ý theo một ý nghĩa biểu tượng. Giả dụ đúng là chim kên kên thì cũng phải mang một ý nghĩa biểu tượng gì? Đó chính là biểu tượng lưỡng hợp như chim kên kên-rắn hổ mang của Ai Cập cổ, biểu tượng Nòng Nọc (âm dương), Càn-Khôn, Vũ Trụ, biểu tượng như Chim Hồng-Rắn Lạc, Hồng Lạc Việt Nam. Đúng vậy như vừa nói ở trên tại hang lớn Heo Rừng có tảng đá nhô ra ở của hang như mái hiên trông giống đầu Rắn.

Nhìn từ trên cao ta thấy tảng đá chim Kên Kên ở ngay phía trên tảng đá đầu rắn ở hang Heo Rừng.

(nguồn: https://www.dhammawiki.com/index.php/Vulture Peak).

Từ xưa tới nay không một ai hiểu theo liên hợp hai ý nghĩa biểu tượng chim-rắn này có nghĩa là Càn Khôn, Vũ Trụ.

Đỉnh núi này có một khuôn mặt là Chim Kên Kên-Rắn. Rắn có thể là một loài có nhiều tại đây hay cũng có thể dùng loại rắn hổ mang. Vì như đã biết Vua Rắn Hổ Mang Mucalinda đã từng dùng mũ chụp đầu (hood) bảo vệ Phật Thích Ca lúc thiền định vào tuần lễ thứ sáu khi có bão mưa ở gốc Bồ Đề. Tại Hồ Sen ở khu Chùa Đại Giác Mahabodhi có tượng Mucalinda bảo vệ Phật Thích Ca. Ta thấy Đức Phật ngồi ở của hang Heo Rừng có mái hiên che đầu rắn trông y hệt như tượng thần Rắn Mucalinda bảo vệ ngài. Ngài ở trong hang đầu rắn này được thần Mucalinda bảo vệ, che chở.

Rõ như ban ngày đỉnh núi này có một nghĩa lưỡng hợp chim-rắn, Càn Khôn, Vũ Trụ, một khuôn mặt vũ trụ của Phật Thích Ca (như đã biết Đức Phật thuyết giảng rất nhiều về vũ trụ luận, vũ trụ tạo sinh, thấy rõ nhất trong Kinh Hoa Nghiêm, khiến các nhà vật lý học, thiên văn học, vũ trụ học ngày nay giật mình).

Địa điểm chính của Đỉnh Kên Kên là một sân nhỏ Mulagandhakuti (Lều Cỏ Thơm Nguyên Sơ), ngày xưa là chỗ lưu trú hay lều Phật ngồi thiền và giảng Pháp trên một đỉnh đồi nhỏ nhìn xuống Thành Vương Xá. Về sau xây thành một ngôi đền nhỏ. Ngày nay còn chân tường bằng gạch và nền xi măng.

Mulagandhakuti, ngày xưa là chỗ ẩn cư, lều để thiền và làm tòa giảng của Đức Phật.

Một lá cờ Campuchia của một đoàn hành hương Campuchia treo ở phía sau bàn thờ. Tôi nghĩ nên để ở một chỗ nào khác hơn là để ở bàn thờ mang tính thiêng liêng này.

Tại đây Đức Phật giảng những bộ kinh quan trọng như Diệu Pháp Liên Hoa, sadharmapundrika, Việt Nam gọi là Kinh Pháp Hoa (Dharma Flower), kinh Thủ Lăng Nghiêm Tam Muội (Suranggama Samadhi), kinh Bát Nhã Ba-La-Mật (Prajnaparamita)... Theo truyền thuyết kể lại có rất nhiều bồ tát, la hán, thiên nhân, người, cao tăng, a-tu-la và các loài khác tham dự. Có người thắc mắc là chỉ có một mặt bằng nho nhỏ bằng một chiếc sân con con này làm sao chứa được nhiều người như thế? Ta phải hiểu rằng hơn hai ngàn năm trăm năm trước nơi đây chưa có cái sân này. Có thể nơi đây chỉ là một vạt đất bằng nhỏ hơn nữa hay chỉ là một bệ đá lớn bằng như bàn thạch. Chỗ Phật ngồi như một chiếc ngai. Lưng ngai là núi Bảo Sơn mang hình ảnh núi vũ trụ. Bằng chứng thấy rõ là ngày nay người Nhật đã xây Bảo Tháp Hòa Bình mang hình bóng núi vũ trụ. Cả sàn ngai Đỉnh Linh Thú ở đồi thấp này và lưng ngai Bảo Sơn cao nhất vùng có Tháp Hòa Bình là một cái ngai vũ trụ, một thứ tòa giảng thiên nhiên.

Điểm này được xác thực như vừa nói, bởi ý nghĩa Càn Khôn, Vũ Trụ của lưỡng hợp tảng đá chim Kên Kên và tảng đá đầu Rắn ở hang Heo Rừng. Rõ ràng nơi Đức Phật lưu trú và thuyết giảng Pháp ở đỉnh Linh Thứu tại Bảo Sơn này mang hình ảnh một tòa giảng Càn Khôn, Vũ Trụ.

Phật bây giờ không còn ở dạng ứng nhân mà đã ở dạng báo thân nên Ngài ngồi thuyết giảng không phải chỉ riêng cho đệ tử, cư sĩ, Phật tử mà cho muôn loài ở khắp vùng đồi núi bao quanh Vương Xá, khắp cả tam thế, trời đất, vũ trụ…

Linh Thứu cũng là nguồn cội, quê hương của Thiền Tông, một môn phái mà hiểu và thấy qua 'tâm truyền tâm". Hiểu, biết qua tuệ giác, không cần nói, không cần diễn đạt bằng chữ viết.

Tại đỉnh Linh Thứu này, trong một pháp hội Đức Phật không nói một lời nào mà chỉ đưa một đóa hoa lên gần mũi. Mỉm cười. Tất cả im lặng. Chỉ có ngài Ca Diếp là hiểu và mỉm cười đáp lại. Sau đó Đức Phật nói với Ca Diếp: ta có chánh pháp nhãn tạng, niết bàn diệu tâm thật tưởng vô tướng không thể giảng bằng ngôn ngữ thông thường, nay ta giao phó, truyền lại cho Ca Diếp.

Đại Ca Diếp trở thành Đệ nhất Tổ Thiền Tông Ấn Độ rồi truyền cho A-Nan là tổ thứ nhì. Thiền Tông Ấn Độ có 28 đời. Bồ Đề Đạt Ma là tổ thứ 28.

…

Hoàng hôn từ mầu vàng 'hoàng' đã chuyển nhiều sang mầu tím đen 'hôn' (huân, quân, mầu quả mồng quân).

Khách viếng thăm đã bỏ về chỉ còn lại một vài nhà sư ngoại quốc với hai chúng tôi. Chỉ còn chúng tôi và Tam Bảo: Phật, Pháp, Tăng. Các vị sư rất khiêm nhường chọn một góc bên tòa giảng ngồi thiền định. Thế giới đang chìm vào tĩnh lặng.

Tôi cảm thấy trên đỉnh đầu chỗ bàn tay Đức Dalai Lama để lên để ban phước lành cho tôi có một cảm giác ấm áp lạ lùng trong gió hoàng hôn trên đỉnh Linh Thứu này. Bàn tay vỗ nhẹ như ru tâm hồn tôi trôi vào một cõi thanh tịnh.

…

Hoàng hôn đã gần xuống hẳn.

Hoàng hôn chìm xuống dưới sân tòa giảng Đỉnh Kên Kên Linh Thiêng (ảnh của tác giả).

Các nhà sư vẫn còn ngồi như những pho tượng đá. Không biết họ có ở lại đây suốt đêm nay hay không? Nếu họ ở lại, ước gì chúng tôi được ở lại cùng với họ.

Nơi đây ngày xưa Đức Phật đã giảng kinh Diệu Pháp Liên Hoa. Không còn chỗ nào hơn ở đây ta hãy đọc vài câu kinh Hoa Sen...

Có tiếng người gọi, lôi chúng tôi trở về thế giới hiện thực trần tục loài người.

Tiếng gọi hối thúc chúng tôi xuống núi ngay. Nhưng nhìn đồng hồ thấy hãy còn giờ. Có chuyện gì chăng?

Trời sắp tối hẳn, tranh tối tranh sáng, Phải dò dẫm đi xuống bậc thang từng bước một. Tới ngã ba, còn hai người bán hàng rong vẫn đứng chờ chúng tôi. Họ bật đèn phone di động soi đường cho chúng tôi đi. Một tấm lòng từ tâm. Họ không muốn chúng tôi té ngã. Một tấm lòng tốt không hẳn là hoàn toàn họ có mục đích làm để bán hàng.

Chúng tôi hối hả bước xuống các nấc cấp bậc loáng thoáng ánh sáng.

Sau hơn bốn mươi năm hành nghề y học tôi linh cảm thấy có một chuyện gì khẩn cấp. Chắc có một tai nạn...

....

Trước khi về bà xã tôi không quên giữ lời hứa bâng quơ lúc trước, mua hết tất cả các xâu chuỗi cổ, vòng đeo cổ tay, ảnh tượng Phật giáo ở Đỉnh Kên Kên này của hai người bán rong đem về làm quà hành hương.

Chúng tôi sẽ còn nhớ mãi suốt đời Đỉnh Núi Kên Kên Linh Thứu ở Thành Vương Xá này, một nơi mà Đức Phật đã nói là ‘xinh đẹp, vui thú dường nào’, một nơi Đức Phật đích thực hoằng pháp cho muôn loài, một linh địa thứ nhì sau Bồ Đề Đạo Tràng. Như một con rắn (tôi tuổi Tân Tỵ, Tân là một trong 10 Thiên Can và Tân cũng có một nghĩa là Mới), hôm nay tôi lột xác tại Đỉnh Núi Kên Kên Linh Thứu này. Bây giờ đích thật là Tân Tỵ "Con Rắn Mới" sinh. Nhìn, thấy và hiểu biết khác xưa mặc dù thế gian, nhân gian này vẫn vậy.

C. TRÚC LÂM VIÊN.

Venu Vana Kalandakanivapa

Một bụi tre ra hoa đang chết dần trong Trúc Lâm Venu Vana bên hồ Kalandaka.

Sáng nay chúng tôi được đưa tới thăm Venu Vana Kalandakanivapa: Rừng, Vườn Tre-Sóc (2).

Thầy Huyền Trang trong Đại Đường Tây Vực Ký cho biết Rừng Tre Sóc nằm cách kinh vua khoảng một lí về phía bắc Thành Vương Xá (Beal, op. cit., ii.159).

Nghe tới hai chữ Rừng Tre, lòng tôi khấp khởi vui mừng. Đây còn là rừng tre nơi an dưỡng (arama) của Đức Phật nữa thì còn vui sướng biết bao khi được viếng thăm. Chưa tới nơi mà lòng đã bồi hồi.

Trúc Lâm nơi Phật Thích Ca đã từng sống ẩn cư và thuyết giảng Phật Pháp từ hơn hai ngàn năm trăm năm về trước còn thấy ghi lại trong nhiều tập kinh.

Cổng vào (ảnh của tác giả).

Veluvana ngày nay (ảnh của tác giả).

Như đã biết ngày trước khi du sĩ Tất Đạt Đa đi khất thực ở Thành Vương Xá, Vua Bimbisara biết được tung tích ngài, cảm phục mời Thái Tử tới cung điện và muốn chia xẻ một phần vương quốc của mình cho Thái Tử nhưng ngài từ chối.

Nghe vậy vua thỉnh cầu Thái Tử sau khi đắc đạo trở lai thăm ông. Đúc Phật nhận lời. Phật đã trở lại Vương Xá và vua tặng ngài khu Công Viên Hoàng Gia (Ngự uyển, Royal Park) trồng một rừng tre gọi là Trúc Lâm. Vườn cũng nhiều cây ăn quả, hạt nên cũng có nhiều sóc.

Đây là nơi an dưỡng Phật thích nhất.

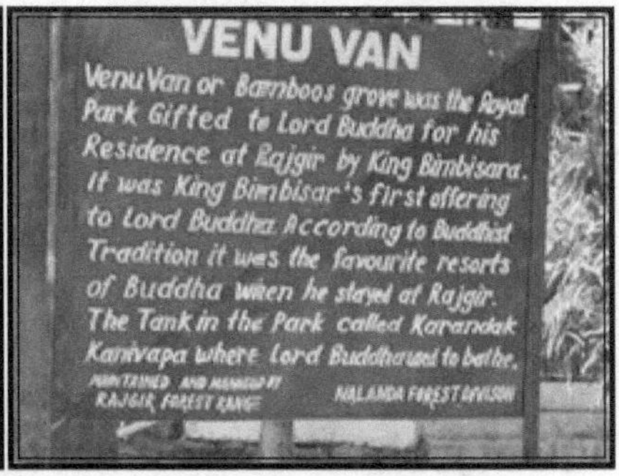

(ảnh của tác giả).

Tới đây lần đầu mà tôi tưởng chừng như đã tới đây nhiều lần, tưởng chừng như tôi vốn đã là một người làm vườn chăm sóc tre ở đây. Lòng rung động dạt dào. Nhìn đâu cũng thấy quen thuộc quá, giống tre nào cũng thân quen như **bạn bè**. Tre trúc đối với tôi là loài cây ***bạn*** thân thiết và cũng là một thứ ***bè*** tre để lên thác xuống ghềnh, qua sông những lúc trong đời gặp khi ngăn sông cách núi. Yêu tre từ thuở ấu thơ sống dưới mái nhà tre, trong lũy tre. Lớn lên tôi yêu tre qua Phật giáo, dưới bóng mát của Thiền Trúc Lâm (có loài tre bụng Phật, tre tím là biểu tượng của Quán Thế Âm Bồ Tát).

Tượng Quán Thế Âm Bồ Tát Nghìn Tay tạc từ một gốc tre già Mạnh Tông. Mỗi rễ là một tay (kỷ vật của tác giả).

Tôi yêu tre qua hình bóng người quân tử Nho giáo (có loài quân tử trúc). Tôi yêu tre qua Vô Vi của Đạo Lão [có tre đốt mai rùa ('tortoise shell' bamboo). Rùa biểu tượng cho Kinh Dịch Lão giáo]. Tre mang hồn Đông Phương. Tô Đông Pha đã viết hai câu thơ:

Cư gia bất khả vô trúc,
Vô trúc, sử nhân đọa tục.

Có nghĩa là sống trong nhà không thể không có tre. Không có tre, con người rơi xuống chỗ phàm tục.

Vì thế tôi chọn sống ẩn cư tại một vùng quê (rural area) giữa đô thị cùng chòm xóm với chú Chuột Mickey Mouse Disney Land ở Anaheim, Quận Cam, Nam Cali, ở một ngôi nhà đơn sơ giữa một vườn tre do tôi tự tay trồng trên một sườn núi. Tôi đặt tên là Trúc Lâm Sơn Trang. Tôi gia nhập Hội Tre Hoa Kỳ (ABS: American Bamboo Society) để tìm hiểu về tre, học cách trồng tre, sưu tập giống tre. Có lúc tôi có một bộ sưu tập tre hơn 70 giống... (xem bài viết Trúc Xinh Trúc Mọc Đầu Đình ở Categories Ca Dao trong bacsinguyenxuanquang.wordpress.com.

Trong đoàn hành hương này có một người bạn vong niên của tôi là họa sĩ Nguyễn Văn Mộch cũng sưu tập được nhiều giống tre quí lạ. Đặc biệt họa sĩ có con mắt tạo hình và khéo tay nên tạo được nhiều loại bonsai tre rất Thiền.

Tác phẩm của họa sĩ Nguyễn Văn Mộch: Rừng Tre Trên Phiến Đá (Bamboo forest on stone slab) Penjing style (tiểu cảnh) (ảnh của Họa sĩ Mộch).

Không rõ ý của họa sĩ tác giả như thế nào nhưng theo cái nhìn của tôi trông giống như một cái chòi tre của Phật ở Trúc Lâm Velu Vana, chỉ thiếu hình bóng Phật.

Đến Trúc Lâm Venu Vana hôm nay hơi thấy buồn trong lòng. Ngày nay không còn là rừng tre nữa mà là một thứ công viên giải trí, chỉ thấy chừng vài chục cụm tre. Phần lớn tre ở đây là loài tre cụm (clumbing) đứng một chỗ, trồng bằng cây con hay đốt tre, không phải là loài tre chạy (running), trồng bằng cây con hay rễ chạy (căn hành: rhizome). Muốn thành rừng tre đích thực thì phải trồng loại tre chạy. Tre thả chạy tự do rồi quây chặn lại, nhỏ thì thành một 'bức màn tre', một tấm bình phong tre, lớn thì thành rừng tre Trúc Lâm.

Tre quân tử, giống tre thẳng nhất trong loài tre (dù ai có bẻ cong bẻ quẹo, dẫm đạp dầy xéo cố tình làm hại, tre quân tử vẫn mọc ngay thẳng lại) tạo thành một bức màn tre, một tấm bình phong ở lối vào Trúc Lâm Sơn Trang (ảnh của tác giả).

Velu Vana trồng hầu hết là tre cụm đứng chôn chân một chỗ không còn là Trúc Lâm ngày xưa của Phật nữa. Dĩ nhiên tại Venuvana ngày nay chỉ trồng nhiều các loại tre ưa thích thường gặp.

Tre bụng Phật (Di Lặc)
(Buddha's belly bamboo, ventricosabumbusa)
(ảnh của tác giả).

Tre vàng sọc xanh
(Phyllostachys bambusoides castilloni)
(ảnh của tác giả).

Không thấy có tre đen (mặc trúc), tre đốm (ban trúc), tre tím (tử trúc), tre mầu vàng nước trà tươi nổi tiếng của Việt Nam gọi là 'Gậy Bắc Viêt', Can Trúc Bắc Việt (Tonkin cane) (Arundinaria amabilis). Ở gần Himalaya mà không thấy tre hồng (hồng trúc) Himalaya (tôi đã mua được giống này nhưng không sống được với khí hậu sa mạc Nam Cali). Cũng không thấy tre gai đặc biệt của Ấn Độ...

Ở đây gặp một loài tre đang ra hoa.

Một bụi tre ra hoa đang chết dần trong Trúc Lâm Venu Vana bên hồ Kalandaka.

Tre ra hoa rồi chết. Đây là một cách biến sinh để sinh tồn. Tre cụm đứng một chỗ lâu ngày đất dưới chân hết mầu mỡ, gặp thời tiết khắc nghiệt chết đi là tuyệt chủng. Vì thế tre cứ năm mươi năm ra hoa một lần. Hoa ra hạt như nhánh lúa dại (tre là một loài cỏ như lúa). Hạt được gió, chim, côn trùng mang đi xa. Gió thổi hạt bay đi hàng chục cây số tới nơi mầu mỡ khác, mọc xanh tươi tốt bảo tồn được nòi giống.

Cũng có loại tre ra hoa rồi kết quả to như quả cau nhỏ.

Tre ra quả (nguồn: internet).

.....

Dĩ nhiên đến Venu Vana không phải chỉ vì tre mặc dù tre liên hệ với Phật giáo mà điểm chính là vì đây là nơi an cư của Đức Phật, nơi Đức Phật thuyết giảng Phật Pháp. Ngài đã trải qua kỳ an dưỡng thứ 2, 3 và 4 tại đây. Đây coi như là tài sản đầu tiên của Đức Phật, của tăng già và là tịnh xá, tu viện đầu tiên của Phật giáo.

Ta phải đi tìm những nơi ngày xưa Phật đã từng sống qua.

Trúc Lâm Venu Vana được nhắc nhở nhiều trong kinh Phật nhất là trong những văn kiện ghi lại bằng chữ Pali (3).

Thời đó Trúc Lâm gồm có **những địa điểm quan trọng** sau đây:

- Trúc Lâm Veluvana.

Rừng Tre vốn là một công viên Hoàng Gia (ngự uyển), vua Bimbisara dùng làm nơi tĩnh dưỡng, tiêu khiển, có tường thành cao 18 cubits với nhiều tháp canh (SNA. ii.419; Sp.iii.576).

Trong buổi lễ trao tặng cho Đức Phật, nhà vua đổ nước lên lòng bàn tay Đức Phật, nước rơi xuống. Mặt đất rung động tỏ lòng biết ơn đã được dùng làm nơi an dưỡng cho Phật (điều này nhắc trong Pali commentaries 19;cf. ApA.i.75).

- Chòi tre nơi Phật an cư, thiền và giảng pháp. Ngày nay được đánh dấu bằng các điện Phật trong vườn.

Tượng Phật trong tháp vũ trụ (ảnh của tác giả).

Tượng Phật ngồi trên bệ đỉnh núi Meru hình vuông biến dạng của trống đồng Nấm Vũ Trụ Nguyễn Xuân Quang VI (Heger I), dưới lọng tháp tam thế, cây vũ trụ (ảnh của tác giả).

Rất tiếc không rõ những tháp, điện này có phải đánh dấu những nơi Phật đã hiện diện trước đây không?

- Lối đi thiền hành mang dấu chân Phật, ngày nay đã bị vùi lấp trong cát bụi thời gian.

- Tịnh xá: ngôi chùa đầu tiên của Phật giáo.

- Tu viện (vihara).

Ở một bên Veluvana có tu viện gọi là Ambalatthika (MA.ii.635). Cửa chính tu viện mở về hướng đông.

Ngoài ra cũng có khu senāsana, dùng cho tu sĩ thực hành tu khổ hạnh (MA.ii.932). Thầy Huyền Trang thăm Veluvana vào thế kỷ thứ 7 cho biết chỉ còn thấy phế tích nền đá và phần còn lại của tường gạch của tu viện.

Chùa Đại Pháp Maha-dharma-cetiya hiện nay (ảnh của tác giả).

Tu viện có rất nhiều giới luật ví dụ như: phải tuân thủ triệt để những điều lệ của một tu sinh (Vin.i.137), không mổ xẻ trên người tu sĩ (Vin.i.215f), không dùng vàng và bạc (Vin.ii.196), ăn uống đồ nấu trong tu viện (Vin.i.210f), không ăn đường (Vin.i.226) (thời bấy giờ đã biết ăn đường nhiều có hại, không biết thầy thuốc riêng của vua Bimbisara và của Đức Phật là Jivaka đã biết tới bệnh tiểu đường chưa?) Veluvana rất gần các suối nước nóng nên Jivaka đã chữa bệnh bằng suối nước nóng.

...

. Nhiều kinh kệ cũng được Phật và các đệ tử giảng dậy tại đây.

Ananda sống ở đây sau khi Phật nhập diệt và trong khi ở đây giảng kinh Gopakamoggallāna (Ananda trả lời những thắc mắc của Bà-la-môn Gopaka Moggallana: có tỳ kheo nào thành tựu một cách trọn vẹn, một cách đầy đủ tất cả các pháp như Đức Gotama không? Ananda trả lời -không. Vậy sau tôn giả Gotama, ai thay thế? ai là người thừa kế? – Không có ai thay thế được. Vậy các ngài nương tựa vào đâu? -Vào Pháp... (xem kinh này). Điểm mấu chốt, cốt lõi của người Phật tử là noi theo Pháp của Phật. Tu sửa, kiên trì thực hành. Thực hành. Thực hành. Thực hành. Còn các chuyện khác là phụ. Không ai giúp được mình.

Ananda có trồng một cây Bồ đề tại đây.

Xá Lợi Tử Sāriputta cũng được nói tới là tranh luận pháp, kinh cùng với nhiều vị khác.

Đại Ca Diếp Mahā Kassapa giảng giải các kinh Phật dậy cho tu sĩ.

. Nhiều truyện về Tiền Kiếp Phật Jātakas (hiện dịch là Truyện Bổn Sinh hơi tối nghĩa) được kể tại đây. Phần lớn nói về Devadatta (Người là Món Quà Thần Thánh Ban Cho), một vài truyện về Ajātasattu (À Xa Thế, Người Không Có Kẻ Thù) và truyện Ananda muốn hy sinh đời mình cho Phật...

. Nhiều người thăm viếng Phật tại đây như Nandana, Sāriputta, Dīghalattha, hoàng hậu Khemā, vợ vua Bimbisara, công chúa Cundī...

Tại đây Xá Lợi Tử và Mục Kiền Liên ra nhập tăng đoàn (Vin.i.42). Hai ngài đã mang về lại được năm trăm tu sĩ mà Devatata đã dụ dỗ tách ra khỏi tăng đoàn mang đến với Gayāsīsa (Vin.ii.200).

Cũng nói là Ma Vương Māra cũng viếng Veluvana vài lần để cầu xin những nguyện vọng cùng với Phật (S.i.106f).

. Paribbājaka Rāma, gần Veluvana là nơi Đức Phật đôi khi đi khất thực.

- Hồ Nước Kalandaka

Cách chừng hai trăm bước về phía bắc tu viện là hồ Kalandaka nơi Đức Phật giảng pháp và cũng là nơi Đức Phật và tăng sĩ tắm.

(ảnh của tác giả).

Thầy Huyền Trang có ghi lại hồ này trong ký sự của Thầy.

Ngày nay tại chỗ bên hồ cũ có một hồ nhân tạo mới do người Nhật Bản xây có một tượng Phật trên một bệ thờ trong tư thế thiền định.

- Cây Bồ Đề Ananda trồng.

Cây Bồ đề ngày nay (ảnh của tác giả).

- Các Tháp Phật.

Trong đời Phật ở đây có hai tháp xây tại cổng, một có chứa di hài của Mục Kiền Liên (Phạn ngữ Maudgalyāyana, Pali: Moggallāna), một trong hai đệ tử đứng hàng đầu của Phật cùng với Xá Lợi Tử (Phạn ngữ Sariputra, Pali: Sariputa) (J.v.127) và một của Kondañña [vị trẻ tuổi nhất trong 8 vị thầy tướng Bà La Môn được mời tới xem tướng Phật khi ngài mới sinh. Kondañña còn trẻ nên nói thẳng không dè dặt là ngài sẽ thành Phật. Kondañña về sau theo Phật trở thành một A La Hán rất được Phật yêu mến (A.i.219)]. Sau này một số tháp được xây thêm vào thế kỷ thứ 10 nhưng ngày nay không còn.

. Vua Bimbisara đã từng ngủ lại đây với Phật. Một lần vua đi tắm sông Saraswati gần Trúc Lâm, quên giờ, về muộn cổng thành đã đóng. Vua không muốn làm phiền lính canh thành nên ở lại Veluvana ngủ qua đêm với Đức Phật.

(http://nalanda-insatiableinoffering.blogspot.com/2010/05/veluvana-as-per-pali-commentaries-and.html).

Trúc Lâm Venu Vana và Trúc Lâm Yên Tử.

Như đã biết Đỉnh Kên Kên Linh Thứu là quê hương của Thiền. Ngài Ca Diếp là tổ thứ nhất và Ananda là tổ thứ nhì của Thiền tông Ấn Độ.

Cả hai ngài đều có mặt, sống chăm sóc Phật, tạo lập kinh tạng và Luận tạng, giảng pháp, dìu dắt tăng đoàn ở Rừng Tre Trúc Lâm Vanu Vana này. Velu Vana thích hợp với Thiền như thấy qua một lần Bà-la-môn Vassakāra, vị đại thần nước Magadha, thưa với Tôn giả Ānanda: – Tôn giả Ānanda nay trú tại đâu? – Này Bà-la-môn, tôi trú ở Veluvana. – Thưa Tôn giả Ānanda, có phải Veluvana là một chỗ khả ái, ít tiếng động, ít tiếng ồn, được che khỏi gió, xa lánh dân cư đông đúc, thích hợp Thiền tịnh? – Thật vậy... (Kinh Gopakamoggallāna).

Rừng tre Sugano sau đền Tenryuji trên lối mòn Okochi Sanso, Arashiyama, Nhật Bản (ảnh chụp 6-14-2009).

Vì thế Trúc Lâm liên hệ mật thiết với Thiền. Tre trúc thường có mặt trong Thiền. Thiền và tre như hình với bóng. Rừng Tre Trúc Lâm mọc xanh tươi trong vườn Thiền, Thiền Viện. Ví dụ như Nhật Bản có rừng tre Sugano rất nổi tiếng *sau đền Tenryuji đượm hương sắc Thiền:*

Nhiều chùa, thiền viện lấy tên Trúc Lâm. Ngay tại Little Saigon, Quận Cam, Nam Cali cũng có chùa Trúc Lâm. Nổi tiếng ở Việt Nam là Trúc Lâm Yên Tử ở Quảng Ninh. Vua Trần Nhân Tông lấy hiệu là Trúc Lâm và được coi là sư tổ của dòng thiền Trúc Lâm.

Như đã biết Thiền Tông Ấn Độ có 28 đời. Bồ Đề Đạt Ma (Bodhidharma) là tổ thứ 28. Ngài sang Trung Quốc tới Tung Sơn, ở chùa Thiếu Lâm chín năm ngồi thiền quay mặt nhìn vào tường.

Tượng Bồ Đề Đạt Ma, có râu quai nón tổ thứ 28 của Thiền tông Ấn Độ và là tổ thứ nhất của Trung quốc tạc từ một gốc tre khổng lồ Madake (Giant timber Madake bamboo) với mỗi rễ tre là một sợi râu, tóc (kỷ vật của tác giả).

Bồ Đề Đạt Ma trở thành tổ thứ nhất của Thiền Tông Trung Quốc gồm có 6 đời. Đời thứ 6 là Huệ Năng.

Ở Việt Nam thì khởi đầu là thiền sư Tì-nu-đa-lưu-Chi (Vinitaruci) đệ tử của thiền tổ thứ ba Trung Quốc Tăng Xán qua ở Chùa Dâu ngày nay. Lưu Chi khai sáng dòng Thiền Việt Nam gồm 9 đời cho tới thế kỷ 13, dòng này ảnh hưởng tới các vua Nhà Lý rất nhiều. Đồng thời cũng có một vị đệ tử của Huệ Năng được gọi là Vô Ngôn Thông vì nói rất ít. Ngài tới Bắc Ninh khai sáng một dòng Thiền Tông mới, truyền 17 đời cũng tới thế kỷ 13.

Dòng thiền thứ ba của Việt Nam là do thiền sư Trung Quốc tên là Thảo Đường lưu lạc tới Chiêm Thành bị vua Lý Thánh Tôn bắt làm tù binh năm 1069. Vua Lý Thánh Tôn là người trọng đạo Phật biết Thiền sư Thảo Đường là học trò của thiền sư Tuyết Đậu Trung Hiên nên phong cho ông làm Quốc Sư và tự nhận mình là học trò (giống như các vua Ấn Độ thời Đức Phật như đã biết). Thảo Đường khai sáng dòng thiền thứ ba ở Việt Nam truyền được 6 đời tới cuối đời nhà Lý.

Dưới ảnh hưởng của Vua Trần Thái Tông và Tuệ Trung Thượng Sĩ ba dòng thiền Việt Nam hợp nhất lại làm một ở Núi Yên Tử, Quảng Ninh gọi là phái Thiền Yên Tử.

Tới thế kỷ thứ 13, vua Trần Nhân Tông trở thành tổ thứ 6 lấy hiệu Trúc Lâm, đặt tên là phái Thiền Trúc Lâm của dòng thiền Yên Tử.

Nhưng vì nhân cách của vua quá rực rỡ, đời sau tôn vua làm sư tổ lấy hiệu Trúc Lâm của vua đặt tên cho phái Thiền Trúc Lâm.

Linh Thứu, Tung Sơn và Yên Tử là nơi sinh ra các dòng Thiền Ấn Độ, Trung Quốc và Việt Nam (Nguyễn Tường Bách, sách đã dẫn).

....

Trúc Lâm Venu Vana là một tài sản đầu tiên của Đức Phật và tăng đoàn, một tịnh xá, một tu viện, một cơ sở đầu tiên của Phật giáo. Cùng với Linh Thứu là khởi thủy của hoằng pháp Phật giáo. Rừng Tre Trúc Lâm Venu Vana xanh tươi rợp bóng thanh tịnh Thiền định. Venu Vana là khởi đầu của một tăng đoàn, tăng già có hệ thống qui củ...

Venu Vana là biểu trưng thực sự cho Tam Bảo: Phật Pháp Tăng khởi đầu thành hình trong khi ở Vườn Nai Sarnath mới thật sự đi ra ngoài quần chúng.

Hôm nay tới viếng thăm Rừng Tre Venuvana mới hiểu rõ tại sao tôi lại yêu tre. Hôm nay còn yêu tre nhiều hơn nữa. Cố gắng là một người làm vườn vun trồng cho Trúc Lâm Sơn Trang xanh tươi hơn nữa dưới bóng mát của Trúc Lâm Veluvana này. Tu luyện, Tu luyện. Tu luyện. Thực hành, Thực hành, Thực hành.

D. ĐẠI HỌC PHẬT GIÁO ĐẦU TIÊN NALANDA.

(Nalanda Mahavihara).

Trước khi tới Nalanda chúng tôi ghé vào một Chùa Thái Lan, một trong hệ thống nhiều chùa làm ở dọc đường gần những phế tích Phật quan trọng ở Ấn Độ, nhằm mục đích giúp khách hành hương, du lịch có một nơi dừng chân nghỉ ngơi. Chùa cung cấp ăn, uống (có các món ăn Thái, có chỗ có cả hủ tíu Thái Lan), phòng vệ sinh, phòng tắm miễn phí. Khách tùy hỉ cúng dường.

(ảnh của tác giả).

Chùa còn cung cấp dịch vụ hay dậy nghề cho dân địa phương như hớt tóc, sửa xe gắn máy, dậy lái xe, sửa dầy dép, chăn nuôi...

(ảnh của tác giả).

Đặc biệt, có một điều đáng khen nhất là khi thấy xe chở khách hành hương tới cả xóm dân địa phương ùa ra xin giúp đỡ. Nhân viên nhà chùa bắt tất cả ngồi xếp hàng để nhận giúp đỡ. Tránh được cảnh tranh nhau giành giựt, cướp tiền hay quà trên tay du khách...

NALANDA MAHAVIHAR (VIỆN ĐẠI HỌC NALANDA).

Tổng quát.

Nalanda cách Giác Thành (Bodh Gaya) 62 Km.

Đại Học Phật giáo Nalanda là một đại học có nội trú lớn nhất và cổ nhất thế giới ngày xưa. Gồm có tháp Phật, điện, chùa hay đền thờ, giảng viện, học viện, phòng thiền, các tòa nhà giáo dục, ký túc xá, công viên, hồ... cùng với nhiều tác phẩm nghệ thuật tường vôi (stucco), đá và kim loại đã manh nha có từ thế kỷ thứ 3 Trước Dương Lịch tới thế kỷ 13 (khởi đầu từ một tháp Phật).

Đại học truyền bá kiến thức không gián đoạn trong một thời gian 800 năm. Phát triển của đại học theo dòng thời gian minh chứng cho sự phát triển của Phật giáo thành một tôn giáo và sự nở rộ, thăng hoa của truyền thống tu viện và giáo dục.

Đức Phật trong đời đã thăm viếng nơi đây nhiều lần.

Đại Học Phật Giáo Nalanda Dưới Triều Đại Pal.

Nalanda được thiết lập vào kỷ nguyên Đế Quốc Gupta và được hỗ trợ bởi rất nhiều vị bảo trợ Ấn Độ và Java, Phật giáo và không Phật giáo.

Các vua triều Gupta đã xây dưng nhiều tu viện theo kiến trúc Kushan cổ. Ashoka và Harshavardhana xây nhiều đền chùa nổi tiếng vào thế kỷ thứ 3.

Theo Taranatha (viết Lịch Sử Phật giáo ở Ấn Độ), vua Ashoka triều đại Maurya đã xây một ngôi đền thờ Xá Lợi Tử (Sariputra) tại đây. Xá Lợi Tử sinh ra tại Nalanda. Lúc Phật ở Nalanda, Xá Lợi Tử cùng bạn là Mục Kiền Liên tới nghe Phật giảng Pháp và trở thành hai đệ tử quan trọng của ngài. Nalanda là nơi sinh và cũng là nơi hoạt động chính trong đời Xá Lợi Tử.

...

Thời Tàn Lụi.

Khoảng thế kỷ 12 bị quân đội của Muhammad Bakhtiyar Khalji phá hủy

Năm 1235 hai tu viện cuối cùng bị hủy diệt.

Nhìn chung

Nalanda giữ một vài trò quan trọng trong việc phát huy về nghệ thuật và học viện trong thế kỷ thứ 5 và thứ 6, một thời kỳ được cho là Thời Vàng Son của Ấn Độ. Nalanda có hơn 9 triệu văn kiện. Theo một nguồn Tây Tạng, Nalanda có một thư viện lớn gọi là 'Dharmaganja' (Piety Mart) chứa đầy ba tòa nhà nhiều tầng gọi là'Ratnaranjaka' (Jewel-adorned) (Trang Sức Châu Báu), 'Ratnodadhi' (Sea of Jewels) (Biển Châu Báu) và 'Ratnasagaral (Ocean of Jewels) (Đại Dương Châu Báu). Những sưu tập của thư viện gồm về các văn kiện tôn giáo, y học, thiên văn học, luận lý học, chiêm tinh học và văn chương…

Nhiều văn kiện đã đóng một vai trò chủ yếu trong sự phát triển Đại và Kim Cương Thừa như Tantra Mahavairocana và Bodhisattvacaryavatara của Shantideva.

Khi bị Thổ quân Hồi giáo đốt sách, ngọn lửa cháy mấy tháng mới tắt.

Đại học cũng là nguồn chính của 657 văn kiện Phạn ngữ mà Thầy Huyền Trang và 400 văn kiện mà Thầy Nghĩa Tịnh (Yijing) mang về Trung Quốc vào thế kỷ thứ 7.

Suốt thời kỳ trên 800 năm Nalanda đào tạo ra hàng trăm học giả Phật giáo Đại thừa danh tiếng. Đại học Nalanda giảng dậy tám trường phái và triết Phật giáo chính về đại, tiểu thừa, duy thức cũng như về ngữ pháp (văn phạm), y học, luận lý và toán học.

Có lúc Nalanda có tới 2000 giảng sư. Các giáo sư nước ngoài cũng được mới tới dậy. Người biết đến nhiều nhất là Thầy Huyền Trang.

Có lúc có tới 10.000 tu sinh đến từ khắp nơi trên thế giới gồm Trung Hoa, Nhật Bản, Thổ Nhĩ Kỳ, Ba Tư, Đại Hàn, Tây Tạng, Nam Dương (đến theo học Đại Thừa).

Các môn học dậy tại đây gồm Đại thừa, Tiểu thứa. Samkhya, Atharvaveda, Shabdavidya, Chikitsavidya và Vệ Đà (Vedas) vân vân.

Tiền chi phí tiêu dùng do vua tài trợ lấy từ thuế của hai trăm ngôi làng.

Cũng theo Taranath, Nalanda đã là một trung tâm Phật giáo nổi tiếng nhất vào thời Long Thọ (Nagarjuna: Naga- là rắn, rồng, Long). Ngài Long Thọ là một tu sinh xuất chúng sau trở thành một triết gia về Tiểu và Đại Thừa, rồi trở thành viện trưởng. Ông được xem là Đức Phật thứ hai sáng lập ra Trung Quân Tông (Madhyamika), đồng thời cũng là vị Tổ Thiền Tông thứ 14 của Ấn Độ.

Nalandra là quê hương của hai trường phái vĩ đại của Phật giáo là Trung Quân Tông và Duy Thức, một nói về tính, một nói về tướng. Đây chính là nguồn gốc triết học Phật giáo Đại thừa. Sau Long Thọ có rất nhiều luận sư khác.

Khai quật gần đây cho thấy các cấu trúc tinh xảo, tuyệt mỹ của Nalanda đã ảnh hưởng rất nhiều tới các kiến trúc Phật giáo ở Nepal, Tây Tạng, Java, Sumatra.

Ngày nay Nalanda là Một Địa Danh Di Sản Thế Giới UNESCO.

Ý Nghĩa Tên Nalanda.

Nalanda Mahavihara có Mahavihara với Maha, lớn, đại, vihara (học viện). Nalanda Mahavihara: Đại học Nalanda.

Về ý nghĩa của tên Nalanda có nhiều giải nghĩa:

- Nalanda có một khẩu hiệu là **'không cho ai những gì vô giá trị'** ('gives nothing worthless to anyone'). Nói một cách khác '**hãy tặng những gì quí giá cho mọi người**'.

- Theo Thầy Huyền Trang tới đây vào thế kỷ thứ 7 thì truyền thống địa phương giải thích là tên Nalanda có gốc Nàga (thần Rắn), một vị thần có tên là Nalanda trong Ấn giáo.

- Một giải thích khác cho Nalanda là do Na-alam-da có một nghĩa là 'dâng tặng muôn đời' (Na: không, alam stop, da: cho, tặng, bố thí).

- Nhà khảo cổ học Hiranand Sastri. toán trưởng khu khai quật ở đây cho rằng tên là do có rất nhiều nàlas (cộng, cuống hoa sen) tại vùng này và tin là tên Nalanda có nghĩa là 'Người dâng tặng (cộng) hoa sen' .

Như đã biết hoa sen thường hiểu là biểu tượng của tinh khiết (Gần bùn mà chẳng hôi tanh mùi bùn). Nhưng thật sự hoa sen trong Phật giáo còn có nhiều nghĩa biểu tượng cao siêu hơn nhiều. Ở đây nói về cọng hoa sen từ củ tách riêng ra, không đi chung với lá tượng trưng cho siêu thoát phàm trần. Hoa sen tiêu biểu cho chư Phật không bị ảnh hưởng thế tục, siêu thoát ra khỏi vòng luân hồi lên cõi thanh tịnh Niết Bàn. Chùa Một Cột của Việt Nam và chùa Khỉ Swayambunath của Nepal được xây dựng theo truyền thuyết một búp sen nhô lên từ mặt hồ mang trọn vẹn ý nghĩa vũ trụ tạo sinh của vũ trụ giáo và triết thyết của Phật giáo. Còn nhiều nghĩa nữa của sen có dịp tôi sẽ trình bầy. Như thế cách giải thích cuống, cọng sen này rất thích hợp với một Đại Học Phật giáo.

Hơn thế nữa ta thấy Nalanda có gốc Na- là Nước (4).

Hai giải thích rắn và sen cùng có gốc Nước.

Thêm nữa còn được hỗ trợ, xác thực thêm bởi một vài nguồn Tây Tạng, trong đó theo Taranatha thì về thế kỷ 17 Nalanda gọi là Nalenda cùng nghĩa với Nala, Nalaka, Nalakagrama thấy trong văn chương Tây Tạng.

Thầy Pháp Hiển tới Nalanda vào thế kỷ thứ 4 ghi lại là chưa có tu viện ở Nalanda mà chỉ có chùa, đền, tháp Xá Lợi Tử. Về sau ông nói là có một Nalogram [Travels of Fahiyan (Oxford 1886 P. 81)].

Điểm này cho thấy các tên Nala, Nalaka, Nalogram và Nalanda là những biến thể của tên gọi cùng một nơi, một chỗ, có thể là cùng một tên gọi của Nalanda.

Như thế Nalanda hiểu theo Phật giáo có lẽ cọng sen đúng hơn dựa vào sự kiện là hoa sen liên hệ với Phật giáo và dựa vào khảo cổ học của Hiranand Sastri. . Còn hiểu theo Thần Rắn Nalanda là hiểu theo Ấn giáo.

Thầy Huyền Trang (595-664) và Nalanda.

Thầy Huyền Trang tên là Trần Vỹ ra đời tại Lạc Dương, Hà Nam Trung Quốc đi tu từ năm 13 tuổi và thành sư năm 21 tuổi. Thầy nghiên cứu kinh sách Phật với nhiều đại sư, nhưng với cùng một kinh mà mỗi đại sư giảng một cách khác nhau nên Thầy quyết tâm đi Ấn Độ tìm sự thật.

Năm 629 vào thời Tiền Đường (nên còn gọi là Thầy Đường Tam Tạng) ngài lên đường từ Trường An đi qua các thành phố lớn như Lạng Châu, Đôn Hoàng, Turfan (Thổ Phàn), Tachkent, Samarkant ngang qua Bactriane, Hindukush tới Gandhara.

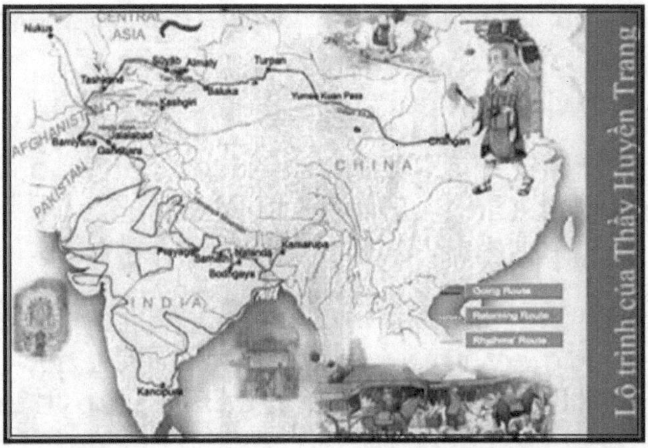

Lộ Trình của Thầy Huyền Trang (nguồn: Trần Thanh Lý, sách đã dẫn).

Chân dung Thầy ở góc phải trên vẽ thầy là một du tử 'Ba lô' (Backpack traveler).

Thầy Huyền Trang đã đi chu du như là một du tử "Ba lô". Ngày trở về túi đeo lưng của thầy ngoài hành trang còn có kinh sách Phật giáo bằng chữ Phạn Thầy phải cõng về Trung Quốc. Trên nóc ba lô có dù che nắng mưa, có một cái đèn treo toòng teng trước mặt dùng ban đêm và tay phải cầm cây đuổi muỗi, ruồi… (thật ra trong thực tế Thầy dùng 20 con ngựa chở gần 600 bộ kinh sách).

Thầy tới Cachemir năm 631, năm 633 thầy viếng thăm các linh địa Phật giáo như Lumbini (Lâm Tì Ni), Kushinagar (Câu Ty Na), Vaishali (Tỳ Xá Ly), Sarnath (Lộc Uyển) và Bồ Đề Đạo Tràng. Sau cùng thầy tới Đại Học Nalanda.

Thầy Huyền Trang rất cam go mới được nhận vào học. Ở đây Thầy được Đại sư Giới Hiền Shilabhadra, một triết gia và uyên bác về Duy Thức Học kèm dậy. Thầy ở lại nhiều năm học Phật giáo, chữ Phạn, luận lý học và ngữ pháp học. Thầy nổi danh trong lớp và được tặng biệt danh là 'Mokshada' ("Tay Cự Phách'). Về sau trở thành giảng sư (upadhya) tại đây. Thầy dậy Duy Thức với Giới Hiền. Thầy là một vị khách quí của Hoàng đế Harsha.

Theo Thầy Huyền Trang Đại Học Phật Giáo Nalanda thành lập 700 năm trước khi thầy đến. Đó là vào thời Satban, lúc ngài Long Thọ làm viện trưởng.

Thời đó thầy thấy sáu tu viện và một trung tâm giáo dục có những cột trụ trắng chống đỡ. Trên nóc mỗi tòa nhà có bộ phận tiên đoán gió mưa. Nhà trọ, nhà khách (hostel) có bốn tầng, ở biệt lập với khu tu viện.

Các tu sĩ giảng sư có khả năng và tài giỏi rất cao. Giáo sư và tu sinh tranh luận từ sáng tới tối.

Thầy cho biết các qui luật tu viện rất nghiêm khắc, chặt chẽ. Trong tám trăm năm không có một ai phá luật. Các vị vua rất nể trọng và đem lợi tức thu được từ nhiều thành phố trang trải cho tốn phí của đại học.

Ngoài ra cũng cho biết Nalanda cũng là một trung tâm thờ phượng Mật Tông (Tantric upasna), thần thánh nam nữ Phật giáo.

Năm 645 sau 16 năm ở Ấn Độ, Thầy trở về Trung Quốc mang theo về gần 600 kinh sách Đại và Tiểu Thừa. Về Trung Quốc thầy dịch kinh từ Phạn ngữ sang Hoa văn. Nổi tiếng nhất là bộ kinh Bát Nhã.

Thầy Huyền Trang đã để lại một lợi ích ngoài tưởng tượng về nội dung, ngoại cảnh và cấu trúc của đại học cổ thời độc đáo này. Về Phật giáo Thầy giúp ích rất nhiều cho Phật giáo Trung Quốc. Ngoài ra trong các du ký Thầy còn viết hết sức tỉ mỉ, rành mạch về địa lý, văn hóa của thế kỷ thứ 7 ở Ấn Độ. Thầy viết chính xác về các địa danh, sự việc, biến cố xẩy ra từng mỗi địa phương đã giúp các nhà nghiên cứu Phật học, các nhà khảo cổ học Ấn Độ và thế giới ngày nay rất nhiều.

Chuyến du hành thỉnh kinh của Thầy Huyền Trang đã gợi ý cho tác giả Ngô Thời Ân viết cuốn truyện thần thoại Tây Du Ký nổi tiếng trong đó Thầy là nhà sư Tam Tạng đã trải qua một cuộc phiêu lưu rùng rợn, ly kỳ.

Ngày nay tại Nalanda có đền tưởng nhớ Thầy Huyền Trang (xem dưới).

Thầy Nghĩa Tịnh (Yijing, Yi Tsing, I-tsing) và Nalanda.

Một tu sĩ khác cũng vào đời Đường tên là Nghĩa Tịnh (Yijing, Yi-Tsing, I-Tsing) cũng tới Nalanda bằng đường biển vào năm 673 sau khi học Phạn ngữ ở Srivijava (Sumatra, Nam Dương). Sau 14 năm ở Ấn Độ gồm 10 năm ở Nalanda nghiên cứu về Phật giáo vào năm 695 Thầy mang về Trung Hoa 400 bộ kinh Phạn ngữ rồi dịch qua Hoa ngữ.

Khác với Thầy Huyền Trang, Thầy Nghĩa Tịnh chuyên chú về cách thực hành Phật giáo ở Ấn Độ và tìm hiểu thấu đáo về truyền thống, qui luật, tập quán và điều lệ mà các tu sĩ ở Nalanda phải tuân thủ. Thầy đề cập tới các lễ tục hàng ngày của tu sĩ bắt đầu từ lúc tắm Phật vào buổi sớm cho tới thực hành các lễ buổi chiều bao gồm tụng kinh và đặc biệt là hát cầu nguyện. Tất cả theo lệnh tiếng cồng.

....

Cũng xin nhắc lại có một nhà sư Việt Nam đầu tiên là Đại Thặng Thăng theo Thầy Nghĩa Tịnh tới Đỉnh Linh Thứu nhưng chẳng may bỏ mình ở xứ người (Hành Hương Đất Phật 5: Đỉnh Linh Thứu). Không rõ sư Đại Thặng Thăng có tới Nalanda không?

PHẾ TÍCH NALANDA.

Đại học Nalanda ngày nay chỉ còn là phế tích.

Nhìn tổng thể (ảnh của tác giả).

Phế tích Nalanda nhìn từ xa (ảnh của tác giả).

Khu Giám Định Khảo Cổ Học Ấn Độ (ảnh của tác giả).

Xin nhắc lại cấu trúc Phật giáo có ba loại chính cần phân biệt: Chùa hay Đền (chait hay chaitya), Tu Viện (monastery) và Học Viện (vihara).

Sự khác biệt giữa Tu Viện, Học Viện và Chùa hay Đền Phật giáo như thế nào?

Cách nhận diện Chùa, Đền và Tu viện tôi đã viết rõ trong loạt bài về Ấn Độ: Hang Động Phật Giáo Ajanta. Ở đây chỉ xin nhắc lại một vài điểm chính.

Học viện Vihara có một nghĩa là academy, viện, học viện (để dễ nhớ: viha-biến âm với viện) dùng làm chỗ giảng dậy giáo lý và thường có chỗ ở cho các tu sĩ Phật giáo.

Tu viện monastery thường chỉ chỗ ẩn cư của tu sĩ monks, nếu có thêm nơi giảng dậy qui mô thì gần như cùng nghĩa với vihara. Chùa hay đền Chaitya là nơi thờ phượng, thờ Phật, tụng niệm, tĩnh tâm và thiền định.

Học viện và tu viện mang tính cách thế gian nên kiến trúc mang tính thế gian: với **mái bằng**, nền thường vuông hay chữ nhật biểu tượng cho cõi đất bằng thế gian và có **nhiều phòng nhỏ** làm tu xá. Trong điện chính thường có một tượng Phật với **thủ ấn giáo lý** (giảng dậy Pháp) (Vitarka mudra: ngón cái và ngón trỏ bàn tay phải làm thành vòng tròn bánh xe Pháp, tay trái để trên đầu gối) hay **thủ ấn quay bánh xe Pháp** (Dharmachakra mudra: ngón cái và ngón trỏ bàn tay phải làm thành vòng tròn bánh xe Pháp. Ngón út bàn tay trái quay bánh xe Pháp).

Chaitya có gốc Phạn ngữ Chita là pyre (lửa, dàn hỏa táng) hay pile of ash (đống tro than). Như thế ta thấy rõ **chai**– ruột thịt với Việt ngữ **cháy** (có lửa, có tro than). Danh từ **Phật giáo chà tỳ hay trà tỳ chỉ hỏa táng, chính là phiên âm của từ chaitya. Như thế chỗ thờ phượng, chùa, đền có nguồn gốc là nơi hỏa táng thiêng liêng.**

Ta cũng thấy rõ Chaitya ruột thịt với **caitya** có nghĩa là đài, tháp Phật (stupa), trụ kim tự tháp có chứa tro than người chết, liên hệ với chôn cất, mai táng. Nguyên khởi tháp Phật Stupa vốn là mô đất đắp cao (nên sau này gọi là tháp hay làm thành tháp) dùng để chôn cất tro than người chết. Vì thế một chaitya đúng nghĩa thường phải có tháp Phật stupa. Thấy một kiến trúc thờ phượng có tháp Phật thì đó là một chaitya.

Về sau chaitya trở thành nơi thờ tự Phật giáo thành Chùa hay Đền (có hay không có tháp Phật).

Tóm lại trong Phật giáo chaitya có **mái vòm vũ trụ** là chỗ thờ tro than và xá lợi Phật chôn trong các gò đống, đài, tháp stupa rồi về sau thành chùa, đền.

Việt ngữ **Chùa** có thể phát gốc từ chait hay Chaitya (sẽ nói rõ trong bài viết riêng: Tại Sao Gọi là Chùa Chiền?).

Như thế một chùa, đền, chait, chaitya phải có kiến trúc làm theo một stupa hay dạng biến thể của stupa, nghĩa là có kiến trúc theo vũ trụ tạo sinh, vũ trụ giáo (như đã nói ở Tháp Hòa Bình Vishwa Shanti Stupa, Đỉnh Linh Thú). Do đó chaitya, chùa hay đền thờ Phật và các chư thiên thuộc cõi vũ trụ, cõi trời nên có **mái vòm** (hay dạng biến đổi như bầu nậm, hình trứng, chuông cầm tay, chuông có núm, củ hành tây, hình Omega…) mang ý nghĩa vũ trụ, tạo hóa.

Nhìn từ xa thấy một kiến trúc Phật giáo có mái vòm thì đó là một chùa, đền hay một kiến trúc thờ phượng. Trong khi có mái bằng là một học viện hay tu viện.

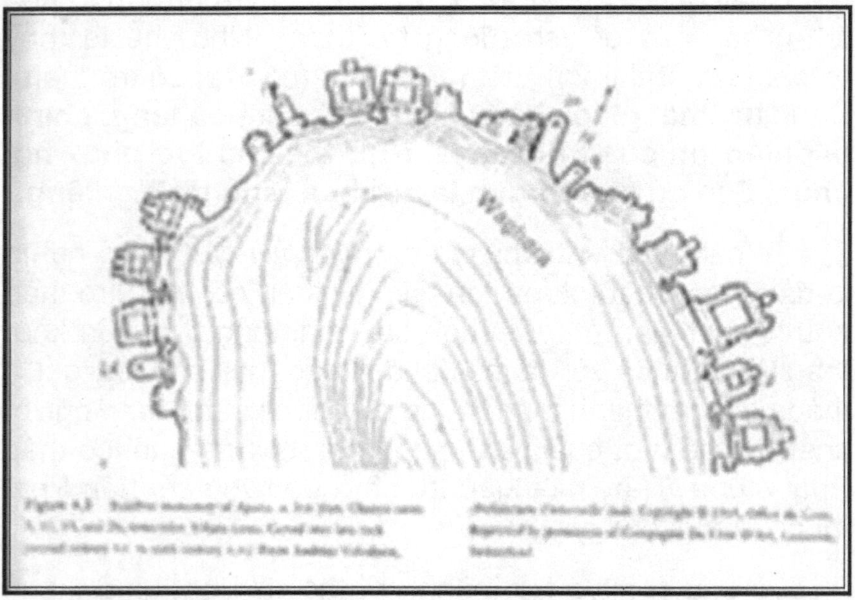

Sơ đồ các Hang Động Phật giáo Ajanta. Các hang 9, 10, 26 có mái vòm là các hang thờ tự, chùa, đền chaitya, các hang còn lại hình trụ vuông có mái bằng là các học viện, tu viện vihara (nguồn: John De La Plante, Asian Art) (xem Ấn Độ: Các Hang Động Phật giáo Ajanta 3).

Vì thế đến các thành phố Ấn Độ có Phật tích ta thường thấy các kiến trúc hay biểu tượng hình vòm này:

Cổng vào Phế tích Nalanda có hình mái vòm vũ trụ biểu tượng cho chỗ thiêng liêng hay có chùa chiền hoặc tháp Phật (ảnh của tác giả).

Các chùa Phật giáo nguyên thủy thường còn giữ hình tháp vòm này như thấy ở Ấn Độ, Myanmar (Chùa Vàng Shwewadon), Thái Lan (dưới dạng tháp Chedi. Từ chedi lấy hai chữ đầu của cetya, caitya). Trong khi các chùa Phật giáo Đại thừa làm theo hình tháp trụ vuông hay nhà hình chữ nhật có mái hình nón có bốn góc cong lên như thấy ở Việt Nam, Trung Quốc, Nhật Bản, Đại Hàn. Tuy nhiên tất cả các chùa dù ở dưới dạng nào đi nữa cũng vẫn giữ nguyên ý nghĩa biểu tượng vũ trụ tạo sinh, tam thế, cây vũ trụ (cây tam thế, cây đời sống). Ngay cả các đình làng chính thống Việt Nam phía trong chính điện cũng làm theo tam thế, nóc bên trong cũng có mái vòm.

Trong các chùa, đền phải thờ Phật chính. Tùy theo phái, thừa, thờ một vị Phật chủ của mỗi phái, thừa đó như chùa Phổ Đà thờ Quán Thế Âm Bồ Tát...

...

Phế tích Nalanda ngày nay khai quật một phần chỉ mới thấy được mười một tu viện hay học viện và sáu chùa hay đền.

Sơ đồ cho thấy cách dàn trải khu khai quật như sau:

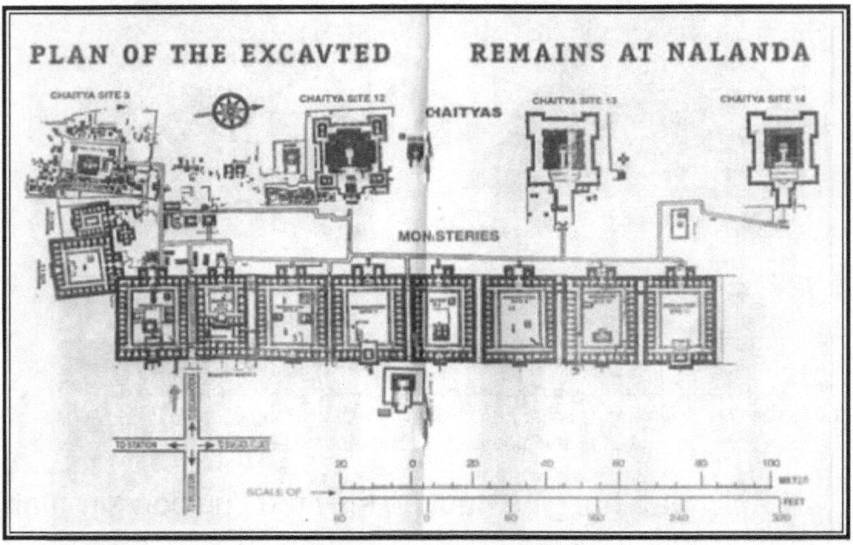

Sơ đồ phế tích khai quật Nalanda.

Đường đi vào trung tâm khai quật (mũi tên ở bên trái, dưới) đi qua một đường luồng giữa các bức tường của tu viện số 1 bên trái và số 4 và 5 bên phải.

Lối vào (ảnh của tác giả).

Đi tiếp nữa tới một khoảng lộ thiên thấy:

Bên phải của trục chính là khoảng 10 tu viện gồm giảng đường và cư xá của giảng sư và tu sinh.

Bên trái trục chính là bốn ngôi đền lớn dùng làm chùa thờ và thư viện nằm theo dẫy theo trục hướng nam bắc dài khoảng 500 m.

A. Bốn Chùa (Đền).

Phần lớn cấu trúc cho thấy nhiều giai đoạn mới cũ xây dựng chồng lên nhau và có dấu tích bị cháy.

Dẫy bốn đền, chùa (từ trái qua phải Chùa Chính ở địa điểm số 3, Chùa 12, Chùa 13 Và Chùa 14).

Ở đây chỉ còn nền móng cho thấy rõ ở bốn góc có bốn ô chữ nhật là chân của bốn tháp nhỏ ứng với tứ tượng, bốn phương.

Chùa Chính Địa Điểm Số 3: Sari Putra Chaitya.

Quan trong nhất ở đây là Chùa Chính ở địa điểm số 3.

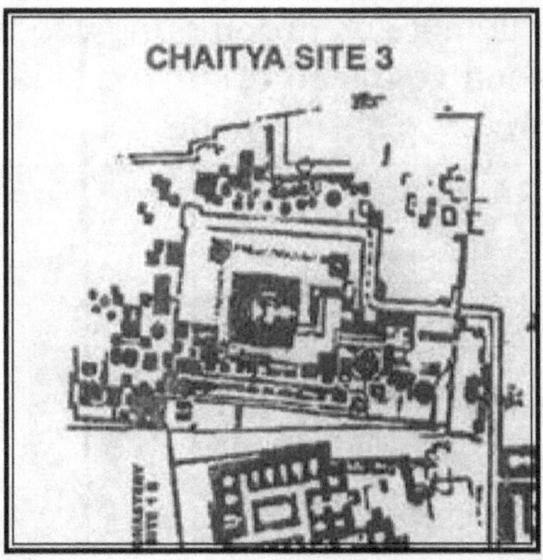

Ở phía đầu tận cùng bên trái. Ngoài đền có một khu có rất nhiều tháp tạ ơn nhỏ.

Tháp Chùa Chính số 3 lộ ra khi khai quật (ảnh của tác giả).

Đền Chính ngày nay (ảnh của tác giả).

Chùa Chính còn gọi là Tháp Xá Lợi Tử Sari Putra do hoàng đế Ashoka khởi đầu cho dựng một tháp để tưởng niệm Xá Lợi Tử. Xá Lợi Tử cùng Mục Kiền Liên tới nghe Đức Phật thuyết giảng rồi sau thành đệ tử của ngài. Nalanda là nơi sinh và là trung tâm hoạt động cả đời của Xá Lợi Tử. Đây là tháp cổ nhất. Sau đó theo dòng thời gian trong 7 thời đại được làm rộng lớn thêm thành chùa. Thời đại thứ năm là thú vị và còn được bảo tồn nhất.

Chùa này là một ảnh tượng đứng vào hạng nhất của kiến trúc Nalanda với nhiều cầu thang đi lên tới đỉnh. Mô hình chùa được phục dựng lại như sau:

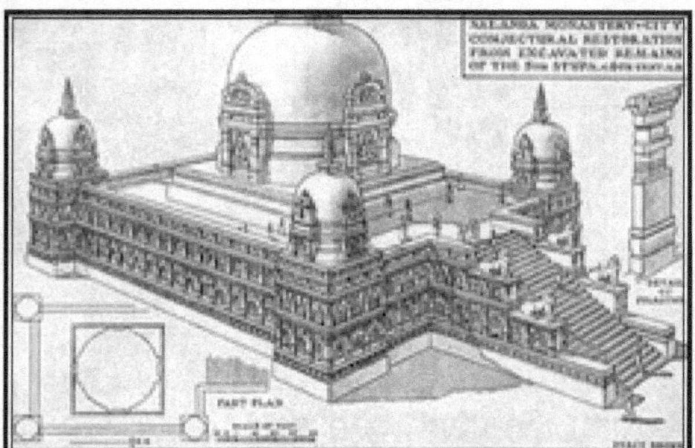

Mô hình đền Chính phục dựng lại (nguồn: Wikipedia).

Ta thấy rõ như ban ngày chùa làm theo kiến trúc vũ trụ tạo sinh của vũ trụ giáo. Nhìn tổng thể có chủ thể là tháp chính ở trung tâm. Nhìn theo vũ trụ giáo là dạng trứng vũ trụ hay bầu nậm nõ nường biến dạng. Nhìn theo Ấn giáo là linga, nọc, dương trên nền vuông yoni (vuông là dạng thái dương của yoni tròn lỗ âm môn). Nhìn theo Phật giáo là hình tháp stupa hình chuông lắc cầm tay kiền trùy ghanta có chầy kim cương vajra dương và chuông âm (ở hình này phần cán chỏm bị cắt mất).

Tháp Phật stupa hình chuông lắc tay có cán ghanta ở Borobudur, Java Nam Dương.

Nhìn theo tín ngưỡng Đông Sơn là hình trống cây nấm vũ trụ Nguyễn Xuân Quang VI (Heger I) có mặt trời (nọc, nõ, dương) nằm trong vòng tròn không gian (nòng, nường, âm) ở mỗi tâm trống.

Nhìn theo mặt bằng cõi thế gian tức nhìn theo thiết diện ngang của tháp theo hình ở góc dưới trái là hình tròn vuông 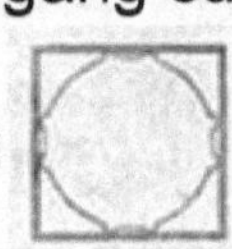 bánh dầy tròn trên bánh chưng vuông biểu tượng Trời Đất cõi bằng thế gian, tiểu vũ trụ. Nõ nường, nòng nọc (âm dương) nhìn dưới dạng nhất thể là trứng vũ trụ, thái cực, nhìn dưới dạng phân cực là lưỡng nghi. Lưỡng nghi nòng nọc (âm dương) liên tác sinh ra tứ tượng, ở đây diễn đạt bằng 4 tháp nhỏ ở bốn góc. Tứ tượng dương liên tác với tứ tượng âm sinh ra tam thế, diễn đạt bằng ba tầng của đền. Tam thế biểu tượng bằng cây vũ trụ (cây tam thế, cây đời sống) diễn đạt bằng chỏm tháp.

Đền nhìn theo đại vũ trụ mang hình bóng núi vũ trụ (Meru, Tu Di ở Phật giáo, Kailash ở Ấn giáo, Núi Nghĩa Lĩnh Đền Hùng với ba đền Thượng, Trung, Hạ ứng với tam thế, Tản Viên hình thắt cổ bồng, hình tán lọng, núi Tam Từng của Việt Nam…), nhìn theo tiểu vũ trụ là Núi Trụ Thế Gian (Núi Chống Trời, Kình Thiên Trụ).

Tháp và mặt cầu thang trang trí với các khung trang trí rất đẹp của nghệ thuật thời Gupta- với nhiều hình tượng Phật và Bồ Tát, các cảnh trong truyện tiền kiếp Phật Jataka.

Hình tượng tường trát vôi Phật và Bồ Tát (ảnh của tác giả).

Hình tượng Phật (ảnh của tác giả).

Đỉnh đền Chính là một điện thờ bây giờ chỉ còn một bệ trên đó một thời đã để một tượng Phật rất lớn. Phật ngồi ở điện đỉnh tháp là ngồi ở tâm cây vũ trụ (cây tam thế, cây đời sống), tâm vũ trụ, có cốt vũ trụ.

Theo Win Maung, tháp làm theo ảnh hưởng của kiến trúc Gupta thời Kushana (dĩ nhiên dưới ảnh hưởng Ấn giáo, di duệ của Vũ Trụ Giáo).

Tại một điện thờ gần đáy cầu thang có một hình tượng Quán Thế Âm lớn, bây giờ được đem vào bảo tàng viện.

Ngoài sân đền có khu có nhiều tháp tạ ơn nhỏ. Một vài tháp này xây bằng gạch có khắc các đoạn văn Phật giáo thiêng liêng.

Chùa Địa Điểm Số 12.

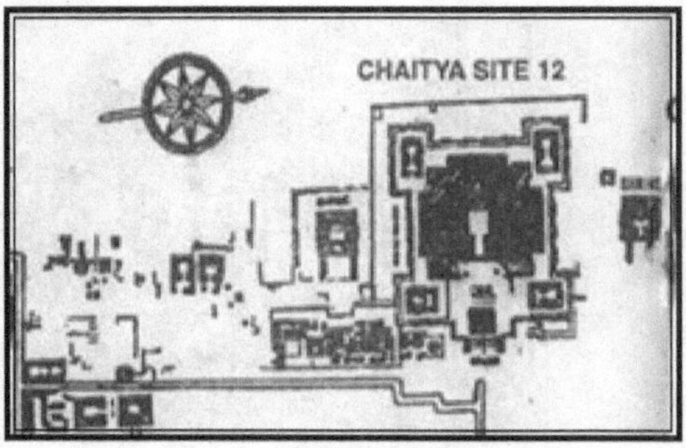

Chùa 12.

Có vài hình Phật, có ký tự của hoàng đế Mahipaldeo. Có bốn đền nhỏ ở bốn góc với tượng Phật bằng đất trên tường vôi, ngày nay không còn nữa.

(ảnh của tác giả).

Thầy Huyền Trang cho biết chùa cao khoảng 200 tới 300 bộ (feet). Một ngôi chùa khá đẹp.

Chùa Địa Điểm 13.

Đặc biệt của chùa này có lò luyên kim nấu lỏng kim loại ở phía bắc của cấu trúc chính của chùa.

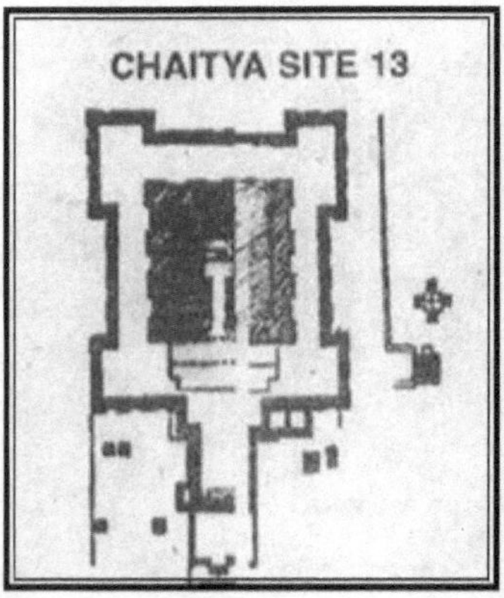

Chùa 13.

Bốn phòng lò luyện kim (ảnh của tác giả).

Chùa Địa Điểm Số 14.

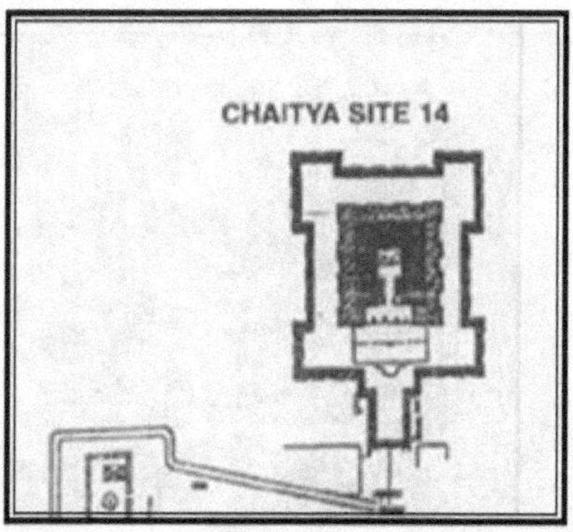

Chùa 14.

Tương tự chùa địa điểm 13.

Có một tượng Phật lớn, bệ có hình vẽ tranh tường duy nhất còn tồn tại.

Chùa Địa Điểm Số 2

Đặc biệt có các tượng Shiva, Parvati, Kartikeva, Gajalakshmi, Kinnaras chơi âm nhạc, nhiều hình Makaras, cặp tình nhân cũng như các cảnh nghệt thuật và đời sống bình thường. Nhiều học giả Ấn Độ cho đây là một đền Ấn giáo. Tuy nhiên Huu Phuoc Le, một học giả Việt Nam về nghệ thuật kiến trúc Phật giáo cho đây có thể là một hòa hợp đền Ấn-Phật giáo vào thế kỷ thứ 8 cho tới 12 khi các thần Shaiva và Shakti kết hợp vào Phật giáo Kim Cương thừa (Vajrayana Buddhism).

Tháp nhỏ tạ ơn (ảnh của tác giả).

....

2. Mười Học Viện hay Tu Viện.

Các học viện, tu viện tại Nalanda đều rất giống nhau về dàn dựng và bề ngoài.

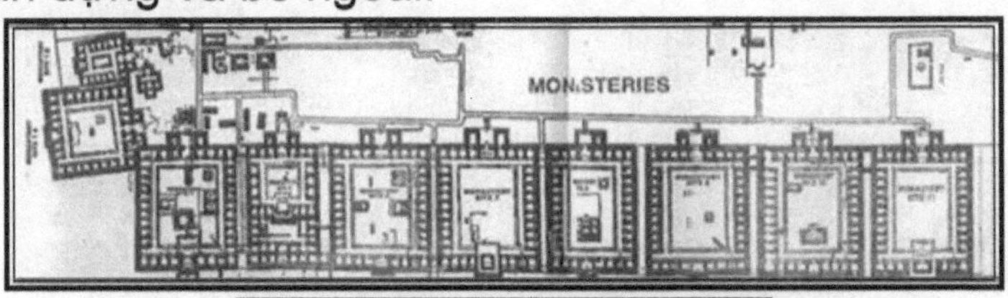

Nền Học Viện nhìn từ trên cao
(nguồn: http://patnabeats.com/wp-content/uploads/2016/07/Nalanda-Mahavira-2.jpg).

Học viện hình chữ nhật với sân trong bao quanh bởi các hành lang, rồi bọc quanh bởi các phòng ở của tu sĩ. Đây là một kiến trúc đặc thù của học viện. Phòng trung tâm nhìn ra lối vào sân là một điện thờ.

Ở đây thấy rõ nền không có bốn tháp ở bốn góc.

Học Viện hay Tu Viện 1A và 1B.

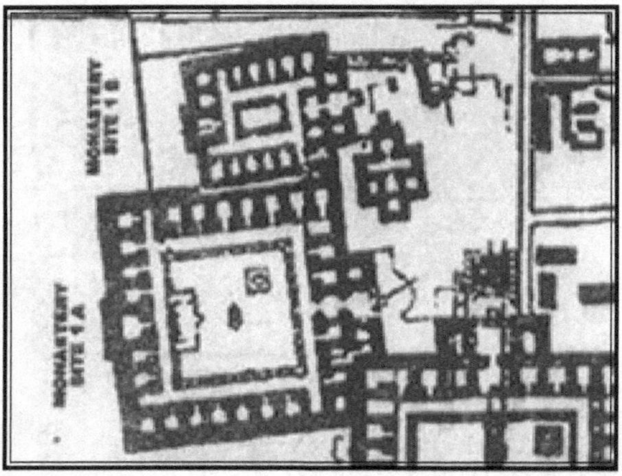

Ở trên một nền cao.

Quay mặt về hướng bắc. Học viện 1 A có giếng nước ở sân gạch. Phòng ở mở ra hành lang lát gạch có trụ chống. Sân lát gạch. Phòng điện thờ ở giữa các phòng ở.

Học Viện 1.

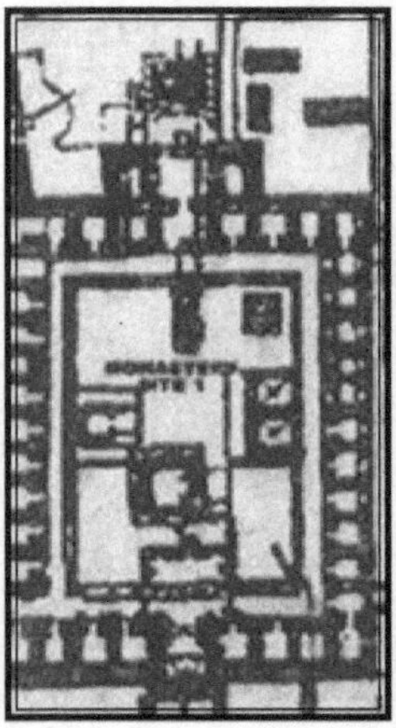

Học viện số 1 nhìn tổng thể (ảnh của tác giả).

Coi như cổ (xây vào thế kỷ thứ 6, thứ 7) và quan trọng nhất có 9 mực xây dựng. Quay mặt về hướng tây. Lối vào có cổng lớn (portico). Tòa nhà hai tầng có một tượng Phật ngồi lớn tại phòng điện thờ.

...

Các học viện còn lại gần như giống nhau.

Bảo Tàng Viện Nalanda.

Bảo tàng viện trưng bầy các khảo cổ vật đào tìm được tại đây. Có nhiều điêu khắc (đá, đồng, vôi vữa và đất nung), tranh tường, bản đồng, tác phẩm nghệ thuật, ký tự, con dấu, tiền, đồ gốm.

Các tượng Phật giáo gồm nhiều tượng có vóc dáng khác nhau như Quán Thế Âm, Jambhala (thần May Mắn, Phú Quí tương đương với thần Ấn giáo Kubera), Văn Thù Sư Lợi (Manjushri), Bồ Tát Nhật Quang (Marichi) và nữ thần Tara (quan trọng trong Phật giáo Tây Tạng, tương đương với Phật Bà Quán Thế Âm). Các tượng Bà La Môn như Vishnu, Shiva, Parvathi, Ganesha, Mahishasura và Surya cũng tìm thấy tại phế tích này.

Vùng Phụ Cận.

Bên ngoài vùng khai quật có những nơi đáng viếng thăm.

- Tượng Phật Đen.

Tượng Phật khổng lồ ngồi trên tòa sen mầu đen nằm bên ngoài vòng thành Chùa 13 với thủ ấn thành đạo tay chạm đất ngồi dưới gốc Bồ Đề. Dân địa phương gọi là Teliabhandar hay Bhairawa (tel: bôi dầu, biến âm với Việt ngữ thoa dầu). Trong hôn lễ tượng được cúng tế trước. Một số người cầu cho trẻ em bị bệnh được hồi phục. Sau khi lành bệnh họ bôi dầu và mỡ lên người tượng. Một số tín hữu Bà La Môn cũng thờ cúng tượng này.

- Đền Mặt Trời.

Khoảng 1 km về phía bắc nơi khai quật có một đền mặt trời nổi tiếng ở bên một hồ nước. Đền bị tàn phá và xây lại nhiều lần. Thần mặt trời cầm hoa sen trong hai tay cưỡi xe 7 ngựa, cung thủ là Arun. Hai bà vợ của thần mặt trời là Usha và Partiusha ở hai bên...

- Đền Chinh Phục Giáo (Jain) Shewtambar.

Cách nơi khai quật chừng nửa cây số. Đây là nơi sinh của Gandhar Gautam Swami.

Vào thế kỷ thứ 6 Lord Mahabir và Phật Thích Ca cùng ở Nalanda.

...

Nhà Tưởng Niệm Huyền Trang.

Cách phế tích Nalanda 1 km, do chính phủ Ấn Độ và Trung Quốc xây dựng.

Di hài gồm cả xương sọ của Thầy được trưng bầy tại đây.

Trước tòa nhà có một tượng Thầy Huyền Trang lớn.

Đại Học Nalanda Mới Hiện Nay.

(ảnh của tác giả).

Viện Đại Học Nalanda mới hiện nay tọa lạc không xa phế tích Nalanda, là một đại học công trung ương được coi là một Viện Quan Trọng Quốc Gia (Institute of National Importance: INI), được hỗ trợ bởi 18 quốc gia.

Có thể lấy bằng master và doctor of philosophy (Phd) về Phật Học, Triết lý và Tôn Giáo So Sánh, Sử Học, Kinh Tế và Môi Trường, Ngôn Ngữ, Văn Chương Nhân Loại và Quản Trị Học...

....

Tóm lại

Nalanda ngày xưa là một đại học Phật giáo có nội trú lớn nhất và cổ nhất thế giới. Đại học này đã truyền bá kiến thức không gián đoạn trong một thời gian 800 năm. Phát triển của đại học theo dòng thời gian minh chứng cho sự phát triển của Phật giáo thành một tôn giáo mang tính nghiêng nhiều về triết học, khoa học và sự nở rộ, thăng hoa của truyền thống tu viện và giáo dục.

Đại học Nalanda cũng cho thấy Phật giáo dù có mang ít nhiều mầu sắc tôn giáo nhưng thiên về triết học, khoa học đa khoa. Phật giáo nhất là phái Đại Thừa mang tính bác học không thiên về thần thánh học, tế lễ. Phật giáo dựa vào hiểu biết, giác ngộ về con người tiểu vũ trụ và đại vũ trụ...

Hãy đến đây, ngồi xuống một bệ Phật ở phế tích Tháp Xá Lợi Tử mở ra đọc một trang kinh. Đọc một trang ở đây bằng đọc một trăm, một ngàn trang ở chùa, ở nhà....

Ghi Chú

(1). Xin nhắc lại: nhìn dưới diện vũ trụ giáo thì thủ ấn Chuyển Pháp Luân (dharma-chakkra mudra) có vòng tròn diễn đạt bánh xe Pháp là nòng O, nường, yoni còn ngón út là nọc que I, nõ, linga. Nõ nường liên tác khi quay là nòng nọc (âm dương) liên tác khởi động qui trình vũ trụ tạo sinh tạo ra vũ trụ, muôn sinh. Bánh xe Pháp khi quay là tạo ra vũ trụ, trời đất, thế giới, muôn loài. Chuyển Pháp Luân là khơi động vũ trụ tạo sinh, chuyển đại vũ trụ và tiểu vũ trụ. Rõ như ban ngày Pháp Phật là Pháp Vũ Trụ, Luật Phật là Luật Vũ Trụ. Phật giáo là tín ngưỡng vũ trụ.

Đức Phật đã chấp nhận hoặc trực tiếp hay qua Ấn giáo nhiều điểm của vũ trụ giáo, dịch lý đã có từ ngàn năm trước thời Phật rồi nhấn mạnh, khai triển, sửa đổi ít nhiều theo giáo lý Phật. Ví dụ *vô thường* là quan niệm *biến dịch* của dịch học, *tứ đại* là *Bốn Nguyên Sinh Động Lực Chính* ứng với *tứ tượng*, *tứ hành*...

Phải dựa vào vũ trụ luận của vũ trụ giáo, của dịch học mới thấu hiểu, quán triệt được giáo lý Đạo Phật.

(2). Venu Vana Kalandakanivapa: Rừng Tre-Sóc (Venu: tre, Vana: Rừng, Vườn,

Kalandaka: sóc, nivapa: hạt (seed, nut), rừng tre có nhiều sóc (thích ăn hạt). Theo nghĩa Venu, velu có ve- = que (v = qu như vấn = quấn): tre là loài cỏ có thân thẳng như cây que, cây cột không có cành chỉ có nhánh lá nhỏ. Còn –nu có thể biến âm với nứa. Venu: tre nứa. Theo biến âm: vel- = pheo (v = ph như vành = phành). Pheo tiếng cổ Việt là tre. Tre pheo. Qua từ đôi đồng nghĩa *tre pheo*, ta có tre = pheo.

(3). Pali *(Nam Phạn)* là ngôn ngữ của Tam Tạng Kinh, bộ kinh thiêng liêng của Phật giáo Nguyên Thủy (Theravāda Buddhism) và có chứa nhiều lời thuyết giảng của Phật. Pali liên hệ với Phạn ngữ, hai ngôn ngữ này dùng hoán đổi với nhau trong Phật giáo và với các tôn giáo Ấn Độ khác.

(4). Hơn thế nữa ta thấy Nalanda có gốc Na- là Nước. [Việt ngữ nã, lã, nước ngọt, nác là nước, nát (tan trong nước), Anh ngữ nation, nước (một quốc gia khởi đầu từ một bến nước), nausea, buồn nôn, say sóng, navy, hải quân, Phạn ngữ nau-, thuyền, Việt ngữ tầu (nau = tầu), nao nao (buồn ói vì say sóng)]. Còn Naga, rắn cũng biểu tượng cho nác, nước. Nàlas, cuống sen, loài hoa mọc dưới nước. Latin Nelumbo nucifera hoa sen có Nel- ruột thịt với nàlas. Việt ngữ con sen là bé gái hầu trà nước, lo việc nước nôi trong nhà, Mari-Sến là gái gánh nước (Mari-Phông Ten), nhạc Sến là nhạc gái gánh nước.

2. THÀNH XÁ VỆ (SHRAVASTI).

Tổng Quát.

Xá Vệ Thành là một nơi Đức Phật trải qua gần như phần lớn thời kỳ sau khi thành đạo, qua 25 lần an cư mùa mưa và giảng Pháp.

Shravasti và các địa điểm Phật giáo khác.

Từ Lumbini, Nepal chúng tôi trở lại Ấn Độ hướng về Thành Xá Vệ (Shravasti). Thời gian đi mất khoảng năm tiếng rưỡi đồng hồ lái xe. Lần qua biên giới từ Ấn Độ qua Nepal rất thoải mái. Lần này trở lại qua biên giới trở về Ấn Độ khi qua cửa ải mới thật sự là qua... 'khổ ải'.

Nepal đi dễ khó về. Tại biên giới phải chờ dài người ra. Mấy nước theo Mao-Tập làm khó dễ với người rời nước mình.

Người hướng dẫn phái đoàn hành hương Campuchia đã có kinh nghiệm đưa đoàn của họ tới từ bốn giờ sáng để được ở vị trí đầu tiên đứng chờ mở cửa lúc 8 giờ.

Sở di trú biên giới Nepal-Ấn Độ vào lúc sáng sớm (ảnh của tác giả).

Chỉ có quán bán cà phê, ăn sáng là đông vui. Các bà vui vẻ vì có thì giờ mua sắm giúp đỡ nền kinh tế Nepal. Các con chó què không thể rời được quê hương cũng có những giây phút hạnh phúc được tiếp xúc với các du khách thập phương.

Mở cửa từ 8 giờ mà bây giờ 10 giờ hàng hành hương Campuchia đứng đầu vẫn dậm chân tại chỗ. Có một bà cụ đứng lâu quá té xỉu, tác giả phải nhào ra chăm sóc.

Mười giờ quan lớn mới ngồi xe sang tới. Mọi người bắt đầu thực sự làm việc...

Mãi gần 12 giờ mới qua được cửa khổ ải.

Tiện đường chúng tôi ghé thăm Ca-tì-la-vệ (Kapilvastu), nơi Đức Phật trải qua thời thơ ấu tại Cung điện Sudodhan (xem dưới).

Đến tỉnh Xá Vệ Shravasti đã xế chiều. Shravasti (Phạn ngữ *Śrāvastī*, Pali *Sāvatthī*) là một tỉnh của phân khu Shravasti, tiểu bang Uttar Pradesh gần biên giới Nepal, vốn là kinh đô cũ của vương quốc Kosala (Kiều Tát La) của vua

Ba Tư Nặc (Prasenajit hay Pasenadi). Kosala trải dài từ đông sang tây khoảng 350 km, từ bắc xuống nam khoảng 270 km. Phía tây quá Lucknow, thủ đô của tiểu bang Uttar Pradesh ngày nay. Phía nam xuống tận sông Hằng.

Vài Dòng Lịch Sử

Thủ đô Shravasti là một trong sáu tỉnh thành lớn nhất ở cánh đồng Sông Hằng của nước Kosala. Nằm bên một dòng sông chảy xuôi về phía đông nam rồi nhập vào Hằng Hà rất tiện việc lưu thông. Thêm nữa Xá Vệ còn ở ngã ba của ba con đường giao thương chính của Ấn Độ xưa nối các miền khác nhau của cận-lục địa Ấn Độ nên Kosala là một trong những quốc gia cường thịnh bậc nhất về chính trị, kinh tế lẫn quân sự vào thời Đức Phật còn tại thế. Dân số đông đúc, hiền lành và rất sung túc.

Vua Ba-tư-nặc nước Kosala là anh em với vua Tần-bà-sa Bimbisara, một cư sĩ thân thiết với Đức Phật của nước Ma-kiệt-đà Magadha nên Xá Vệ thành bang giao mật thiết với Vương Xá Thành, là hai trung tâm thương mại phồn thịnh.

Du Ký Hành Hương của Các Cao Tăng Trung Hoa.

Thầy Pháp Hiển có nói tới Shravasti và cho biết làm thế nào Thầy đến được Kapilavastu (Ca Tỳ La Vệ) từ Shravasti.

Thầy Huyền Trang mô tả Shravasti trong tập 6 của Đường Tăng Du Ký. Thầy nói tới bốn nơi thầy ghé thăm, trong đó Xá Vệ lúc đó hoang vắng tiêu điều. Có hơn trăm tu viện nhiều chỗ đã đổ nát. Đây là các tu viện Phật giáo nguyên thủy. Thầy thấy hoàng cung của vua Ba Tư Nặc hoang phế, ở phía đông có tháp Đại Sảnh Dhama (Great Dhamma Hall), một tháp khác nữa và đền thờ Dì Kế Mẫu của Đức Phật. Cạnh đó theo thầy Huyền Trang là tháp lớn

Angulimala (tôn giả Vòng Chuỗi Ngón Tay), không hiểu sao dịch Angulimala là Vô Não. Khoảng chừng năm lí (dậm) (khoảng 2 km vào thế kỷ thứ 7) về phía nam thành phố là Vườn Thệ Đà Jetavana (Jeta: Thệ Đà và vana: vườn, viên) hay Kỳ Viên với hai trụ cao 70 bột (ft) đứng trước một tu viện đổ nát. Một trụ có chạm khắc bánh xe và một trụ có con bò đực.

Thầy Huyền Trang tới thăm tất cả chỗ này và ghi lại cùng với chuyện truyền kỳ về Đức Phật tại Xá Vệ. Thầy cũng viếng thăm một Chùa Phật giáo cao 60 bộ có một tượng Phật ngồi ở Xá Vệ thành và một đền thờ thần (*deva* temple) cùng cỡ với chùa Phật. Cả hai đều còn trong tình trạng tốt.

Trên 60 lí về hướng bắc Thầy thấy một dẫy tháp xây bởi Hoàng đế Ashoka thờ ngài Ca Diếp (Kasyapa).

Khảo Cổ Học

Các phiến đá có khắc chữ và tượng Phật tìm thấy ở và gần tỉnh Xá Vệ cho thấy đây là địa điểm Phật giáo hoạt động mãnh liệt và thịnh vượng vào thời Đức Phật thế kỷ thứ 5 Trước Dương Lịch cho tới ít nhất thế kỷ thứ 12 Sau Dương Lịch. Về sau bị phá hủy và biến thành các gò đống vào thế kỷ 13 hay sau đó. Đây chính là thời điểm bị quân Hồi giáo tới và tạo nên các vương triều Delhi Sultanate. Các nhà khảo cổ Nhật khai quật giữa năm 1986 và 1996 cho thấy nơi đây tiếp tục xây dựng và bành trướng suốt thiên niên kỷ thứ nhất. Sau đó khám phá các tro than còn lại và đất bị cháy cho thấy phần lớn bị cháy rụi và tổn hại trong khi các phần khác bị hoang phế và bị soi mòn.

Vào cuối thế kỷ 19 di chỉ Xá Vệ được các nhà khảo cổ học Anh và Ấn Độ khám phá ra lại.

Ngày nay Xá Vệ chỉ còn là một tỉnh lẻ, một trung tâm du lịch và hành hương của các Phật tử khắp thế giới.

CÁC ĐIỂM QUAN TRỌNG ĐẶC BIỆT CỦA THÀNH XÁ VỆ.

Nhiều sự kiện lịch sử trọng đại liên quan đến Phật giáo đã diễn ra tại thành Xá Vệ.

+ Vua Ba Tư Nặc (Prasenajit) và Phật giáo.

Vua Prasenajit là một cư sĩ của Đức Phật và là một vị bảo trợ đắc lực Phật giáo.

Vua Ba Tư Nặc giữ một vai trò quan trọng trong việc truyền bá Phật giáo. Được sự trợ giúp của hoàng hậu Mạc Lị (Mallika), một Phật tử thuần thục và những lời chỉ dậy vàng ngọc của đức Phật về cách trị dân, vua Ba Tư Nặc trở thành một vị minh quân. Nước Kosala là một nước thái bình, thịnh trị, hùng mạnh.

+ Cấp Cô Độc (Anathapindada) **và Vườn Thệ Đà hay Kỳ Viên (Jetavana).**

Cấp Cô Độc (Anathapindada) hiểu theo nghĩa dân dã là Ông Cả Cô Độc, một trưởng lão không có con hay hiểu theo chữ nghĩa là Người Cấp Dưỡng Kẻ Cô Đơn. Ông giầu nứt đố đổ vách vì là chủ ngân hàng (banker). Ông có vợ người ở Thành Vương Xá (Rajgir) nước Ma Kiệt Đà (Magadha). Ngày nọ tới Thành Vương Xá ở nhà anh vợ, lúc đó đang nhộn nhịp soạn bữa tiệc cho Đức Phật ngày hôm sau. Sáng sớm khi đi dạo trong vườn Trúc Lâm bỗng nghe có người gọi tên cúng cơm của mình là Sudatta, tên này không hề một ai biết cả, ông giật mình. Sau đó ông mới biết đó là Đức Phật. Trong bữa ăn ngày hôm đó ông xin qui y và mời Ngài về Xá Vệ nghỉ trong mùa mưa. Đức Phật nhận lời.

Ông tìm được một khu vườn lý tưởng nhưng chủ của nó là Hoàng tử Jeta (Thệ Đà) con vua Ba Tư Nặc. Dĩ nhiên thái tử đời nào chịu bán ngôi vườn yêu quí của mình. Thái tử nói đùa là nếu ông có đủ tiền vàng phủ kín được quanh các gốc cây trong vườn thì hãy nghĩ tới việc mua vườn (có chỗ nói giá là 100.000 đồng vàng). Cấp Cô Độc làm đúng như lời thái tử nói. Thái tử không chịu bán viện lý do là mình nói đùa. Bị thua kiện theo luật phải bán. Mặt khác thái tử sau đó biết được Cấp Cô Độc mua vườn để dâng tặng Đức Phật. Vốn là con có cha mẹ đều là Phật tử ruột của Đức Phật và ông cũng kính yêu Phật nên cảm kích thấy Cấp Cô Độc hết lòng với Đức Phật và tăng đoàn nên thái tử thay vì bán đã tặng không cho Cấp Cô Độc để xây tu viện, Vì vậy tu viện được đặt tên theo tên thái tử là Vườn Thệ Đà (hay còn gọi là Kỳ Viên và vì có nhiều xoài nên có khi gọi là "rừng xoài").

Trong 45 năm hoằng pháp, đức Phật đã trải qua 25 mùa mưa nơi thành Xá Vệ, riêng ở tịnh xá Kỳ Viên (Jetavana) này đức Phật đã an cư đến 19 lần.

+ Tu Viện Lộc Mẫu.

Cách tịnh xá Kỳ Viên khoảng 5 km có một vườn xoài là Publarama của tín nữ Tỳ Xá Khư (Visaka) cúng dường tăng đoàn làm tu viện Lộc Mẫu.

Nữ thí chủ Tỳ Xá Khư là một Phật tử giàu có đứng hàng thứ nhì ở thành Xá Vệ, chỉ sau Cấp Cô Độc. Bà thương yêu dân chúng như mẹ nai thương hươu nai con nên được gọi là Lộc Mẫu, Mẹ Mang: Migāramāta (Migara: Mang Mễ, Mata: Mẹ).

Nai biểu tượng cho Mẹ Tổ vĩ đại thấy rõ qua Mẹ Tổ Âu Cơ Việt Nam. Mẹ Âu Cơ có thú biểu là con Nai Sao, là Mẹ Nai Sao của dân Việt Nam, ngày nay người Mường còn thờ phượng.

Bà dành một khu vườn xoài lớn xây dựng một tu viện nên được đặt tên là Tu Viện Lộc Mẫu.

Tại đây Đức Phật đã an cư trong 6 mùa mưa và thuyết giảng nhiều bài kinh quan trọng như kinh Quán Niệm Hơi Thở, kinh Tiểu Mãn Nguyệt... và nhiều đoạn kinh có đề cập đến bà. Bà sống trên 120 tuổi, qua đời sau Đức Phật khoảng 60 năm và nhập Niết bàn.

- ***Nguồn Cội Phật Giáo*** (Buddhist sources).

Như đã biết Đức Phật trải qua 25 mùa an cư tại thành Xá Vệ này, một trong những nơi được tôn kính nhất của Phật giáo. Nơi đây có thiên thời, địa lợi, nhân hòa. Nơi đây có vũ trụ trời đất thái hòa. Nơi đây có dòng Sông Hằng chảy từ trời xuống, có Núi Vũ Trụ Himalaya, có ngã ba thông thương đi khắp các nơi của cận-bán đảo Ấn Độ. Nơi đây có vua Ba Tư Nặc và hoàng hậu là cư sĩ Phật tử hết lòng phụng sự Phật giáo, có cư sĩ Cấp Cô Độc, một mạnh thường quân cùng với thái tử Jeta góp công đức vào tạo dựng Kỳ Viên, có nhân dân an hòa, thịnh vượng...

Vì thế tại đây Đức Phật giảng dậy, giáo huấn rất nhiều kinh gọi là **kinh "Xá Vệ Quốc"**. Theo Woodward, 871 kinh trong bốn bộ kinh (Nikayas) Phật là có gốc ở Xá Vệ Thành. Trong đó có hai bộ kinh cao cấp về mặt trí tuệ là Kinh Kim Cương và Kinh Hoa Nghiêm. "Hội Hoa Nghiêm" được mở ra 9 lần cho trời và người nghe. Hội thứ chín diễn ra tại Vườn Thệ Đà, do Như Lai và thiện hữu đều là hội chủ, giảng về Quả Pháp giới gồm 21 quyển.

Lưu Ý

Xin nói một chút về ngôn ngữ học để hiểu rõ về hai từ Hoa Nghiêm **Avatamsaka** (Sanskrit) hay còn gọi **Mahāvaipulya Buddhāvataṃsaka** (Đại Phương Quảng Phật Hoa Nghiêm). Hoa Nghiêm chữ hán là Hua-yan, chữ Nhật là Kegon. Hoa Nghiêm là một bộ kinh có ảnh hưởng nhất của Phật giáo ở Đông Á. Kinh Hoa Nghiêm dịch qua Anh ngữ là Flower

Garland hay Wreath Sutra (Kinh Vòng Hoa), Flower Adornment Sutra (Kinh Trang Hoàng Hoa) hay Flower Ornament Scripture (Thánh Thư Trang Hoàng Hoa).

Kinh Hoa Nghiêm là bộ kinh đại thừa, được coi như là vua trong các kinh, thể hiện pháp thân, tư tưởng và tâm nguyện của Đức Phật.

Tại sao gọi là Hoa Nghiêm? Dĩ nhiên có các cách giải nghĩa theo giáo lý cao siêu Phật giáo nhưng thường theo nghĩa bóng bẩy, hoa mỹ.

Tôi xin đi vào gốc nghĩa mộc mạc của ngôn ngữ học. Hiểu rõ được tên gọi theo gốc nghĩa là ta nắm vững được thành phần, khung sườn và ý nghĩa căn bản của kinh, rồi sau đó hãy mò mẫm cố gắng học hỏi tới ý nghĩa cao siêu của kinh sau.

Từ Avatamsaka (dịch là Hoa Nghiêm) có phần đầu: **avataMsa,** ear ornament (**trang sức ở tai**), ear ring (**vòng đeo tai**, hoa tai), ring-shaped (**hình vòng**), garland (**vòng hoa**).

Giải tự Avatamsa có ava-, dưới và -tam-, tai, liên hệ với tai. Avatamsa: dưới tai tức chỉ hoa tai, cái 'toòng teng'. Phạn ngữ cũng có từ *uttaḿsa* có nghĩa là "ear-ring" (hoa tai, bông tai). Từ uttaḿsa có: *ut-* là trên, "ut" đẻ ra Anh ngữ "*up*", Gothic và Anglosaxon *ut*, Old High German *ûz* có nghĩa là trên. Như vậy uttamsa có một nghĩa (vật) 'trên tai'. Tóm lại **tam**– liên hệ với Anh ngữ **tem**ple, temporall: mang tai, với Chàm ngữ **tang (tai),** với Mã ngữ ***tĕmpeleng*****,** "*a box on the ear*", một thứ hoa tai hình hộp và với Việt ngữ **tầm** là hoa tai.

Chúng ta có bài ca dao Tát Nước Đầu Đình rất được ưa chuộng và đã phổ thành nhạc được nhiều ca sĩ nổi tiếng hát.

Ta thường nghe hát:

Đêm qua tát nước đầu đình,
Để quên cái áo trên cành hoa sen.
Em có bắt được thì cho anh xin,
Hay là em để làm tin trong nhà.
. . . . . .
Giúp em đôi chiếu em nằm,
*Đôi chăn em đắp, đôi **Tầm** em đeo.*
Giúp em quan tám tiền cheo
.....

hay

Gái khôn con đã đến thì,
Để mẹ sắm sửa cho đi lấy chồng.
Mẹ sắm cho con cái yếm nhất phẩm hồng,
Dép cong, nón trẫm với dây thao điều,
*Đôi **'Tầm'** vàng rực con đeo...*

Phần lớn thường nói, viết hay hát sai thành 'đôi **tầm**' hay 'đôi **trầm**' (xem thêm Đôi Tầm Em Đeo... ở Categories Tiếng Việt Huyền Diệu trong bacsinguyenxuanquang. wordpress.com)

Như thế theo gốc nghĩa ta thấy ngay Kinh Hoa Nghiêm gồm có ba phần theo ba nghĩa chính:

1. Phần hiểu theo nghĩa là **Vòng Hoa** (garland) thì vòng hoa do cả trăm, ngàn đóa hoa với cỡ, mầu sắc và hương khác nhau kết lại, cho thấy từ Vòng Hoa Hoa Nghiêm có một nghĩa là 'một số lớn', 'vô số' hay 'một tập hợp bao gộp cả trăm nghìn kinh khác, mỗi kinh một thể, một cỡ. Điểm này tương xứng với tên Tây Tạng của kinh là *A Multitude of Buddhas* (Vô Vàn Phật) (In Buddhist Hybrid Sanskrit, the term *avataṃsaka* means "a great number," "a multitude," or "a collection." This is matched by the Tibetan title of the sutra, which is *A Multitude of Buddhas* (*"sangs rgyas phal po che"*).

Các học giả hiện đại coi kinh Phật Hoa Nghiêm (*Buddhāvataṃsaka) là một tập lục của nhiều kinh nhỏ hơn, nhiều bộ trong chúng lưu hành độc lập và sau đó kết lại cùng nhau thành bộ Buddhāvataṃsaka trưởng thành. Nhiều bộ kinh độc lập này còn sống sót trong các bản dịch Trung Hoa (*Modern scholars consider the *Buddhāvataṃsaka* to be a compilation of numerous smaller sutras, many of which originally circulated independently and then were later brought together into the larger mature *Buddhāvataṃsaka.* Many of these independent *Buddhāvataṃsaka* sutras survive in Chinese translation).

Như thế hiểu theo nghĩa Vòng Hoa thì kinh Hoa Nghiêm là một kinh kết tập muôn nghìn đóa hoa kinh nhỏ độc lập với cỡ, thể dạng, mầu sắc, hương thơm khác nhau…

2. Phần hiểu theo nghĩa '**hình vòng tròn**' (ring-shaped), theo hình dạng vòng tròn và vành tròn để kết hoa thì cho thấy kinh Hoa Nghiêm là kinh 'Vòng Tròn". Vòng tròn có một khuôn mặt là số không, là **hư không**, khởi nguyên và cũng là tận cùng của vũ trụ tạo sinh, của vũ trụ luận.

Vì vậy mà kinh Hoa Nghiêm còn gọi là **Kinh Hư Không,** Kinh Pháp Giới có khắp pháp giới, chẳng có một nơi nào trong vũ trụ, trời đất mà không có. Nói một cách khác là Kinh Vũ Trụ. Kinh Phật Hoa Nghiêm mô tả một vũ trụ của thế giơi vô cùng tận trên một thế giới đầy vô lượng Phật (The *Buddhāvataṃsaka* describes a cosmos of infinite realms upon realms filled with an immeasurable number of Buddhas).

Cho nên khi Phật vừa mới thành đạo ở Tòa Kim Cương, dưới gốc cây Bồ-đê, trung tâm của vũ trụ Ngài thuyết giảng kinh Hoa Nghiêm, kinh vũ trụ trong hai mươi mốt ngày ở Bồ Đề Đạo Tràng. Đức Phật giảng về huyền nghĩa "Nhất Tâm Chân Như, Pháp Giới Duyên Khởi", tức thuyết minh về sự hình thành vũ trụ vạn vật, muôn sinh (Điều này cho thấy Đức Phật thông suốt một cách siêu việt về vũ trụ tạo sinh, vũ trụ luận của vũ trụ giáo, dịch học).

Phẩm dài nhất và quan trọng nhất của bộ kinh này [Chương 39 "Entry into the Realm of Reality" (skt. Gandhavyuha), dịch qua Anh ngữ 400 trang), về sau được Phật Thích Ca thuyết giảng tại thành Xá-vệ này, tả cảnh Thiện Tài đồng tử (*Sudhana: Good Wealth*) đi tìm đạo dưới sự hướng dẫn của Văn Thù Sư Lợi (*mañjuśrī*), một Đại Trí Bồ-tát...

Phẩm này trở thành giáo lý căn bản của Hoa Nghiêm Tông.

3. Phần hiểu theo nghĩa Hoa Tai (ear ring).

Hoa tai hay vòng hoa đeo tai là một thứ trang sức làm đẹp cho mặt người. Mặt người là 'phần sáng' của con người (các vật sáng đều gọi là mặt như mặt trời, mặt trăng, mặt gương, mặt người...). Mặt người là phần sáng, phần trí tuệ (sáng trí, sáng dạ), phần thấy của con người (người sáng là người thấy, người có mắt còn người không thấy, u mê là người mù, 'vô minh'). Ca dao có *câu "xem mặt mà bắt hình dong, con lợn có béo thì lòng mới ngon"*... Như vậy Hoa tai Hoa Nghiêm làm đẹp cho sự hiểu biết và sự thấy tức giác ngộ. Đây là lý do khi mới giác ngộ Đức Phật nói ngay kinh Hoa Nghiêm.

Một điểm nữa ta cũng thấy Đức Phật đeo vòng tai.

Chân dung Đức Phật do một đệ tử lén vẽ trong lúc ngài thuyết pháp, khi ngài 41 tuổi hiện để tại Bảo Tàng Viện London, Anh Quốc.

Vòng tai của Đức Phật giản dị chỉ là một vòng tròn. Đây chính là Vòng Hoa Tai Hoa Nghiêm, Vòng Kinh Hư Không, Vòng Giác Ngộ, Vòng Vũ Trụ Hoa Nghiêm (xin đừng hiểu theo nghĩa đàn ông đeo hoa tai ngày nay!).

Tóm lại hiểu theo nghĩa Hoa Tai làm đẹp cho mặt người, cho người thì kinh Hoa Nghiêm là một kinh làm đẹp cho loài người, cho trí tuệ, hiểu và thấy tức giác ngộ giúp con người thoát khỏi vô minh.

Nói một cách đơn giản thì kinh Hoa Nghiêm là kinh Vòng Tròn Hư Không, Vũ Trụ. Nếu vòng tròn có kết hoa thì là kinh Hoa Nghiêm Vòng Hoa kết hợp muôn vàn các đóa hoa kinh nhỏ lại. Nếu để vòng tròn làm vòng tai thi kinh Hoa Nghiêm có nghĩa như kinh Hoa Nghiêm Hư Không. Nếu trang sức thêm hoa hay châu báu vào thì kinh Hoa Nghiêm là kinh Hoa Tai...

Như thế khi hiểu nghĩa gốc của từ Hoa Nghiêm Avatamsaka ta thấy được khung sườn của kinh gồm có ba phần chính và ý nghĩa căn bản của kinh. Rồi từ nghĩa căn bản đó ta mới... triết lý ra (triết là chiết ra, cắt nhỏ ra, bẻ vụn ra, tán rộng ra như chiết cây, chiết cành, chiết suất...) và ta mới hiểu nổi một số cao tăng, các nhà tư tưởng Phật giáo uyên bác luận giải qua các từ ngữ bác học, văn hoa, huyền hoặc, mê hoặc và với ý nghĩa thâm u...

Theo nhà dịch thuật Thomas Cleary kinh Hoa Nghiêm là bộ kinh vĩ đại, am tường và đẹp nhất của kinh sách Phật giáo.

....

- Phép Mầu Xá Vệ ("Shravasti miracles").

Khi mới nghe nói tới Đức Phật làm phép mầu ta có cảm tưởng như là một chuyện nghịch lý vì như đã biết Đức Phật là một Phật Người (Nhân Phật), Ngài thường không nhận mình là thần thánh, là đấng tạo hóa... Vì vậy phải hiểu phép mầu của Đức Phật khác với phép mầu của thần linh của các tín ngưỡng, tôn giáo khác. Phép mầu trong Phật giáo phần lớn là kết quả của khả năng tâm linh phi thường có được qua (thiền) định xuất thế, hơn là qua sức mạnh siêu linh, siêu phàm. Theo các văn bản Phật giáo nhiều đệ tử Phật giáo cũng như các tu sĩ không Phật giáo và du già (yogis) khi đã đạt tới trạng thái thiền định cao siêu cũng có thể có vài người làm được một vài loại phép mầu. Tuy nhiên Đức Phật thường ngăn cấm các đệ tử không được làm phép mầu chỉ vì một lý do thách đố của tôn giáo khác hay để tỏ ra ta khác người thường hoặc để đạt được một lợi điểm gì tầm thường. Một lần ở bến đò nọ, Đức Phật và một tu sĩ ngoại đạo cùng chờ đò qua sông. Đò trễ vị tu sĩ nọ bực bội và tỏ ra cho mọi người biết là mình có thể qua sông không cần đò. Tu sĩ làm phép mầu đi trên mặt nước qua sông. Đức Phật khi qua sông gặp lại vị tu sĩ nhỏ nhẹ nói với ông ta rằng ông ta đã phung phí công tu tập mấy mươi năm để đi được trên mặt nước thay thế đò khỏi tốn mấy xu tiền đò thì giá trị phép mầu của ông đã dùng hôm nay cũng chỉ bằng mấy đồng xu tiền đò. Đức Phật thường chỉ làm phép mầu phần lớn là để bảo vệ Phật giáo và có mục đích giáo huấn, giảng pháp. Lần này Đức Phật không cho phép các đệ tử mà tự mình nhận đứng ra thực hiện phép mầu tại thành Xá Vệ này vì coi đây là bổn phận của mình. Tại sao Đức Phật chọn nơi đây? Như đã nói ở trên Xá Vệ Thành là nơi có thiên thời, địa lợi, nhân hòa, nơi có thể lan truyền đi khắp đất Ấn Độ và là nơi Phật giáo còn bị các tôn giáo khác kình chống.

Vua Ba-tư-nặc trước khi gặp Đức Phật vốn theo Bà-la-môn giáo nên thành Xá Vệ cũng là nơi Ấn giáo và Chinh Phục giáo (Janism) phát triển huy hoàng. Một trong những lý do Chính là Đức Phật làm phép mầu để bảo vệ Phật giáo và hoằng Pháp.

Phép mầu nổi tiếng nhất ở Xá Vệ là Phép Mầu Sinh Đôi (*Yamakapratiharya*, twin miracle").

Phép mầu này coi như là một phép mầu vĩ đại nhất của Phật Thích Ca.

Theo văn bản Phật giáo phép mầu này làm trong một cuộc tỉ thí với sáu thầy tu của các tôn giáo đối nghịch khác. Thoạt đầu Đức Phật làm một con đường châu báu giữa không trung rồi Ngài phóng lửa ra từ phần nửa người trên và nước từ nửa người dưới trước khi luân phiên tới các phần khác của cơ thể. Cuối cùng lan tỏa rộng ra khắp nơi rồi bao trùm cả trời đất, vũ trụ. Dông bão, sấm chớp nổi lên làm bay đi lều trại của phe đối nghịch khiến họ bỏ chạy. Trong khi đó ngài vẫn đứng trên con đường châu báu giảng Pháp cho những người đang đứng quan sát.

Một dị bản khác nói thêm rằng Đức Phật còn tự tạo ra nhiều hình bóng chính mình: đi, đứng, nằm ngồi tràn đầy không trung...

Những phép mầu của Đức Phật thấy ghi lại nhiều trong các văn bản, tháp Phật và các tác phẩm nghệ thuật.

Tượng Đức Phật làm Phép Mầu Sinh Đôi Lửa-Nước ở Shravasti, thế kỷ tứ 3 (Sau Dương Lịch), Gandhara (Đông Afghanistan ngày nay). Lửa bốc lên ở hai vai và nước chẩy ra ở dưới chân. Áo có vết nhăn như một dòng nước chẩy từ trên xuống.

Trong hệ thống hang động Phật giáo Ajanta có nhiều hang khắc tạc các cảnh Đức Phật thực hiện các phép mầu này: ví dụ ở Tiền phòng hang số 6 có cảnh Phép Mầu Sharavasti với Ngàn Tượng Phật ngồi trên tòa sen.

Tiền phòng: tường bên trái có cảnh Phép mều Sharavasti (nguồn: Tài liệu Hướng Dẫn Du Lịch).

Tranh diễn tả cảnh Phật biến hóa Phép Mầu Shravasti thành Ngàn Vị Phật.

Tranh Ngàn Vị Phật (ảnh của tác giả).

Nên nhớ con số ngàn vạn là con số dịch học có một nghĩa là muôn ngàn, muôn vàn, vô số kể. Muôn vàn hình bóng Phật trên không trung này làm nhớ tới vô lượng Phật ở vô lượng thế giới trong vũ trụ, thích ứng với khuôn mặt vũ trụ của Đức Phật.

Theo tôi nhìn dưới lăng kính vũ trụ giáo cũng chí lý. Lửa và Nước là hai yếu tố mang tính nòng nọc (âm dương), hai nguyên lý căn bản của vũ trụ tạo sinh, vũ trụ giáo, dịch học (Lửa mang tính dương nên ở phần dương phía nửa trên thân người và Nước âm nên ở phần âm phía nửa dưới thân người). Lửa vũ trụ Càn (cosmic fire) và nước vũ trụ Khôn (cosmic water) liên tác tạo ra sấm khai thiên lập địa gọi là tiếng nổ Big Bang tức tạo ra vũ trụ, càn khôn, tam thế, muôn ngàn thế giới, muôn sinh... Phật Thích Ca có cốt là Phật Vũ Trụ đội lốt Phật Vũ Trụ Nhật Quang Vairocana, nên làm phép sinh đôi lửa nước phát ra từ thân Ngài rồi tỏa rạng khắp vũ trụ, tạo ra sấm chớp dông tố là điều hữu lý, hiển nhiên. Nếu muốn ta có thể gọi phép mầu này theo vũ trụ giáo là Phép Mầu Vũ Trụ Tạo Sinh, Phép Mầu Vũ Trụ, Phép Mầu Tạo Hóa. Đây là lý do tại sao phép mầu Sinh Đôi Nước Lửa Âm Dương này được coi là phép mầu vĩ đại nhất của Đức Phật. Chỉ có Đức Phật có cốt vũ trụ mới làm được phép mầu Sinh Đôi Lửa Nước Vũ Trụ này.

Lưu Ý

Có tác giả gọi phép mầu này là Phép Mầu Song Hành. Hai từ Song Hành (đi song song bên nhau) không hoàn chỉnh. Lửa Nước là hai yếu tố có tính nòng nọc (âm dương) trái ngược nhau, nếu đi song hành, không bao giờ gặp nhau thì không tạo ra được một thứ gì cả. Ở diện sinh tạo Lửa Nước phải gặp nhau để liên tác tạo ra vũ trụ muôn sinh như đã nói ở trên.

TỈNH XÁ VỆ NGÀY NAY.

Xá Vệ ngày nay chỉ còn lại những phế tích Phật giáo.

A. Tường Thành

Tường thành phố Xá Vệ cổ với cổng thành.

B. Vườn Thệ Đà.

Vườn Thệ Đà hay Kỳ Viên. Đây là địa điểm hành hương chính.

Bảng thông tin có bản đồ Vườn Thệ Đà (ảnh của tác giả).

Hãy dựa vào bản đồ này tìm đến hai địa điểm chính cần chiêm ngưỡng trong Vườn Thệ Đà này là chỗ căn lều cũ của Đức Phật và cây Bồ-đề Ananda.

Đường vào (ảnh của tác giả).

+ Căn Lều Cỏ Thơm của Đức Phật.

Phạn ngữ là Gandhakuti (Gandha-, mùi, hương thơm và kuti, lều, chòi): lều cỏ thơm nơi Đức Phật lưu trú. Có tác giả dịch là *hương thất* (nghe 'bác học' và sang trọng quá).

Tại đây Đức Phật an cư trong 19 mùa mưa. Đây là chỗ **thiêng liêng nhất của Kỳ Viên**. Khởi đầu chỉ là một chiếc lều cây cỏ thơm đơn sơ về sau xây dựng lại bằng gạch.

Ngày nay chỉ là phế tích với nền móng gạch.

Khu lều an cư của Đức Phật Gandhakuti hay Mulagandhakuti (ảnh của tác giả).

Theo khảo cổ học cho biết các viên gạch có tuổi vào thời triều đại Gupta (320-510).

Vào thế kỷ thứ 5 khi Thầy Pháp Hiển tới đây Thầy còn thấy một tháp gỗ bẩy tầng bị cháy, thay vào đó là một tháp gạch hai tầng. Vào thế kỷ thứ 7 khi Thầy Huyền Trang tới thì tháp gạch cũng đã bị đổ nát.

Ngày nay có một tháp nhỏ tạ ơn bằng gạch các Phật tử đã dán kín vàng lá.

Trước lều cỏ thơm an cư của Đức Phật tại Vườn Thệ Đà (Kỳ Viên) ở Xá Vệ Thành.

Lối vào lều an cư của Đức Phật (ảnh của tác giả).

Lều cỏ thơm của Đức Phật giờ đây chỉ còn nền trống không. Nền trống không mở rộng ra cả càn khôn vũ trụ bao la mông lung khôn cùng.

Trước cửa lều.

+ Cây Bồ Đề Ananda

Đi sâu thêm vào trong là cây Bồ-đề Ananda.

Cây Bồ-đề Ananda.

Cây Bồ này do ngài Ananda đã chiết một cành từ cây Bồ đề tại Bồ Đề Đạo Tràng mang về và chính tay cư sĩ Cấp Cô Độc trồng. Đức Phật đã thường ngồi thiền định dưới gốc cây này khi ngài có mặt ở Kỳ Viên. Mục đích trồng cây Bồ-đề là để các đệ tử và tín hữu tưởng nhớ tới Đức Phật khi Ngài đi xa.

Ngày nay tới đây ngồi tĩnh tâm tôi cũng tưởng nhớ cố tìm lại bóng hình Đức Phật từ ngàn xưa. Hôm nay nghe tiếng lá reo trong gió thấy trong lòng mình an tịnh hơn, có lẽ ở đây không bị ô nhiễm bởi những lời cầu nguyện ồn ào quá ở dưới gốc Bồ-đề ở nơi khác.

+ Các Tu Viện và Bảo Tháp Khác.

Tháp số 5, nhóm hành hương người Campuchia đang thiền định (ảnh của tác giả).

Phần trên tháp có khắc chữ cho biết tuổi từ thế kỷ thứ 8 tới thứ 10 Sau Dương Lịch.

Nhóm 8 tháp nhỏ (ảnh của tác giả).

Nhóm 8 tháp nhỏ làm vào những thời điểm khác nhau. Một tháp trong đó có ghi hàng chữ có tên Đức Phật cho biết làm vào thế kỷ thứ 5.

C. Tháp Cấp Cô Độc.

Cách tịnh xá Kỳ Viên không xa có hai tháp gần nhau khoảng 100m, đó là Tháp Cấp Cô Độc và 'Vòng Chuỗi Ngón Tay' (Angulilama).

Người quanh vùng thường gọi tháp Cấp Cô Độc với tên địa phương là tháp Kacchi Kuti bởi vì trên đỉnh tháp (kuti ngoài nghĩa chòi, lều còn có một nghĩa là chót, chóp, chỏm) có một điện thờ thần Kaccha do một vị thánh Ấn giáo xây.

Tháp Cấp Cô Độc (ảnh của tác giả).

Phần chính còn lại của tháp là bệ và cầu thang lên đỉnh tháp.

Tháp do Cấp Cô Độc (Sudatta tên cúng cơm, Anathapindika tên hiệu) xây cho Đức Phật khi ngài tới Xá Vệ. Tháp có di tích cấu trúc từ thế kỷ thứ 2 Sau Dương Lịch cho tới thế kỷ 12 Sau Dương Lịch.

D. Tháp Tôn Giả 'Vòng Chuỗi Ngón Tay (Angulimala).

Ngay bên cạnh Tháp Cấp Cô Độc là Tháp tôn giả Vòng Chuỗi Ngón Tay (Angulimala: có Anguli- có gốc aGgull ngón tay và mala: vòng chuỗi). Không hiểu sao lại dịch là Vô Não.

Mặt bên cho thấy tháp có nhiều tầng (ảnh của tác giả).

Kacchi Kuti có tuổi từ thời Kushana và được tái thiết nhiều lần. Dựa vào du ký của Thầy Pháp Hiển và Huyền Trang có nhóm khảo cổ học cho rằng tháp này liên kết với Tháp Cấp Cô Độc Sudatta (Anathpindika).

Đường hầm (ảnh của tác giả).

Tháp có nhiều đường hầm nối liền với cổng thành phố gọi là cổng Naushahra và Kandbhari.

Theo truyền thuyết tôn giả 'Vòng Chuỗi Ngón Tay' vốn là một tên giết người. Khi còn nhỏ là một chàng trai trẻ ngoan hiền, không làm hại ai nên được đặt tên là Ahimsāka ('the harmless one'), Người Vô Hại (A: không, -him- là hãm, hại) rất thông minh, học rất giỏi, được thầy thương như con cưng.

Vì vậy bị bạn bè ganh ghét vu cho ông là dan díu với vợ thầy (một dị bản khác nói người vơ thầy mê Ahimsaka nhưng bị từ chối nên mách với chồng là Ahimsaka buông lơi quyến rũ mình). Thầy trả thù bắt Ahimsaka muốn được thành đạt phải đi tìm cho thầy một món quà tốt nghiệp (có dị bản nói là để trả học phí) là một sâu chuỗi ngón tay của một ngàn người. Ahimsaka muốn thành đạt nên trở thành một tên sát nhân khét tiếng đến độ vua Ba Tư Nặc phải lên án tử hình và cho lùng bắt.

Người mẹ nghe tin liền vào rừng báo tin cho con biết để tìm cách cứu con. Lúc này, "Sâu Chuỗi Ngón Tay" đã giết được 999 người và cố tìm giết một người nữa để có đủ số lượng 1.000 người. Biết mẹ tới, hắn nẩy ra ý định giết mẹ. Đức Phật qua quán chiếu (meditative vision) thấy rõ sự việc, bèn đến khu rừng kia để ngăn chận lại. Khi thấy Đức Phật đi tới tên sát nhân bỗng nhiên bị đổi ý muốn giết Đức Phật thay thế mẹ mình. Hắn cầm dao tiến nhanh về phía Đức Phật. Ngài vẫn ung dung, thong thả bước đi. Nhưng lạ thay hắn không làm sao bắt kịp tới sát được bên Ngài. Cuối cùng bực tức hắn hét lớn gọi: *'tên thầy tu kia hãy dừng lại'*. Đức Phật ôn tồn trả lời: "*Ta đã dừng lại rồi chỉ có nhà ngươi là còn tiếp tục*". Hắn không hiểu ý Ngài: "*Người vẫn đi sao bảo là ngừng*?" Đức Phật nhỏ nhẹ giảng giải '*Ta đã ngừng làm hại người, còn nhà ngươi vẫn tiếp tục giết người. Hãy ngưng làm hại người như tên Người Vô Hại của ngươi*'. Hắn bỗng hiểu ra, rồi quỳ xuống xin qui y với Đức Phật. Ngài nhận hắn làm sa môn.

Có một văn bản giải thích là Đức Phật dùng lực của mình làm cho đất co lại và dãn ra để giữ khoảng cách với Angulimala (One text states the Buddha used his powers to contract and expand the earth, thus keeping a distance with Aṅgulimāla).

Khi đức vua và quân lính được báo là Angulimala đang ở trong tịnh xá của Đức Phật, tính tới bắt. Sau đó vua hiểu ra là Đức Phật đã hoán cải được tên sát nhân nên đồng ý không bắt nữa để hắn tu hành. Angulilama từ đó cố công tu tập và về sau thành một A-la-hán (1).

Tuy nhiên nghiệp quả trước kia cũng vẫn phải trả theo luật nhân quả. Làm nghiệp ác, nghiệp xấu, có nợ vũ trụ, nợ trời đất, nợ thế gian, nợ đời, nợ người dù có thành chánh quả cũng vẫn phải trả lại cho tất cả cho tới khi hết nợ. Vì thế nhiều lần đi khất thực bị những người có người thân bị giết trước kia trả thù, hành hung có khi bị vỡ đầu, sứt tai, mình mẩy bầm dập, quần áo rách tả tơi, bình bát bị mất phải nhịn đói... nhưng tôn giả vẫn nhẫn nhục, giữ tâm thái an nhiên của một bậc giác ngộ.

Toàn bộ câu chuyện này được ghi lại trong kinh Angulimala, số 86 thuộc Trung Bộ kinh.

Sau khi tôn giả chết mọi người tranh luận là Angulimala sẽ đi về đâu? Lúc đó Đức Phật nói rằng tôn giả có thể được giải thoát và đạt Niết Bàn nhưng vẫn phải trả hết nợ nhân quả. Mọi người kinh ngạc. Đức Phật nói ngay cả một người sau khi đã phạm những điều ác cũng vẫn có thể sửa đổi, tu tỉnh lại tốt lành hơn và đạt tới giác ngộ.

E. Các Kiến Trúc Thờ Phượng ở Quanh Xá Vệ Thành.

Cũng giống như ở các phế tích Phật khác có nhiều tu viện, chùa của nhiều quốc gia khác xây dựng tại thành Xá Vệ như Thái Lan, Myanmar, Tây Tạng, Tích Lan, Nam Hàn, Đài Loan...

Tóm lại

Xá Vệ Thành có một điểm quan trọng nhất, đây là nơi cuội nguồn Phật giáo, nơi Đức Phật đã trải qua 25 mùa an cư, nơi đây Ngài giảng dậy, giáo huấn rất nhiều kinh gọi là kinh "Xá Vệ Quốc". Theo Woodward, 871 kinh trong bốn bộ kinh (Nikayas) Phật là có gốc ở Xá Vệ Thành. Trong đó có hai bộ kinh cao cấp về mặt trí tuệ là Kinh Kim Cương và Kinh Hoa Nghiêm. "Hội Hoa Nghiêm" thứ chín diễn ra tại Vườn Thệ Đà, do Như Lai và thiện hữu đều là hội chủ. Nơi đây ngài cũng thực hiện nhiều phép mầu và thu thập nhiều cư sĩ, đệ tử trong đó có nhiều người được nhắc tới là vua Ba-tư-nặc, Cấp Cô Độc, tín nữ Mẹ Nai Tỳ Xá Khư (Visaka), tôn giả "Sâu Chuỗi Ngón Tay Angulimala"...

Ghi Chú.

(1). Cũng nên biết A-la-hán (Phạn ngữ arhat, Pali arahat, Tạng ngữ dgra com pa: dịch nghĩa là sát tặc, là giết hết giặc phiền não, người đã vô sinh, đoạn diệt sinh tử, đạt Niết Bàn, A-la-hán là một bậc thánh nhân. Trong Phật giáo nguyên thủy A-la-hán là hiện thân của giác ngộ, giải thoát cho bản thân mình, khác với Bồ-tát trong Phật giáo Đại thừa giải thoát cho mọi chúng sinh.

3. KINH THÀNH CA TỲ LA VỆ (KAPILAVASTU).

Ca Tỳ La Vệ ở Piprahwa, Ấn Độ.

Tổng Quát.

Tiện đường đi từ Vườn Lumbini tới Thành Xá Vệ chúng tôi ghé thăm thành Ca Tỳ La Vệ (Phạn ngữ Kapilavastu, Pali Kapilvatthu).

Ngày xưa Kapilavastu là thủ đô của một tiểu quốc dòng Shakya (Thích Ca).

Theo văn bản Phật giáo Thái Tử Tất Đạt Đa Cồ Đàm Siddartha Gautama con Vua Tịnh Phạn Suddhodana và Hoàng hậu Maya sống tại đây 29 năm lúc đầu đời cho tới khi rời cung điện xuất gia. Theo nguồn Phật giáo thì tên Kapilvatthu có nghĩa là "Vùng Đất Nâu" ('Tawny earth') (theo t = n như nâng = tâng; núm = túm; nực = tức, ta có taw- = nâu) vì trong vùng có nhiều cát mầu hung đỏ.

Theo một giải nghĩa khác thì Kapilavastu là vùng đất mang tên Kapila, một thánh nhân khai sáng ra trường phái triết học Samkhya Ấn Độ. Một vài học giả cho rằng Đức Phật đã chịu ảnh hưởng ít nhiều triết lý này.

Theo Ấn giáo Kapila là một hóa thân của Vishnu: *"Bhagavān Nārāyaṇa sẽ bảo vệ tất cả chúng ta. Chúa Vũ Trụ bây giờ sinh ra, giáng thế như là Kapilācārya*". Như đã biết Phật Thích Ca có cốt vũ trụ như thế cùng cốt vũ trụ với Kapilācārya. Ta cũng biết Ấn giáo coi Đức Phật là một thiên sứ của Vishnu. Như thế theo Ấn giáo Đức Phật và Kapila đều là hóa thân của Vishnu.

Trong Phật giáo theo một truyện tiền kiếp (Jataka) Đức Phật là Kapila trong một tiền kiếp của Ngài. Trong nghệ thuật Phật giáo, ở các đền chùa Phật giáo thường thấy tượng vua Kapila đứng bên các tượng Phật Vũ Trụ Đại Nhật Quang Vairocana, Phật A Di Đà Amitabha, Di Lặc Maitreya.

Như thế tên Kapilavastu có thể liên hệ với Kapila, liên hệ với Đức Phật.

. Vài Dòng Lịch Sử.

Ca Tỳ La Vệ là một kinh thành của một tiểu quốc của tộc Ganasangha hay "cộng hòa Shakyas" vào khoảng thế kỷ thứ 6 và 5 Trước Dương Lịch.

Tiểu quốc này rất nhỏ, có thể chỉ là một bang hay một tỉnh lớn (Province) của nước Kosala, hàng năm phải triều cống Kosala.

Ca Tỳ La Vệ liên hệ mật thiết với tỉnh lân cận họ hàng Devadaha (quê hương của Hoàng hậu Maya) của tộc Koliya. Cả hai cùng một dòng huyết tộc huyền sử là Triều đại Ikshvaku.

Khi tiểu quốc Shakya diệt vong Ca Tỳ La Vệ bị rơi vào quên lãng.

Ca Tỳ La Vệ và Đức Phật.

. Thời Tuổi Trẻ ở Ca Tỳ La Vệ.

Như đã biết Đức Phật đã sống 29 năm đầu đời ở thành Ca Tỳ La Vệ.

. Rời Ca Tỳ La Vệ Xuất Gia.

Sau khi nghe các thầy xem tướng nói là Thái tử lớn lên sẽ trở thành một Đại Vương hay một Đại Giác Ngộ tôn giáo. Vua Tịnh Phạn không muốn con mình đi vào con đường tu hành khổ cực. Vua biến Ca Tỳ La Vệ thành một cung điện huy hoàng, lộng lẫy với đủ thú vui và bắt Thái tử lập gia đình sinh con. Như đã biết nhà vua thất bại. Sau khi nhận ra đời người là Vô thường qua sinh lão bệnh tử, vào một đêm kia, Thái tử Siddhartha bí mật rời cung điện ra đi tìm đường, tìm Đạo của chính mình.

Thái tử rời Ca Tỳ La Vệ (Đại tháp Sanchi, Cửa Bắc).

Đến một chỗ nọ, Thái tử cắt tóc (thí phát). Rồi để xem mình ra đi có kết quả gì hay không thái tử bèn tung mớ tóc lên trời nói rằng nếu ta không tìm ra chân lý thì mớ tóc này sẽ rơi xuống đất, còn ngược lại sẽ bay đi khắp cõi trời báo cho ta biết. Ngay lúc đó gió nổi lên thổi những sợi tóc bay đi khắp bốn phương trời.

. Trở Về Ca Tỳ La Vệ Sau Khi Thành Đạo.

Ở hang số 17 trong hệ thống Hang Động Phật giáo Ajanta có tranh tường vẽ cảnh Đức Phật trở về Ca Tỳ La Vệ thăm vợ con, gia đình sau 12 năm thành đạo.

Đức Phật đứng trước vợ con (Tài liệu Hướng Dẫn Du Lịch).
(Ấn Độ: Hang Động Phật Giáo Ajanta 3, Categories Du Lịch).

Tranh diễn tả cảnh Phật sau mười hai năm thành đạo trở về Ca Tỳ La Vệ để gặp vợ Yashodara (Da Du Đà La) và con là Rahul (La Hầu La).

Lưu Ý.

Phật ở đây mặc áo mầu cam đơn giản của một vị chân tu. Phật được diễn đạt là người to lớn khác thường trong khi vợ con như hai người lùn. Ta thấy rõ đây là tranh vẽ của Phật giáo Đại thừa. Phật đã được tôn vinh là một đại nhân, siêu nhân (to lớn) trong khi vợ con là người thường nhỏ bé.

Phép Mầu Ca Tỳ La Vệ.

Văn bản Phật giáo kể rằng khi trở về Ca Tỳ La Vệ phần lớn người trong gia đình, nhất là các vị trưởng lão và một số dân chúng tỏ ra lạnh nhạt với Đức Phật. Họ cho rằng Đức Phật đã bỏ ra đi không màng tới họ, tới dòng tộc, tới vương quốc Shakyas và họ còn nghi ngờ sự thành đạo của Đức Phật.

Đức Phật buộc lòng phải làm phép mầu để chứng minh sự thành đạo của mình. Lần này Đức Phật làm phép mầu tạo ra mưa. Đặc biệt những hạt mưa mầu đỏ rơi xuống chỉ làm ướt những người tin có mưa, tin vào phép mầu của Đức Phật. Mưa không làm ướt những người không muốn bị ướt, còn nghi ngờ Đức Phật. Có người hỏi tại sao giọt nước mưa lại mầu đỏ? Ngài nói mưa đỏ như thế này đã xẩy ra trong tiền kiếp Phật.

Rồi Đức Phật giảng một kinh tiền kiếp của mình là Vua Vessantara (Tu Đại Noa). Mẹ vua đã sinh ra vua khi đi thăm thành phố vì thế vua mới có tên là Vessantara có nghĩa là "Sinh ra ở khu phố chợ". Mới còn nhỏ thái tử đã xin tiền mẹ bố thí cho người nghèo ngoài phố chợ. Đây là một truyện rất phổ biến trong Phật giáo nguyên thủy. Đại lược thái tử Vessantara là một người có lòng độ lượng bao la, bố thí tất cả những gì mình có kể cả cho vợ con đi ở đợ để cứu giúp người.

Những nhân vật trong truyện đều là những nhân vật tiền kiếp của những người tái sinh ở kiếp này: Vessantara là tiền kiếp của Đức Phật và những nhân vật khác trong truyện là tiền kiếp của những người hiện sống chung quanh Đức Phật như vợ con Đức Phật, Ananda, Ca Diếp...

Dì Kế Mẫu Xin Qui Y.

Như đã biết Hoàng hậu Maya sinh Thái tử Tất-đạt-đa được bẩy ngày thì mất. Em hoàng hậu là Prajapati Gautami (Việt ngữ chỉ phiên âm Gautami là Kiều Đàm Di có nghĩa là người nữ của dòng họ Cồ Đàm và không phiên âm Prajapati) trở thành mẹ kế nuôi nấng, cho bú mớm Thái tử như mẹ ruột.

Lúc Đức Phật trở về thăm gia đình sau khi thành đạo, nghe Ngài giảng Pháp cho gia đình và họ hàng, bà nghe xong thực hành tu tập và ba lần xin Phật qui y. Nhưng cả ba lần đều bị từ chối.

Sau khi vua Tịnh Phạn băng hà bà kế mẫu cắt tóc cùng 500 nữ lưu dòng Thích Ca đi bộ từ Thành Ca-tì-la-vệ tới Vaishali cách khoảng trên 500 cây số xin Phật cho xuất gia. Đức Phật một lần nữa khước từ vì nhận thấy tu hành đối với phái nữ quá cam khổ và không an toàn. Đức Phật nói với dì mẫu nên là một cư sĩ tu tại gia tốt hơn. Nhưng sau khi Ananda khẩn khoản xin, Ngài mới bằng lòng với điều kiện có thêm tám qui luật đặc biệt (*gurudharma*) bà phải tuân theo. Sau này tám qui luật này áp dụng chung cho cả giới tăng ni (có Kinh Bát Kỉnh Pháp). Về sau bà kế mẫu trở thành một nữ A La Hán và làm ni trưởng thành lập ni bộ tăng đoàn đầu tiên trong Phật giáo tại Vaishali.

Đây là một điểm cách mạng Đức Phật dựa trên bình đẳng vì lúc bấy giờ không một tôn giáo nào chấp nhận nữ tu (xem Thành Tỳ Xá Li Vaishali).

. Ca Tỳ La Vệ Diệt Vong.

Như đã nói ở trên tiểu quốc tộc Shakya rất nhỏ, có thể chỉ là một bang hay một tỉnh lớn (Province) của nước Kosala (Kiều-tát-la) hàng năm phải triều cống Kosala.

Trong thời Đức Phật tại thế thì vua nước Kosala là Ba-tư-nặc, như đã biết ông là một cư sĩ tại gia của Đức Phật và là cha của thái tử Thệ Đà đã cùng Cấp Cô Độc dâng Đức Phật Vườn Thệ Đà (Kỳ Viên).

Ba-tư-nặc là một minh quân nhưng có khuyết điểm là thích giai nhân. Ngoài chính hậu ông còn có thêm bốn thứ phi. Bà thứ phi thứ tư là Vasabhakkhatiya dòng dõi Thích Ca. Bà này sinh ra một hoàng tử tên là Vidudabha, về sau cướp ngôi vua Ba Tư Nặc. Vidudabha khám phá ra mẹ mình không phải hoàn toàn là giai cấp quí tộc dòng Thích Ca mà là con của một hoàng tử- vị này là anh em họ của Đức Phật- với một tiện nữ nô lệ. Dòng Thích Ca đã dâng cho vua Ba-tư-nặc một người thứ phi bất xứng. Vidudabha đem lòng oán hận dòng Thích Ca từ đó. Khoảng năm 487 vua Ba-tư-nặc đi vắng nhà, hoàng tử Vidudabha thừa cơ cướp ngôi vua cha. Vidudabha đem quân đi trả thù dòng Thích Ca tức dòng mẹ đã sinh ra mình. Đức Phật đã ngăn cản được ba lần nhưng tới lần thứ tư thì Vidudabha không còn nghe theo nữa, đem quân chiếm thành Ca Tỳ La Vệ, giết tất cả thanh niên tuổi đi lính và phá hủy thành.

Buồn thay dòng Shakyas tặng vua Ba-tư-nặc một thứ phi để kết nối tình thân với Kosala, để sống đời đời hòa bình bên cạnh Kosala, giờ đây vua Kosala là Vidudabha, một đứa con phản tặc, phản cha, phản mẹ tiêu diệt dòng họ Shakyas bên ngoại của mình.

Đức Phật lặng người đứng nhìn gia đình, dòng tộc và quê hương minh bị diệt vong trước không bao lâu khi ngài nhập diệt. Dĩ nhiên Ngài biết rõ đây là do luật nhân quả.

Phế Tích Ca Tỳ La Vệ Ngày Nay: Hai Thành Phố Ca Tỳ La Vệ Ngày Nay.

Hiện nay có hai nơi ở hai bên biên giới giữa Nepal và Ấn Độ mỗi nước đều nhận là thành Kapilavastu cũ ngày xưa là của nước mình. Một là ở khu khảo cổ học Tilaurakot ở Nepal. Vùng thứ hai là làng và khu khảo cổ học Piprahwa ở tiểu bang Uttar Pradesh, Ấn Độ gần kề sát ngay với Tilaurakot.

Ta có Piprahwa Kapilavastu và Tilaurakot Kapilavastu.

Hai thành phố Ca Tỳ La Vệ ngày nay: 1. Kapilavastu Tilaurakot, Nepal,2. Kapilavastu Piprahwa, Ấn Độ (nguồn H.W. Schumann, Auf den Spuren des Buddha Gotama, Walter Verlag, 1992).

Bản đồ trên cho thấy tiểu quốc Sakya là một chư hầu của Vương quốc Kosala (Kiều-tát-la) của vua Ba-tư-nặc. Kosala và Magadha (Ma-kiệt-đà) của vua Bimbisara (Tần-bà-sa-la) là hai cường quốc cùng thân thiện với Đức Phật.

Cả hai nơi đều trưng ra các bằng chứng đáng kể dựa vào địa lý, lịch sử và khảo cổ học để đòi được thừa nhận mình là nước có Ca Tỳ La Vệ cổ thứ thiệt.

***PIPRAHWA KAPILAVASTU*.**

Nơi đay nổi tiếng nhất là có di chỉ khảo cổ học bảo tháp xá lợi Phật.

- Địa lý

Cả hai nơi đều rất gần Vườn Lâm Tỳ Ni. Như đã biết Hoàng hậu Maya khi đến gần ngày sinh về quê nhà ở

Devahara để sinh. Nhưng khi đến khu vườn Xinh Đẹp như tiên cảnh bà dừng lại nghỉ chân. Lumbini chỉ cách kinh đô Ca Tỳ La Vệ chừng 25 cây số.

Ngày nay Piprahwa cách Lumbini chừng 9 miles (15 km).

- Lịch sử

Dựa vào du ký hành hương của Thầy Pháp Hiển và Thầy Huyền Trang để kiểm chứng lại vị trí của Ca Tỳ La Vệ. Địa điểm Piprahwa rất ăn khớp.

- Khảo cổ học.

Một kỹ sư người Anh tìm thấy trong khu bất động sản của mình nhiều gò đống che phủ bởi rừng cây. Ông cùng các nhà khảo cổ học khai quật thấy một bảo tháp, nhiều phế tích tu viện và cả một bảo tàng viên. Nhiều phức thể kiến trúc chỗ ở và điện thờ cũng tìm thấy ở một gò đống ở Ganwaria kế cận.

+ Khu Bảo tháp Piprahwa.

Khu bảo tháp Piprahwa gồm một bảo tháp và nhiều tu viện.

Tháp Piprahwa Của Dòng Tộc Thích Ca Sakya.

Như đã biết đáng lý ra dòng tộc Thích Ca phải được giữ hết phần còn lại của pháp thân Phật sau khi hỏa táng, tuy nhiên để chia đồng đều cho 8 nước có liên quan đến Đức Phật nên chỉ nhận được một phần tám. Chính phần này có thể được chôn trong tháp Piprahwa ở đây.

Xin nói một chút về xá lợi Phật tìm thấy trong một khai quật đầu tiên vào thời hiện đại tại tháp này.

Chúng tôi có duyên may là vài ngày ngay trước khi đi Hành Hương Đất Phật này, trên đường trở về từ một chuyến đi nghỉ dưỡng tại Bali, Nam Dương, có ghé ở lại Singapore vài ngày. Tại đây chúng tôi tới thăm Bảo Tàng Viện Văn Minh Á Châu (Asian Civilisations Museum). May mắn thay ngay lúc đó bảo tàng viện đang trưng bầy, triển lãm Buddha Relics (từ ngày 25-11-2022 đến 26-3-20230) đào tìm thấy từ Tháp Piprahwa thuộc dòng họ Sakya.

Xá Lợi Phật.

Tháp Piprahwa, Utta Pradesh.

Vị trí của tháp Piprahwa rất gần Vườn Lâm-tì-ni (ảnh của tác giả).

Tháp này nằm trong bất động sản do ông W.C Peppé, một người Anh làm chủ.

Peppé tham khảo với các giới chức thẩm quyền và giới khảo cổ học để xin khai quật tháp này. Kết quả là đào tìm được năm bình mai táng để trong một quan tài đá.

The five reliquaries found in the Piprahwa Stupa. Photo courtesy of the Peppé family.

Một trong các bình này nắp có khắc bằng chữ Prakrit một văn bản Brahmi có ghi:

"*Đây là bình xá lợi Đức Phật Thích Ca*".

(ảnh của tác giả chụp tại Bảo Tàng Viện Quốc Gia New Dheli).

Năm bình chứa các mảnh xương và tro cùng với các hạt tròn (beads) khắc chạm, ngọc trai, ngọc hình hoa, đĩa lá vàng và các tế vật.

Lưu ý

Trong 5 vật đựng có hai bình là bình vũ trụ giống chiếc bình Phật Vũ Trụ Vairocana cầm trong tay.

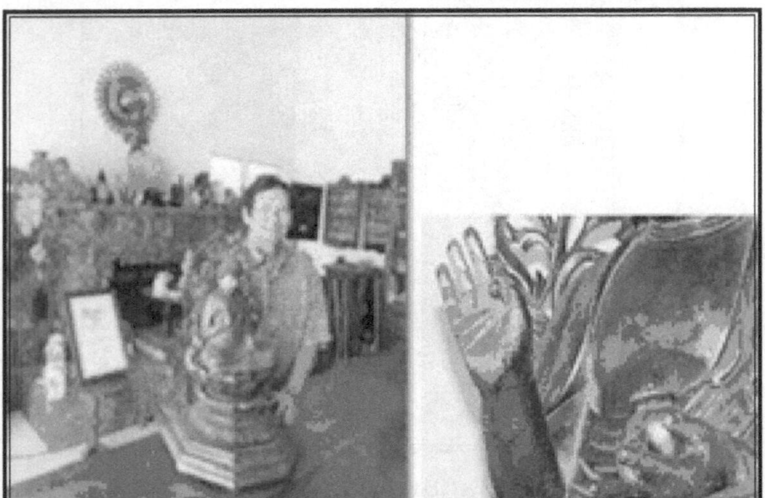

Phật Vũ Trụ Vairocana tay trái cầm bình vũ trụ tay phải làm thủ ấn bánh xe Pháp vũ trụ (kỷ vật của tác giả).

Trong bình vũ trụ lớn có nắp khắc chữ có chứa ấn và tro:

Bình chứa Ấn và Tro (ảnh của tác giả).

Ta suy ra các bình, vật đựng dùng trong mai táng có mang ý nghĩa vũ trụ tạo sinh là những vật dùng đựng di hài, tro than người chết. Các vò chum (vò chum đất nung ở Sa Huỳnh, Chum đá ở Cánh Đồng Chum Lào...), thạp (kể cả thạp đồng Đông Sơn), trống đồng Đông Sơn có mang ý nghĩa hư vô, trứng vũ trụ, dạ con vũ trụ, cây nấm vũ trụ đều dùng đựng tro than, xương, sọ người chết (ví dụ trống Nga Va ở Nga Sơn Thanh Hóa có đựng một sọ người).

Như vậy suy ra ba bình còn lại trong năm bình nói trên có thể là những bình đựng vật trang sức, cúng dường hay tế vật dâng Đức Phật.

Đây là một khai quật đầu tiên vào thời hiện đại cho thấy các di vật riêng của Đức Phật và các vật cúng dường đi chung với xá lợi di hài Đức Phật.

Khi nghe tin này Thượng tọa Jinavaravansa, một tu sĩ Thái-Tích Lan vội vã đến Piprahwa tìm gặp ngay Peppé. Thượng tọa thuyết phục ông Peppé giao phần xá lợi cho vua Thái. Sau đó Chính Quyền Thuộc Địa Anh cũng can thiệp khuyên ông Peepé giao xá lợi Phật cho các quốc gia Phật giáo uy tín. Lúc bấy giờ chỉ có Thái Lan là một quốc gia Phật giáo duy nhất có chủ quyền độc lập. Qua ngoại giao Thượng tọa Jinavaravansa thuyết phục được Peppé trao phần xá lợi di hài Đức Phật cho vua

Thái *Chulalongkorn* Rama V vào ngày 15 tháng 2 (ngày Đức Phật nhập diệt) năm 1899. Là con của vị vua Phật Mongkut, Vua Rama V cũng rất mộ đạo Phật, một vị vua anh minh cải cách giữ Thái Lan độc lập và giao hảo tốt với Tây phương (vì vậy mà ông được nhận xá lợi Phật từ Peppé). Ông được biết đến nhiều trong phim nhạc kịch "the King and I".

Đĩa bạc Vua Rama V tặng Peppé (ảnh của tác giả).

Năm 1990 trong một buổi lễ trọng thể Vua Thái Rama V trao lại một phần xá lợi cho Burma (Myanmar), Sri Lanka (ông quả thật là một người con Phật có trái tim Bồ đề) và một phần để trong Chùa Saket, Chùa Gò Vàng (Golden Mound Temple) ở Bangkok.

Ông W.C. Peppé chỉ giữ lại một phần các châu báu, vật cúng dường.

Sau đây là các di vật của ông Peppé được giữ lại.

Di vật khai quật từ Tháp Peppé tại Piprahwa (ảnh của tác giả).

Di vật trong khung kính làm cho Peppé năm 1903: ngọc tím (amethyst), tinh thể đá, ngọc trai và các châu ngọc khác, thế kỷ thứ nhất hay sớm hơn đào tìm thấy tại Tháp Piprahwa, 1898 (mượn từ một sưu tập tư) (ảnh của tác giả).

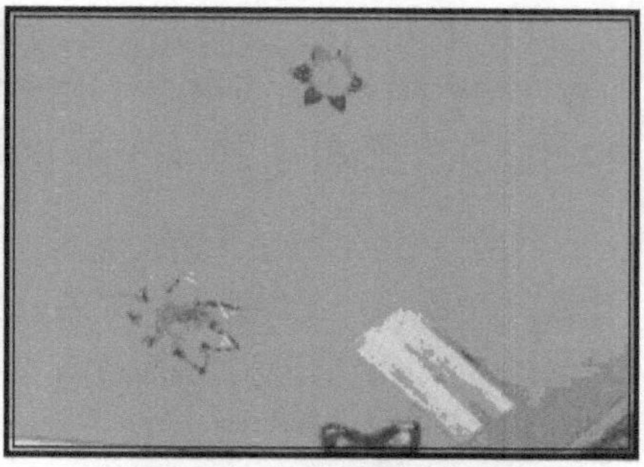

Di vật nhìn dưới kính phóng đại (ảnh của tác giả).

Xá Lợi Phật Tại Bảo Tàng Viện Quốc Gia New Dehli.

Như đã nói ở trên trước đây xá lợi Phật được trao cho vua Thái Lan rồi Thái Lan phân chia bớt cho Myanmar và Lào. Ngày nay Bảo Tàng Viện Quốc Gia New Dehli có được phần xá lợi ngọc xương.

Chúng tôi cũng có duyên may là đã dự định khi chấm dứt chuyến Hành Hương Đất Phật này ở lại New Dehli vài ba ngày để viếng thăm Bảo Tàng Viện Quốc Gia New Dehli và dự đại lễ quốc gia Holi của Ấn Độ.

Tháp trưng bầy xá lợi Phật với hai bình mai táng. Tháp làm bằng gỗ tích (teak) dạng núi vũ trụ Tu Di (Meru), cây vũ trụ do Thái Lan tặng. Phần tháp chính thếp vàng, chóp đỉnh có ổ nhận kim cương (ảnh của tác giả).

Tháp trưng bầy mang ý nghĩa núi vũ trụ Tu Di (Meru) này thấy rõ qua chiếc 'Chum' hay thạp Gỗ Mai Táng của hoàng gia Thái, Lào cũng mang hình dạng núi vũ trụ Tu Di.

Các vua chúa Thái, Lào, Campuchia theo truyền thống Phật giáo, khi chết vẫn để xác trong các vật mai táng lớn có hình chum, thạp nhưng bằng gỗ sơn son thếp vàng và trang trí rất nghệ thuật.

Chum, thạp gỗ thếp vàng của hoàng gia Lào tại chùa Xieng Thong, Luang Prabang (ảnh của tác giả).

Chum, thạp gỗ của hoàng gia Thái (ảnh của tác giả chụp tại Bảo Tàng Viện Quốc Gia Bangkok, Thailand).

Trong các chum, thạp gỗ thếp vàng này thân xác vua chúa được trải qua các qui trình biến hóa dần dần từ thế giới trần tục đi về thế giới siêu linh. Thân xác được để ở tư thế thai nhi ngồi trong bụng mẹ giống như ngồi trong dạ con vũ trụ và giữ cho tới khi rữa nát. Thường thường là một năm. Sau đó, phần hồn tách ra khỏi phần xác đi về thượng thế, cõi vĩnh hằng. Phần thân xác còn lại mới đem hỏa táng. Các tro than và các phần xương không cháy được đem chôn ở những nơi thiêng liêng cùng với các vật tùy táng mang tính cách tín ngưỡng hay biểu tượng.

Xá lợi Phật trong đó có ngọc xương (xương kết tinh) Đức Phật trưng bầy trên đế tháp núi vũ trụ 7 tầng Càn Khôn có mandala vũ trụ tròn (ảnh của tác giả).

Hình chi tiết đế tháp trưng bầy xá lợi (tầng dưới cùng ngọc xương Đức Phật) và hai bình mai táng vũ trụ chụp trên màn ảnh máy truyền hình (ảnh của tác giả).

Lưu Ý

Ta thấy rất rõ các vật trưng bầy xá lợi di hài Đức Phật ở bảo tàng viện (hay chùa, đền) đều làm mang ý nghĩa của vũ trụ tạo sinh của vũ trụ giáo như tủ tháp cây vũ trụ (cây tam thế, cây đời sống) và đế tháp núi vũ trụ mandala tròn ở đây giống như các bình mai táng, các tháp Phật stupa, các vò chum mai táng, nấm mồ... Trong khi các di vật chỉ để trong các vật đựng thông thường như thấy các hộp gương di vật của Peppé.

Xá lợi Phật năm 1978 đem trưng bầy tại Sri Lanka đã thu hút hơn 10 triệu người tới chiêm bái. Xác lợi Phật cũng được trưng bầy ở nhiều nơi khác ở Á châu như Mông Cổ 1993, Singapore 1994, Nam Hàn 1995, Thái Lan 1996...

....

Chúng tôi có được những giây phút an lạc cùng xá lợi Phật.

+ Khu Tu Viện Ganwaria.

Tu viện ở phía nam (nguồn: Wikipedia)

Thành của các tòa nhà (nguồn: Wikipedia)

Các nhà khảo cổ học tiếp tục khai quật vùng chung quanh và ngày nay khám phá ra thêm phức thể tu viện Piprahwa-Ganwaria. Cấu trúc lớn nhất sau bảo tháp là Tu Viện Phía Đông có sân và hơn 30 phòng ở bao quanh sân. Phức thể tu viện còn có thêm Tu Viện Phía Nam, Tu Viện Phía Tây và Tu Viện Phía Bắc. Cũng tìm được các gạch lát tường và bình, tất cả đều có loại văn tự Kushan ghi: "*của các sư tăng của Ca Tỳ La Vệ vĩ đại* ".

TILAURAKOT KAPILAVASTU.

Nepal nhận đây là kinh thành Ca Tỳ La Vệ xưa thuộc dòng Shakba, cũng dựa vào ba yếu tố:

- Địa lý:

Tilaurakot cách Piprahwa 16 miles. Hiện nay là vùng phụ cận của tỉnh Ca Tỳ La Vệ ở Địa phận Ca Tỳ La Vệ thuộc tỉnh Lâm Tỳ Ni ở phía Nam Nepal. Nằm cách 25 km về phía tây bắc Đền Đại Thần Mẫu Maya ở Lumbini. Trong khi Piprahwa ngày nay cách cách Lumbini chừng 9 miles (15 km).

- Lịch sử

Nhà khảo cổ học PC Mukherji năm 1899 cũng nhờ du ký của các cao tăng Trung Hoa mà tìm ra địa điểm này.

- Khảo cổ học

Tại Tilaurakot, nhóm của Mukherji khai quật được một số cấu trúc phế tích của thành quách, khu người ở, như cung điện, đền, đài tưởng niệm, một tu viện, hai bảo tháp cho là liên hệ với vua Tịnh Phạn Suddhodana và hoàng hậu Maya, các điêu khắc, hồ, ao, mảnh vỡ gốm, hạt tròn, tiền kim loại.

Cổng phía đông di chỉ khảo cổ học Tilaurakot, nơi được cho là Cung điện của Vua Tịnh Phạn Suddhodanda ở Tilaurakot (nguồn: Wikipedia).

(nguồn: World History Encyclopedia).

Một số đồ khai quật hiện được trưng bầy tại Bảo Tàng Viện Kapilavasty gần Tilaurakot.

Nhóm khảo cổ học này cho rằng đây là trung tâm Ca Tỳ La Vệ từ thế kỷ thứ 9 (Trước Dương Lịch) tới thế kỷ thứ 3 (Sau Dương Lịch) thuộc kinh đô tiểu quốc Shakya tức Ca Tỳ La Vệ xưa.

Chính quyền Nepal năm 1996 đã đệ đơn với *dự định* muốn xin cho đây là một Địa Danh Di Sản Thế Giới UNESCO.

Như đã nói ở trên một số các nhà khảo cổ và sử gia vẫn bác bỏ và cho rằng Piprahwa ở Uttar Pradesh Ấn Độ cách Tilaurakot 16 km mới là Ca Tỳ La Vệ xưa.

Mặc dù cho là như vậy nhưng sự khám phá khảo cổ học ở Tilaurakot cũng làm cho sự quyết định cho rằng Piprahwa là Ca Tỳ La Vệ cũng còn lấn cấn và có người cho là cần phải xét lại. Sự tranh luận vẫn tiếp tục xem nơi nào đích thực mới là Ca Tỳ La Vệ cũ.

Piprahwa hay Tilaurakot là thành Ca Tỳ La Vệ cũ thật ra cũng không quan trọng nhiều đối với dân thường ngày nay vì gần như hầu hết theo Ấn giáo nhưng là một vấn đề trọng đại của chính phủ Nepal và Ấn Độ. Lý do chính đây là một nguồn lợi nhuận lớn mang về cho nước nào thực sự có phế tích của Ca Tỳ La Vệ xưa.

Theo riêng tôi thì cả Piprahwa và Tilaurakot có thể đều nằm trong kinh thành Ca Tỳ La Vệ xưa. Cả hai có thể cùng nằm chung trong một vùng quản trị của chính phủ của tiểu quốc Shakya nhưng tôi cho là Piprahwa quan trọng hơn vì những điểm sau đây:

+ Piprahwa cổ hơn vì có bảo tháp xá lợi Phật.

+ Piprahwa có bảo tháp Phật chôn xá lợi và các di vật của Đức Phật là một vùng đất thiêng liêng nhất nằm trong hoàng thành Ca Tỳ La Vệ. Theo phong tục xưa ở nhiều tôn giáo, quốc gia thì những bậc cái thế, giáo chủ, vua chúa, các vị cao tu khi chết thân xác hay tro than thường được chôn trong các tháp, đền đài ở một chỗ thiêng liêng **trong** hoàng cung, sân, vườn đền chùa, nhà thờ... Còn các người tầm thường hay không được tôn vinh, kính trọng khác thường bị đem ra chôn **bên ngoài** (kinh thành, chùa miếu, nhà thờ). Piprahwa với bảo tháp chôn xá lợi Phật phải nằm trong vòng vi kinh thành Ca Tỳ La Vệ xưa.

+ Đất thiêng chôn tro than, xá lợi Phật đáng tôn thờ quan trọng hơn hoàng thành Tilaurakot nơi Thái tử sống thời trẻ. Thái tử đã coi thường hoàng cung nguy nga tráng lệ bỏ đi... Trong khi đó Đức Phật đã quan tâm đến việc phân chia tro than thân xác mình sau khi nhập diệt.

+ Như đã biết Ashoka thường viếng thăm các Phật tích và cho xây bảo tháp hay các trụ Ashola. Ashoka đã lấy bớt các xá lợi Phật trong tám vùng nguyên thủy đem đi xây các bảo tháp xá lợi khác ở khắp nơi trong đế quốc của mình. Chắc chắn Ashoka không thể bỏ xót kinh thành Ca Tỳ La Vệ. Vì thế bảo tháp Piprahwa dù nếu không phải là bảo tháp chôn một trong tám phần gốc của tro than Đức Phật sau khi dập diệt mà chỉ là bảo tháp do Ashoka xây sau này thì cũng là bảo tháp đánh dấu kinh thành Ca Tỳ La Vệ của Ashoka.

+ Các nhà khảo cổ học và sử học thừa nhận nhận Piprahwa ở Uttar Pradesh, Ấn Độ thay vì Tilaurakot ở Nepal. Bằng chứng là họ đã từ chối không chấp nhận đòi hỏi của nhà khảo cổ học Mukherjee (có lẽ dựa vào những điểm chính yếu mấu chốt là Xá Lợi Phật với chiếc bình có hàng chữ xác thực và những viên gạch tại ở khu Ganwaria ghi là của tu viện ở Ca Tỳ La Vệ vĩ đại).

Dĩ nhiên sự khai quật vẫn còn tiếp diễn hiện nay. Có thể trong tương lai tìm ra những bằng chứng mới sẽ xác thực được chắc chắn là Piprahwa hay Tilaurakot là kinh thành Ca Tỳ La Vệ xưa.

Tuy nhiên trong tương lai cho dù Piprahwa không phải là Ca Tỳ La Vệ đi nữa, tôi vẫn chọn đến thăm Piprahwa có bảo tháp chôn xá lợi Phật hơn là thăm kinh thành Ca Tỳ La Vệ nơi Đức Phật ở thời trẻ.

- Đến Thăm Phế Tich Ca Tỳ La Vệ Priprahwa, Ấn Độ.

Chúng tôi đi hành hương Đất Phật phần lớn thăm các phế tích Phật ở Ấn Độ và do hướng dẫn của một công ty du lịch Ấn Độ nên dĩ nhiên được đưa đến thăm Ca Tỳ La Vệ Piprahwa ở phần đất Ấn Độ.

Đường vào (ảnh của tác giả).

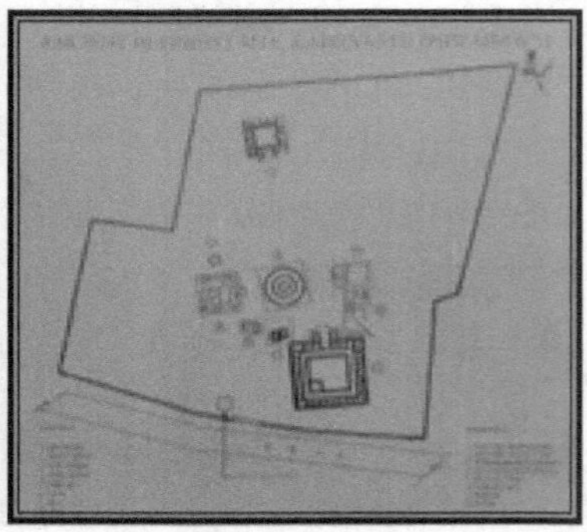

Bản đồ cho thấy có
tháp chính Piprahwa và các tu viện.

Bảo tháp Piprahwa (ảnh của tác giả).

Ở đây ngoài bảo tháp Piprahwa chôn xá lợi Đức Phật cũng có một số tu viện.

Một tu viện còn thấy tường của nhiều phòng ở của tu sinh (ảnh của tác giả).

Một phế tích tu viện chỉ còn nền móng gạch (ảnh của tác giả).

Không biết có tu viện nào liên hệ gì với tu viện của ni trưởng dì mẫu của Đức Phật xây tại Ca Tỳ La Vệ không?

……

Kết Luận

Kinh thành Ca Tỳ La Vệ là nơi Đức Phật sống 29 năm đầu đời trước khi ra đi tìm chân lý và là nơi Ngài trở về thăm lại 12 năm sau khi thành đạo.

Ngày nay hiện có hai nơi nhận là phế tích của Ca Tỳ La Vệ: một là Ca Tỳ La Vệ Piprahwa của Ấn Độ ở bên này biên giới Ấn Độ-Nepal và một là Ca Tỳ La Vệ Tilaurakot của Nepal ở bên kia biên giới Ấn Độ-Nepal. Cả hai chỉ cách nhau 16 km. Có thể cả hai cùng thuộc về kinh thành Ca Tỳ La Vệ xưa.

Tuy nhiên Ca Tỳ La Vệ Piprahwa với bảo tháp xá lợi Phật linh thiêng hơn (có tới hai chục triệu người trên thế giới chiêm bái xá lợi Phật khai quật từ bảo tháp Piprahwa). Nếu có cơ hội nên đến thăm cả hai, còn không thăm Ca Tỳ La Vệ Piprahwa cũng coi như là đủ.

Sau khi thành đạo trở về thăm gia đình Đức Phật đã giảng Pháp và đã cải hóa dì kế mẫu, vợ con và nhiều người trong hoàng tộc theo Phật giáo. Nhiều người đã thành A-la-hán hay cao tăng.

4. VAISHALI (Tỳ-Xá-Ly)

Khu Phế Tích Kolhua, Vaishali.

Tỉnh Vaishali là nơi đầu tiên Đức Phật gặp thầy học đạo và cũng là nơi ngài giảng bài Pháp cuối cùng trước khi nhập diệt.

Phân khu Vaishali nằm dọc theo bờ phía tây và phía bắc sông Hằng vùng núi Himalaya, vùng thượng nguồn Sông Hằng. Vùng lưu vực Sông Hằng Himalaya này thuở đó đã qui tụ hàng triệu người, nơi có không biết bao tỉnh thành, thủ đô của các vương triều, đế quốc ngày xưa tọa lạc bên bờ Sông Hằng hay phụ lưu của nó.

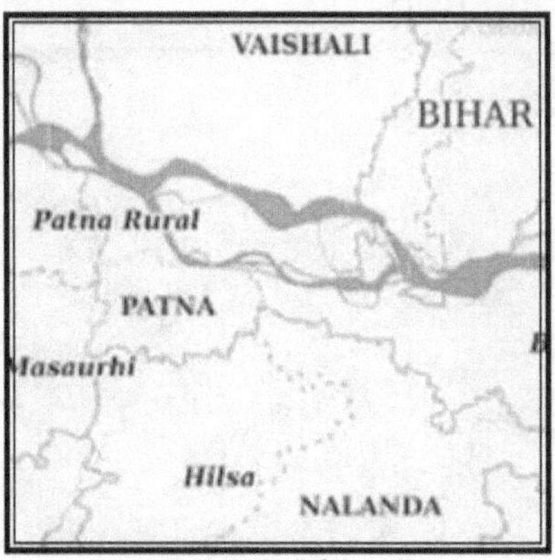

(etrain.info).

Từ Nalanda, Vương Xá Thành tới Vasihali đi ngang qua sông Hằng (Ganga).

Trong vùng này có lúc đi ngang qua một khúc sông lớn của Sông Hằng, mùa này thấy nhiều cồn cát nổi lên trong lòng sông.

(ảnh của tác giả).

Vui thay hôm nay tôi được may mắn nhìn thấy tận mắt "Hằng Hà sa số" hạt cát 'vô lượng thế giới' mà Đức Phật đã nói tới trong khi giảng Pháp ở vùng gần nguồn núi vũ trụ Himalaya của Sông Hằng này!

Ngang qua chỗ khúc sông rộng nhất của Sông Hằng có một cây cầu lớn, rất dài là cầu Mahatma Gandhi dài 11 km, dài nhất Ấn Độ.

Hai bên bờ sông Hằng ở đây cũng có chỗ có những bến dùng làm nơi hỏa táng, tẩy trần, thanh khiết tâm hồn và cầu xin rửa đi các tội lỗi.

Các vùng lân cận các bến này có bán những tháp tạ ơn, các am thờ âm hồn:

(ảnh của tác giả).

Đây là một vùng đồng bằng Sông Hằng, đất phì nhiêu, ruộng vườn xanh tươi có nhiều đồn điền trồng vải (lychee) và xoài. Vaishali là xứ Vải.

Vaishali, Vaiśālī, Vesali (tên cũ) là thủ đô tiểu bang Licchavi của Liên đoàn Vaijika League của Vrijji mahajanapada. Vaishali coi như là một trong những ví dụ đầu tiên của **một nước cộng hòa** của thế giới vào thế kỷ thứ 6 Trước Dương Lịch. Tại sao lại là cộng hòa? Theo Vishnu Purana có 34 đời vua ở đây. Vị vua thứ nhất *Nabhaga được tin là đã thoái vị vì nhân quyền. Các vị vua sau được bầu chọn lên. Về sau cả vùng lập thành liên đoàn cộng hòa.* Ngày nay còn hồ nước đăng quang (coronation tank) *Abhishek Pushkarini* dùng làm lễ rửa nước trong lễ nhậm chức cho các dân cử kể cả vua mới được bầu. Thành phố này đã được nhắc tới trong du ký của Thầy Pháp Hiển vào thế kỷ thứ 4 và Thầy Huyền Trang vào thế kỷ thứ 7.

Tên Vaishali

Hiện nay được cho là tên Vaishali, Vesali phát gốc từ tên của vua Vishal của thời đại Mahabharata. Theo tôi nghĩa tên Vaishali có thể có nguồn gốc còn sâu xa hơn nhiều. Tên Vaishali có thể bắt nguồn từ dòng thuộc phái Vaishanavism trong đó có tộc của vua Vishal và liên hệ với phái nữ. Ta thấy Vai- biến âm với Mường ngữ mái: gái, vợ (1).

CÁC ĐIỂM PHẬT GIÁO ĐÁNG KỂ TẠI VAISHALI.

A. Giai Đoạn Trước Khi Phật Nhập Diệt.

1. Khởi đầu đi tìm chân lý.

- Sau khi rời Kapilavastu (Ca-tỳ-la-vệ) để xuất gia Thái tử Siddhartha đến Vaishali trước tiên tìm thầy học đạo. Như đã biết ở đây Thái tử gặp hai vị thầy Bà-la-môn đầu tiên là Udaka Ramaputta (Rāmaputra Udraka) và Alara Kalama...

2. Giảng Pháp Lần Cuối.

Đây cũng là nơi Phật giảng bài Pháp cuối cùng năm 483 Trước Dương Lịch trước khi nhâp diệt. Vaishali có thể coi là nơi khởi đầu tìm chân lý và kết thúc truyền dậy chân lý của Đức Phật.

3. Khu Di Tích Kolhua.

Khu khai quật này gồm tu viện Kutagarshala, tháp, Trụ Ashoka, tu viện nữ tu, các điện thờ. tháp tạ ơn, nhiều hồ nước, tượng Phật...

Lịch sử Khu Phế Tích Kolhua (ảnh của tác giả).

. Tu Viện Kutagarasala.

Đây là tu viện hình chữ vạn Phật thường lưu lại khi viếng Vaiśālī. Tại đây có Tháp Ananda, một Tháp gạch khổng lồ và một trụ Ashoka (xem dưới).

Gần bên trụ đá là một cái hồ nước rộng lớn liên quan đến vua khỉ cúng dường mật cho Đức Phật.

(ảnh của tác giả).

Kế bên nữa là phần còn lại của phế tích đổ nát của tu viện Kutagarshala nơi Đức Phật cư ngụ và xung quanh với nhiều tháp nhỏ tạ ơn (xem hình ở đầu bài).

. *Ni Bộ Tăng Đoàn Đầu Tiên.*

Như đã biết Hoàng hậu Maya sinh Thái tử Tất-đạt-đa được bẩy ngày thì mất. Em hoàng hậu là Prajapati Gautami trở thành mẹ kế nuôi nấng, cho bú mớm Thái tử như mẹ ruột. Lúc sinh ra bà kế mẫu được các thầy tướng số xem tướng nói rằng bà lớn lên sẽ là một lãnh đạo của một tập thể quần chúng nên bà được đặt tên là Prajāpatī. Phạn ngữ Prajāpatī (Pāli, Pajāpatī) có Praja: sinh đẻ, con, dân, người, dòng giống và pati có một nghĩa là master (thầy, sư, tổ). Prajapati có nghĩa là đấng tạo hóa, đấng sinh thành ("lord of creatures", a creator or progenitor), hiểu theo diễn nghĩa là 'người lãnh đạo một đoàn thể, đại chúng ("leader of a large assembly"). Ở đây ta có thể dịch là Mẹ Sinh Thành, Mẹ Sinh Tạo, Nữ Trưởng Hội Đoàn. Việt ngữ gọi tên bà là Kiều Đàm Di. Tại sao? (xem dưới).

Khi đã thành đạo, theo lời yêu cầu của vua cha, Đức Phật trở về thăm gia đình và ngài giảng Pháp cho gia đình và họ hàng. Như đã biết bà dì kế mẫu mẹ nuôi nghe xong thực hành tu tập và ba lần xin Phật qui y. Nhưng cả ba lần đều bị từ chối. Sau khi vua Tịnh Phạn băng hà bà kế mẫu cắt tóc cùng 500 nữ lưu dòng Thích Ca đi bộ từ Thành Ca-tì-la-vệ tới Vaishali cách khoảng trên 500 cây số xin Phật cho xuất gia. Phật khước từ nữa vì nhận thấy tu hành đối với phái nữ quá cam khổ và không an toàn. Đức Phật khuyên bà tốt hơn nên làm một cư sĩ tại gia.

Sau khi Ananda khẩn khoản xin ngài mới bằng lòng với điều kiện có thêm tám qui luật đặc biệt (*gurudharma*) bà phải tuân theo. Sau này tám qui luật này áp dụng chung cho cả giới tăng ni (có Kinh Bát Kỉnh Pháp).

Về sau bà kế mẫu trở thành một nữ A La Hán và làm ni trưởng thành lập ni bộ tăng đoàn đầu tiên trong Phật giáo.

Chân dung Mahaprajapati Gautami (https://satisaraniya.ca/painting-of-arahant-mahapajapati-gotami/).

Bà là một tấm gương cho thấy phái nữ có thể tu thành chánh quả và có tài lãnh đạo như nam giới.

Đây là một điểm cách mạng Phật dựa trên bình đẳng vì lúc bấy giờ không một tôn giáo nào chấp nhận nữ tu. (2)

Về sau Ashoka có trồng một cây trụ đánh dấu nơi ni bộ thành hình. Ngày nay tu viện chỉ còn là phế tích.

(ảnh của tác giả).

4. Vườn Xoài của Kỳ Nữ Amrapali.

Amrapali, Ambapali, Ambapālika, Amla hay Amra là một kỳ nữ, vũ nhân trong cung vua nổi tiếng tài sắc và giầu có của Vaishali (những kẻ không ưa gọi nàng là gái gọi cung đình, thậm tệ hơn nữa là con gái đĩ Ganika). Nàng được nói tới rất nhiều trong các truyện dân gian và trong văn chương Phật giáo. Amra là con của một lãnh chúa. Tên Amrapali có Amra là Xoài và pali có từ gốc Phạn ngữ *pallawa*: mầm, đọt, búp, lá non (theo p = b = m, pal- = mầm). Amrapali là 'Mầm Xoài Non'. Sở dĩ có tên như vậy là vì nàng bị đẻ rơi ở dưới gốc cây xoài.Thật ra tên Xoài không phải là một tên hạ cấp. Xoài là một thứ quả quí và thiêng liêng ở Ấn Độ từ ngàn xưa. Địa khai (hóa thạch) cho thấy xoài đã có mặt ở Ấn Độ cách đây 25 đến 30 triệu năm. Ấn Độ là nước trồng nhiều xoài nhất trên thế giới.

Xoài khi chín có thịt và vỏ mầu vàng vì vậy các tên gọi đều liên hệ với mầu vàng (3).

Xoài là trái thiêng liêng trong các tín ngưỡng ở Ấn Độ và là biểu tượng của may mắn và giàu sang phú quí (có một trùng hợp thú vị là người Ấn Độ có xoài là giầu sang phú quí thì người Việt có soài là có tiền sài! Cầu dừa đủ sài). Vua chúa và các người giàu sang đều có vườn, đồn điền xoài. Như nàng Armapali ở đây và thái tử Jeta đều có vườn xoài. Như đã biết Cấp Cô Độc đã rải vàng ra kín các gốc cây cả khu vườn xoài của Jeta để mua tặng Đức Phật làm thành Kỳ Viên.

Amrapali có tài sắc vẹn toàn như nàng Kiều. Amrapali có một sắc đẹp nghiêng nước nghiêng thành và có tài nhẩy múa hát ca và được tuyển chọn vào làm vũ nhân trong cung vua khiến nhiều vua chúa, hoàng tử mê say ai cũng muốn chiếm được trái tim nàng. Trong đó có Manudev, một vị vua lừng lẫy của tộc Licchavi, một trong tám tộc liên kết lại thành liên bang Vajjian muốn chiếm đoạt nàng sau khi xem nàng trình diễn múa ca. Ngay cả từ phương xa vua Bimbisara (Tần-bà-sa) người rất gần cận với Đức Phật của nước Ma-Kiệt Đà một lần đem quân đánh chiếm Vaishali, mê Nàng 'Xoài Mầm Non', vốn là tay đánh đàn rất giỏi vua cải trang thành một nhạc sĩ tìm đến nàng. Hai người yêu nhau và có với nhau một người con. Về sau Nàng Xoài Mầm Non khám phá ra tung tích vua Bimbisara là kẻ thù đã xâm lăng Vaishali nên nàng bỏ vua Bimbisara.

Vua Ajatashatu (À-xa-thế, Người Không Có Kẻ Thù, 'Vô Địch') con vua Bimbisara về sau cũng xâm chiếm Vaishali do bất hòa với người anh/em. Ajatashatu cũng mê nhan sắc nàng khi thấy nàng bị bắt giam ông cho đốt cháy rụi Vaishali mọi người chết hết ngoại trừ nàng. Khi thấy quê hương mình điêu tàn, nàng cự tuyệt tình của Ajatashatu.

Nàng Xoài Mầm Non và Đức Phật.

Theo tài liệu Phật giáo, Amla có một dịp hầu ăn cho Phật trong lần Phật viếng lần cuối cùng Vaishali rồi sau đó nghe ngài thuyết pháp. Vì quá cảm kích nàng ngỏ lời mời Phật về thăm nhà nàng. Phật im lặng nhận lời. Trên đường về nhà, xe ngựa của nàng đụng phải xe của một hoàng tử đi mời Phật tới nhà mình. Bọn họ mắng chửi nàng là con "Mụ Xoài", "con gái đĩ vườn Xoài" nhưng khi biết được nàng đang mời Phật về thăm nhà nàng, hoàng tử mặc dù tức giận nhưng nài nỉ cho nàng vàng bạc để nhường Đức Phật đến thăm nhà hoàng tử. Nàng từ chối và Đức Phật cũng từ khước. Sau bữa ăn thết đãi Phật, nàng dâng cúng nhà và khu vườn xoài cho tăng đoàn và xin qui y. Về sau nàng trở thành một bậc nữ A-la-hán. Con nàng cũng xuất gia trở thanh một vị cao tăng.

Đây là một việc làm mang tính cách 'cách mạng' thứ hai đối với phái nữ của Đức Phật. Nhiều kẻ đã chê trách việc Đức Phật đã tới dùng bữa ở nhà một con gái đĩ 'ganika'. Có kẻ cho Phật là người háo sắc còn say mê dục vọng. Dĩ nhiên đây chỉ là những điều hàm hồ. Bây giờ Phật đã thành đạo, đã lớn tuổi rồi, khi còn trẻ để cầm chân Phật vua cha đã tuyển vào cung không biết bao nhiêu là cung tần mỹ nữ tuyệt sắc, đàn hát múa hay mà Phật cũng đã từ bỏ tất cả để xuất gia.

Phật đã không kỳ thị giới tính, địa vị, đẳng cấp, coi mọi người như nhau, ai cũng như ai. Mọi người đều có Phật tính. Đức Phật từ bi đại lượng ngay cả với những kẻ lầm đường lạc lối lúc đầu nhưng về sau biết ăn năn, hối cải, những người vướng vào tội ác như tên đạo tặc chặt ngón tay người làm sâu chuỗi đeo cổ Angulimala. Phật đã nhìn thấy tâm bồ đề nơi Amrapali.

B. Giai Đoạn Sau Khi Phật Nhập Diệt.

1. Tháp Di Hài (Relic) Phật.

Tháp Tro Phật có phần vòm phía trên được phục dựng lại (ảnh của tác giả).

Phế tích Tháp Tro Phật do Licchavis xây ở Vaiśālī (ảnh của tác giả).

Gần hồ nước thiêng là Tháp số 1 hay Tháp Di Hài Phật (Relic Stupa). Đây là một trong tám phần di hài tro than sau khi hỏa táng lúc Đức Phật nhập diệt mà Lichchavis được chia.

Tháp có thể là một tháp cổ nhất (thế kỷ thứ 5 Trước Tây Lịch) trong những tháp khảo cổ học tìm thấy. Tại sao? Tháp đắp bằng bùn đất bao quanh bằng tường gạch. Đây là một thứ mô đất dùng làm mồ chôn thời tiền-Phật giáo, tiền thân của những tháp Phật (và của các tháp tôn giáo khác). Khởi thủy tháp chỉ là một đống đất đắp cao lên. Việt ngữ đắp = tháp (đ = th), Việt ngữ *mồ* lúc đầu chỉ là *mô* đất đắp cao lên trông 'lù lù như cái mả thằng ăn mày'. Về sau trong vũ trụ giáo mồ mang ý nghĩa biểu tượng. Mồ đắp mô hình vòm tròn mang ý nghĩa bầu vũ trụ như còn thấy qua các mộ của vua chúa và người Đại Hàn ngày nay. Mồ đắp mô hình vòm trứng vũ trụ như các mộ thông thường của người Việt Nam hiện nay hoặc hình cây nấm vũ trụ (nên ta có từ *nấm mồ*)... Người chết được chôn trong bầu, dạ con vũ trụ, trứng vũ trụ, cây nấm vũ trụ [vì thế trống đồng Nấm Vũ Trụ Nguyễn Xuân Quang VI (Heger I) cũng dùng chôn tro than, sọ người chết] để được tái sinh hay sinh vào cõi vĩnh hằng.

Các mồ ở Hoa Kỳ hiện nay để bằng mặt đất cho có mỹ quan nhưng thay vào đó quan tài có nắp mái vòm trứng vũ trụ.

Về sau mô, mồ được đắp to lớn hơn thành những gò đống chôn người chết, tro than hay các di hài, di vật tưởng nhớ người chết như Việt Nam có Gò Đống Đa, Đống Lã, Đống Anh, Đống Hoa, Bắc Mỹ có các tộc Đắp Đống (Mound Builders) dùng mai táng và tế lễ. Tháp Bùn Đất tại Vaishali này còn ở dạng nguyên thủy mô, mồ, gò đống là tiền thân của một tháp xây cất đích thực sau này như các tháp của thổ dân Mỹ châu, kim tự tháp của Ai Cập cổ... (xem Ý Nghĩa Tháp Phật).

Ở tháp này có di hài và kỷ vật của Đức Phật chứa trong một hộp đá gồm tro than, tiền đồng, vỏ ốc nhỏ mảnh lá vàng và hai hột cườm thủy tinh. Tất cả hiện lưu giữ tại Bảo Tàng Viện Patna.

2. Trụ Ashoka

(ảnh của tác giả).

Trụ có đầu con Sư Tử với tình trạng còn tốt (có lẽ đây là trụ còn lại duy nhất còn đứng toàn vẹn) được xây dựng bởi vua Ashoka vào thế kỷ thứ III Trước Dương Lịch. Điểm này xác thực là trên trụ chỉ khắc các chữ hình vỏ sò thời triều đại Gupta:

Trụ có khắc chữ hình vỏ sò của triều đại Gupta (ảnh của tác giả).

Sư tử mang nhiều ý nghĩa trong Phật giáo nên trụ Ashoka có khi có tới bốn con sư tử như thấy ở Lộc Uyển Sarnath.

Ở đây chỉ có một con có thể mang ý nghĩa của Phật Thích Ca Sư Tử của Đức Phật. Đầu Sư Tử với mặt quay về hướng Bắc tức hướng Kushinagar (nơi Đức Phật nhập niết Bàn).

Bên cạnh hồ nước nhỏ Ramkund và một tháp gạch để đánh dấu nơi Đức Phật thuyết giảng bài pháp cuối cùng và tuyên bố xả bỏ sắc thân để nhập Niết Bàn.

(ảnh của tác giả).

3. Đại Hội Kết Tập Lần Thứ Hai.

Sau 100 năm Đức Phật diệt độ, tại Vaishali cuộc kết tập kinh điển lần thứ II được tổ chức dưới sự chỉ đạo của Ngài Yasa. Và cũng tại nơi đây Tăng đoàn của Đức Phật phân chia thành 2 bộ phái: Thượng Tọa Bộ (một nhánh hậu thân của Phật giáo Nguyên Thủy) và Đại Chúng Bộ (được coi là tiền thân của giáo pháp Đại Thừa).

4. Tháp Hòa Bình

Tháp Hòa Bình Vishwa Shanti Stupa do giáo phái Nipponzan Myohoji xây. Một phần nhỏ di hài Phật tìm thấy ở đây được chôn ở móng và điện của tháp.

(ảnh của tác giả).

C. Chùa Sư Nữ Việt Nam.

Một điểm đáng nói và đáng khen ngợi ở đây là tại nơi ni bộ tăng đoàn đầu tiên thành hình mà ngày nay có một chùa sư nữ Việt Nam. Chùa khá đồ sộ. Tên là Chùa Việt Nam, Tháp Di Tích Tổ Kiều Đàm Di (4).

Chùa Việt Nam, Tháp Di Tích Tổ Kiều Đàm Di (ảnh của tác giả).

Chùa có tháp di tích làm theo phong cách lai đại thừa có mái ô dù tám múi.

Tháp Ni Viện Kiều Đàm Di (ảnh của tác giả).

Trên tường chùa có viết lại kinh Bát Kỉnh Pháp về tám qui luật có thêm nữa dành cho Dì Mẫu Kiều Đàm Di phải tuân theo khi Đức Phật cho phép bà nhập tăng đoàn. Về sau tám qui luật này áp dụng chung cho tất cả ni đoàn. Cũng có cả Trưởng Lão Ni Kệ cho thấy những tấm gương quyết tâm, kiên trì tu tập để đắc đạo quả của các vị tỳ kheo ni tiền phong trong Ni Đoàn của Đức Phật…

Trong chính điện có để một tượng Phật Thích Ca với thủ ấn tham thiền (dhyana mudra). Thec tôi nên để một tượng Đức Phật với thủ ấn giáo hóa (vitarka mudra) thì thích hợp hơn vì đây là đất Đức Phật giảng bài Pháp cuối cùng và trên vách tường chùa như đã nói ở trên đã ghi lại kinh Bát Kỉnh Pháp và Trưởng Lão Ni Kệ.. chính yếu nhất của chùa này.

Thêm nữa có một điểm đáng vui và cũng đáng buồn là ở đây có vẽ hình trống đồng Đông Sơn. Đáng vui là chùa có mang mầu sắc văn hóa Việt, tín ngưỡng, tôn giáo Đông Sơn Việt, ít khi thấy ở một chùa Việt Nam nào khác. Tín ngưỡng Đông Sơn và Phật giáo có nhiều điểm tương đồng vì cùng có chung mẫu số vũ trụ giáo

(ảnh của tác giả).

Đáng buồn là các chi tiết về trống vẽ sai hết cả.

.....

Tóm Lại

Vaishali là nơi đầu tiên Đức Phật gặp thầy học đạo để tìm chân lý và là nơi Ngài giảng bài Pháp cuối cùng trước khi nhập diệt. Đây là nơi thành lập ni bộ tăng đoàn đầu tiên trong Phật giáo và là nơi phụ nữ không bị kỳ thị vì giới tính, địa vị, đẳng cấp, mọi người như nhau. Đây là nơi có tháp cổ nhất chứa một trong tám phần di hài sau khi hỏa táng lúc Đức Phật nhập diệt mà Lichchavis được chia. Đây là nơi sau 100 năm Đức Phật diệt độ có hội kết tập kinh điển lần thứ II...

Đây cũng là nơi Đức Phật tuyên bố xả bỏ sắc thân để nhập Niết Bàn. Ngài hướng về Kushinagar (Câu-ti-na).

Ghi Chú.

.(1). Theo tôi nghĩa tên Vaishali có thể có nguồn gốc còn sâu xa hơn nhiều. Thật sự trong Mahabharata tên Vaishali chỉ con gái vua Vishala và trong Vasistha Purana chỉ vợ của Vasudeva. Như vậy tên này liên hệ với phái nữ, mang âm tính. Ta thấy Vai- biến âm với Mường ngữ mái: gái, vợ.

Vaishali có Vai- thuộc dòng âm Vaishanavism của Vishnu. Các tộc ở vùng châu thổ sông Hằng vùng Himalaya này thuộc ngành âm Rắn Rồng, Cá Sấu phái Vaishanavism của Vishnu. Như đã biết sông Hằng Ganga là dòng sông thiêng liêng gọi theo tên nữ thần Ganga có biểu tượng là con cá sấu. Vì thế các tộc sống bên dòng sông này đều thờ thần nữ Ganga theo giáo phái Vaishanavism thờ thần nữ Ganga. Do đó tên Vaishali có thể bắt nguồn từ dòng thuộc phái Vaishanavism trong đó có tộc của vua Vishal và liên hệ với phái nữ.

.(2.) Bùa nhớ: Vaisali có Vai- nhớ ngay tới Vãi.

Tiếng cổ Việt Vãi chỉ nữ tu hay phái nữ phụ việc ở chùa và Sãi chỉ nam tu hay phái nam phụ việc ở chùa: ông sư bà vãi, sãi vãi. Việt ngữ Sãi Vãi có gốc Phạn. Trong Ấn giáo phái thờ Vishnu, âm, nữ gọi là Vaishanavism. Ta thấy rõ Vãi có gốc Vai(shanavism).

Phái thờ Shiva, dương, nam gọi là Shaivism. Ta thấy rõ Sãi có gốc Sai(vism).

Ta cũng thấy rõ vãi = mái (v =m) và sãi = trai (theo biến âm kiểu sai trái).

Vai- biến âm với Vãi nên khi nói tới Vaishali là ta nhớ tới ngay đây là nơi ni bộ tăng đoàn (Vãi) đầu tiên được thành lập.

.(3). Xoài khi chín có thịt và vỏ mầu vàng vì vậy các tên gọi đều liên hệ với mầu vàng. Ví dụ tên nàng Amrapali, Ambapali có Amra, amla còn gọi là aam là xoài có liên hệ với mầu vàng thấy rõ qua □□□□□□□□□, **amranizA,** type of turmeric (Curcuma reclinata), nghệ (có mầu vàng), ambarella, hog plum, trái cóc (quả trông giống trái xoài nhỏ, khi chín vỏ và ruột cũng vàng. Cóc chua chấm muối ớt hay mắm tôm hoặc cóc dầm là món các cô các bà thèm dỏ dãi!) và qua Bồ ngữ Amarela mầu vàng.

Theo thời gian amra, aam biến thành ma- liên hệ với Việt ngữ *mơ*, *mai* (ô mai mơ),có nghĩa là vàng (quả mơ là quả mầu vàng, hoa mai là hoa mầu vàng). Rồi ma- mơ biến thành *mang* (theo kiểu biến âm *mơ màng*). Việt ngữ mang có một nghĩa vàng như con *mang* (mễn) là một loài nai nhỏ có lông mầu vàng): theo Huỳnh Tịnh Paulus Của, Đại Nam Quốc Âm Tự Vị "mang: thứ giống nai, hươu mà vàng lông". Hindi peela, mầu vàng, theo p = b = m, peel = meen = mễn. Miền Bắc Việt Nam có một loại xoài trái nhỏ gọi là quả muỗm, muỗng ruột thịt với Thái Mam̀wng, xoài, Lào makmuang, xoài liên hệ với mễn, mang, peela, mầu vàng.

Ta cũng thấy quả xoài aam, amra khi xuống Nam Ấn trở thành tiếng Tamil mañcaḷ, xoài và Tamil māṅkaṉ, mầu vàng. Người Bồ Đào tới Kerala gọi theo tên mañca là mango. Rồi xuống Nam Dương, Mã Lai thành mangga, Malayalamc manja. Ta cũng thấy rất rõ mango có mang- = Việt ngữ vàng (m = v).

Còn từ Việt ngữ xoài thì sao? Theo dòng ngôn ngữ Mon-Khmer xoài liên hệ ruột thịt với Khmer ngữ svay, soài (v = o, y = i), và với Burmese (Miến Điện) Saraatsee, xoài.

Có một điểm thú vị dù cho có thể là trùng hợp là Việt ngữ Xoài, Soài biến âm với Sai. Cây soài là loại cây rất Sai quả (nhiều quả) có lẽ vì vậy mà người Ấn Độ dùng Soài làm biểu tượng cho sung mãn, nhiều tiền của, giầu sang. Người Việt nói trại xoài, soài thành Sài (có nhiều tiền sài: sài sang) nên Tết đến Miền Nam có ngũ quả Cầu Đửa Đủ Sài. Phải chăng soài gọi theo tên cây Sai quả?

.(4). Bà dì kế mẫu của Đức Phật có tên là Prajapati Gautami được phiên âm là Kiều Đàm Di. Thật ra Kiều Đàm Di chỉ là phiên âm của từ Phạn ngữ Gautamì (Pàli: Gotamì), tên họ của bà gọi theo dòng tộc Gautam (Cồ Đàm). Từ Gautami có Gau- = Câu, Cầu, Cồ, Cù (g = c). Việt ngữ Cầu = Hán Việt Kiều. -Tam = Đàm (t = đ) và -i chỉ giống cái, nữ. Ở đây i thành Di (có lẽ bị ảnh hưởng của dì). Gautami = Cồ Đàm Nữ = Cầu Đàm Nữ biến thành Kiều Đàm Di. Như thế tên Việt chỉ phiên âm họ còn tên thật Prajāpatī bỏ qua. Như đã biết khi bà mới ra đời, thầy tướng số cho biết sau này bà trở thành một nhà lãnh đạo nên bà được đặt tên là Prajāpatī. Phạn ngữ Prajāpatī (Pāli, Pajāpatī) có có Praja: sinh đẻ, con, dân, người, dòng giống và pati có một nghĩa là master (thầy, sư, tổ). Prajapati có nghĩa là đấng tạo hóa, đấng sinh thành ("lord of creatures", a creator or progenitor), hiểu theo diễn nghĩa là 'người lãnh đạo một đoàn thể, đại chúng ("leader of a large assembly"). Ở đây ta có thể dịch Prajapati Gautami là Mẹ Sinh Thành, Mẹ Sinh Tạo, Nữ Trưởng Hội Đoàn.

Như vậy cả tên đúng ra phải là Mẹ hay Đấng Sinh Thành Kiều Đàm hay Ni Trưởng Kiều Đàm, Ni Tổ Kiều Đàm.

Bùa Nhớ (mnemonics) tổng quát.

(Bùa nhớ là cách giúp trí nhớ không cần thiết phải đúng sự thật).

Để giúp trí nhớ ta thấy Vaishali có Vai-:

- Cùng âm với Vải (quả vải) Anh ngữ gọi là lychee gần âm với nước Lichhavi. Nói tới Vaishali là ta nhớ ngay tới Vaishali là thủ đô của Licchavi.

- Quả vải: Vaishali là xứ trồng vải, có rất nhiều đồn điền trồng vải rộng bát ngát trông như những rừng vải. Ngay trong vườn của khách sạn Vaishali Residency của chúng tôi ở cũng trồng rất nhiều vải.

Những cây vải trong vườn khách sạn Vaisheli Residency (ảnh của tác giả).

Rừng cây vải gần phế tích Kolhua.

Có một điểm thú vị là vải ở đây đang ra hoa và cây vải trong vườn nhà ở Trúc Lâm Sơn Trang ở Nam Cali cũng đang ra hoa.

Nói tới Vaishali là nhớ ngay tới đây là xứ Vải.

VI. NHẬP NIẾT BÀN
KUSHINAGAR (CÂU TI NA), NƠI ĐỨC PHẬT NHẬP NIẾT BÀN

Bệ mai táng Đức Phật ở phế tích Kushinagar.

Kushinagar (Câu-ti-na) là nơi Đức Phật nhập Niết Bàn, một trong bốn Phật tích thiêng liêng được gọi là 'Tứ Động Tâm".

. THÁP KESARIYA

Trên đường đi đến Kushinagar, chúng tôi ghé thăm tháp Kesariya đánh dấu chỗ Đức Phật chia tay các tu sĩ và Phật tử. Khi đức Phật rời Vesali du hành đến Kushinagar những tu sĩ và các người dòng họ Licchavis (Ly-sa) đều muốn đi theo ngài. Đức Phật không cho, nhưng vì cảm mến Ngài, họ không chịu bỏ về. Ngài để lại bình bát của Ngài cho họ làm vật tưởng nhớ. Nhưng họ vẫn lẽo đẽo theo. Cuối cùng Đức Phật phải tạo ra một vực sâu ảo giác ngăn cản họ. Ngay lúc đó một trụ đá ghi khắc việc này được dựng lên tại chỗ ấy. Về sau một tháp được xây vào thế kỷ thứ 3 Trước Dương Lịch vào thời vua Ashoka để thờ phượng, lưu giữ chiếc bình bát. Đây là Tháp Kesariya, một tháp lớn nhất thế giới.

Tháp Kesariya lớn nhất thế giới.

Tháp chưa được khai quật hoàn toàn.

Tháp có nhiều kiến trúc giống với tháp Borobudur ở Nam Dương. Điểm này cho thấy có sự nối kết giữa Đông Ấn Độ và Đông Nam Á. Cả hai tháp đều làm theo dạng Núi Tu Di (Meru) và có những tầng bậc cấp vòng quanh, trong các hốc tường có để tượng Phật.

Các tượng Phật để trong hốc tường (ảnh của tác giả).

Tại đây các tìn đồ Ấn giáo có thờ một cây đa.

Một cây đa thờ của tín đồ Ấn giáo (ảnh của tác giả).

Dĩ nhiên quan trọng nhất của tháp là di vật chiếc bình bát của Đức Phật. Một vị vua thù nghịch lân bang một lần đánh chiếm Vaishali (Tỳ Xá Li) của tộc Licchavis đào tháp cướp lấy bình bát mang về nước mình. Rồi bình bát lưu lạc khắp nơi. Cuối cùng được lưu giữ tại Bảo Tàng Viện Afghanistan.

Chiếc bình bát của Đức Phật
(nguồn: buddhistartnews, Hindustan Times New Delhi, 27 tháng 8 năm 2013).

Chính phủ Ấn Độ xin lại, không rõ hiện nay ra sao.

- Làng Pava.

Làng Pava là điểm cuối cùng trước khi tới Kushinagar. Đây là nơi Đức Phật nhận bữa ăn cuối cùng từ người thợ rèn Cunda (Thuần-đà) (xem dưới).

- Kushinagar (Câu Thi Na).

Kusshinagar ở bang Uttar Pradesh. Tên Kushinagar (Pali: *Kusinārā*; Phạn ngữ *Kuśinagara*) có tên cổ là *Kushavati* đặt theo tên vua Kush. Kush là loại cỏ mọc nhiều trong vùng. Như đã biết Đức Phật khi rời động tu khổ hạnh, vượt qua sông tới Bồ Đề Đạo Tràng được người cắt cỏ ven sông tặng tám bó cỏ Kush để ngài lót chỗ ngồi thiền định tại tòa kim cương dưới gốc cây Bồ-đề.

Kushinagar vốn là thủ đô của một trong hai nước cộng hòa Malla. Hai nước này nằm trong mười sáu tiểu quốc cộng hòa của Ấn Độ vào thế kỷ thứ 6 Trước Dương Lịch.

Cổng chào vào tỉnh Kushinagar:
Welcome Mahaparinirvana Stupa, Kushinagar (ảnh của tác giả).

Cổng vào thị trấn này với hàng chữ "*Chào Mừng tới Tháp Đại Bát Niết Bàn Kushinagar*" cho thấy cả thành phố này là đất của Tháp và Chùa Niết Bàn. Cổng là một cổng vũ trụ torana (một dạng cổng tam quan) mang hình ảnh trục thế giới có mái ba vòm tam thế làm theo hình dạng cổng Đại Tháp Phật Sanchi nổi tiếng:

Một cổng dạng tam quan torana trục vũ trụ xuyên qua tam thế ở Đại Bảo Tháp Sanchi (nguồn: Wikipedia).

Đại Tháp Sanchi xây vào thế kỷ thứ 3 Trước Dương Lịch bởi vua Ashoka. Cổng tháp ghi khắc lại lịch sử đời và các truyền thuyết về Đức Phật. Tháp được xếp vào danh sách các Địa Danh Di Sản Thế Giới.

Bước qua cổng trục thế giới của tỉnh Kushinagar này là đi vào tam thế, vũ trụ, đi vào cõi thiêng liêng của Phật, nơi có chùa, tháp Niết Bàn, tháp di hài Phật...

Tại sao Đức Phật Chọn Kushinagar?

Đức Phật đã biết trước Kushinagar là nơi ngài sẽ nhập diệt: Kinh Tiểu bộ, chuyện Vua Đại thiện kiến, ghi rằng khi Như Lai ở tại Kỳ Viên (Vườn Xoài Jetavana) do cư sĩ Cấp Cô Độc mua tặng, Ngài suy nghĩ: *Trưởng lão Xá Lợi*

Phất sanh ở làng Nālaka, đạt Niết-bàn ở Varaka, vào đêm rằm Kattika. Còn Đại Mục Kiền Liên mệnh chung cũng vào tháng Kattika, trong phần trăng tối. Như vậy, hai đệ tử đầu tay đã đạt Niết-bàn. ***Ta sẽ đạt Niết-bàn ở Kusināra*** (Kinh Tiểu bộ, tập 3, Chuyện vua Đại thiện kiến, số 95, HT.Thích Minh Châu và Trần Phương Lan, dịch, NXB. Tôn Giáo, 2015, tr.368).

Đức Phật chọn Kushinagar có thể vì:

- Kushinagar là nơi sinh tử của tiền kiếp Đức Phật. Theo Truyện Tiền Kiếp Đức Phật thì rừng sala thuộc Kushinagar là nơi sinh quán đời trước của Đức Phật. Kushinagar cũng là nơi ngài lìa trần trong một đời tiền kiếp Đức Phật. Tôn giả Ananda hỏi Ngài tại sao lại chọn nơi rừng sala vắng vẻ này để nhập diệt mà không ráng về kinh đô. Đức Phật đáp *"Này A-Nan,Ta còn nhớ thời xa xưa ấy, đã sáu lần làm Chuyển Luân Thánh-Vương và đã có lần Ta bỏ xác tại nơi đây. Nay Ta đã thành Vô-Thượng Chính-Giác, lại cũng muốn bỏ xác tại đây; từ nay về sau Ta dứt hẳn sinh tử, không còn chỗ nào là chỗ bỏ xác Ta nữa, đây là lần cuối cùng"* (Toàn Không, Trường A-Hàm, quyển 1, từ trang 119 đến 234, https://www.minhdangquangga.org/).

- Một điểm có lẽ mang tính tâm linh nhiều là ngài tìm tới rừng Cây Sala để nhập diệt. Cây sa la là biểu tượng vòng sinh tử của ngài. Có một văn bản nói rằng Phật ra đời khi Hoàng-hậu vịn một cành hoa sala ở Vườn Lâm Tì Ni. Và bây giờ Đức Phật chọn nơi nhập diệt trong rừng cây sala phiên âm là ta la, tha la) này như đã nói ở trên. Cây sala là biểu tượng của vòng sinh tử của Đức Phật, của vòng vũ trụ tạo sinh, của chu kỳ vũ trụ...

Trong kinh Majjhima Nikaya 45, Cula dhamasamadana hay Các Bài Giảng Ngắn về thực hành Pháp, Đức Phật dùng cây sala và dây leo Maluva làm ví dụ cho sự thực hành Pháp. Ở những chỗ khác Đức Phật dùng cây sala minh họa cho sự trưởng thành trong đức tin, đạo hạnh, học hỏi, từ bi và trí tuệ.

Ta thấy rõ Đức Phật chọn rừng cây sala để nhập diệt là hữu lý.

- Đây thuộc vùng Núi Vũ Trụ Meru (Tu Di) và Sông Vũ Trụ Ganga.

- Ngài muốn trở về gần nơi sinh quán của mình. Vào thời Đức Phật, Kushinagar là kinh đô của nước Mala. Bây giờ Kushinagar là một thị trấn thuộc tiểu bang Uttar Pradesh của Ấn Độ, rất gần biên giới với Nepal.

- Vùng Liên Quốc Cộng Hòa với thể chế bình đẳng, dân chủ, tự do hơn. Ngài muốn di hài, tro than mình không rơi vào tay một nước độc quyền, tránh chiến chinh tranh giành nhau. Ngài muốn phân phát cho nhiều bộ tộc, nhiều nước mà ngài đã từng quen biết, đã từng hoằng pháp và được hỗ trợ...

- Ngài muốn thuyết pháp một lần chót cho chúng tăng bài Mahasudasana ca ngợi đời sống đạo hạnh.

- Ngài muốn thâu nhận người đệ tử sau cùng tên là Tu Bạt Đà La (Subhadda) đã tám mươi tuổi, một người ngoại đạo theo Bà La Môn bởi vì ngoài Đức Phật ra không còn ai có thể giải thích những điều thắc mắc của ông ta về Pháp Phật và có thể cảm hóa nổi ông ta. Tại đây có một ngôi tháp được dựng tại chỗ cho đệ tử cuối cùng Tu-bạt-đà-la gia nhập Tăng đoàn.

Giờ Phút Cuối.

Như đã biết tại Vaishali Đức Phật biết mình đã tới lúc rũ bỏ sắc thân để nhập diệt.

Theo kinh Mahaparinbbana (Đại Bát Niết Bàn) thì những sự kiện vào những ngày cuối của Đức Phật ở vào thời chiến tranh. Ajatashatru (À-xa-thế) gây chiến với Liên Hiệp Vajjika (League).

Đức Phật đã cảm thấy yếu trong người vào những tháng cuối cùng. Trong mùa an dưỡng cuối cùng tại làng Beluvā ở thành Vesāli, Đức Phật đã gặp phải một cơn bệnh trầm trọng, rất đau đớn, gần như sắp chết nhưng hồi phục lại. Lúc đó ngài nói "*Sau ba tháng bắt đầu từ hôm nay, Như Lai sẽ diệt độ*".Tôn giả Ānanda cầu xin ngài chọn người kế vị, kinh Đại Bát Niết Bàn (*Mahaparinibbana)* ghi lại Đức Phật nói rằng ngài đã dậy Pháp (Dhamma) tường tận trong ngoài... bây giờ ta đã già yếu, đã tới hết hạn đời người, đã 80 tuổi rồi. Các tu sĩ hiện nay và mai sau hãy dựa vào Pháp...

Như đã biết Ananda sống ở Vườn Trúc Lâm sau khi Phật nhập diệt và trong khi ở đây giảng kinh Gopakamoggallāna (Ananda trả lời những thắc mắc của Bà-la-môn Gopaka Moggallana: *có tỳ kheo nào thành tựu một cách trọn vẹn, một cách đầy đủ tất cả các pháp như Đức Gotama không*? Ananda trả lời: *-không. Vậy sau tôn giả Gotama, ai thay thế*? *ai là người thừa kế*? *– Không có ai thay thế được. Vậy các ngài nương tựa vào đâu*? *-Vào Pháp*... (xem kinh này). Điểm mấu chốt, cốt lõi của người Phật tử là noi theo Pháp, giới Luật của Phật.Tu sửa, kiên trì thực hành. Thực hành. Thực hành. Thực hành. Còn các chuyện khác là phụ. Không ai giúp được mình. P*hải tự mình thắp đuốc lên mà đi!*

Theo kinh *Mahaparinibbana* sau khi ăn bữa ăn do người thợ rèn Cunda dâng đãi, Đức Phật ngã bệnh. Cunda cảm thấy hối hận và đau khổ khi nhận ra rằng sự cúng dường của ông khiến cho Đức Phật bị bệnh. Nhưng

Đức Phật đã an ủi ông và nói với Ananda thuyết phục Cunda là thức ăn của ông ta không dính cáng gì tới bệnh tình của Ngài. Đức Phật nói rằng người nào cúng dường cho Đức Thế Tôn bữa ăn cuối cùng ắt đạt được công đức vô lượng...

Về sau có nhiều giả thuyết nói về bữa ăn này, khác nhau tùy theo phái nguyên thủy, đại thừa và các tín ngưỡng khác. Có giả thuyết cho rằng Đức Phật bị ăn phải nấm độc. Theo tôi Ngài có triệu chứng chảy máu đường ruột, ói ra máu, mất máu nên khát nước: "*Nửa đường Ngài đau bụng, thổ huyết, đành nghỉ lại dưới một gốc cây. Ngài khát nước. Ông A-Nan đến sông Ca-khuất-ta lấy nước về dâng Ngài uống*" (Kinh Đại Bát Niết Bàn).

Tuy nhiên sự thật ra sao vẫn không biết rõ.

Sau bữa ăn ngài cùng các đệ tử vẫn tiếp tục lên đường, vượt qua dòng Sông Kakkuttha (ngày nay có tên là Khanua) và Hiraññavatī (hiện nay là là sông Little Gandak) để đến Kushinārā.

Hôm nay gần tới Kushinagar chúng tôi cũng đi ngang qua dòng sông Little Gandak (sông này bắt nguồn từ cao nguyên Nepal, chảy dọc phía đông Kushinārā và sau đó đổ vào sông Hằng).

(ảnh của tác giả).

Các bến thiêu xác và tắm tẩy bụi trần (ảnh của tác giả).

Cuối cùng tới nơi Ngài định nhập diệt là Kushinagar của vương quốc Malla cách xa khoảng mười cây số từ nhà Cunda.

Như đã nói ở trên tôn giả Ānanda soạn chỗ nghỉ cho ngài giữa rừng cây sa la. Sau đó ngài báo cho tăng đoàn là mình sắp nhập diệt Niết Bàn. Đức Phật nói lời dặn dò cuối cùng nhấn mạnh là Pháp Dhamma và giới Luật Vinaya là những bậc thầy của các tu sĩ và tín đồ Phật giáo. Ngài hỏi có ai còn thắc mắc điều gì không? Tất cả im lặng

Sau khi dặn dò xong, Ngài tắm lần cuối cùng trên dòng sông Kakuttha, rồi nằm nghỉ. Đầu Ngài hướng về phía bắc, tựa trên tay bàn tay phải, nằm nghiêng bên phải, chân trái gác lên chân phải, mặt hướng về phía Tây giữa hai cây sala. Ngài lặng lẽ nhập định và cuối cùng nhập diệt. Lúc bấy giờ là lúc nửa đêm rằm tháng hai âm lịch. Rừng cây sala bỗng dưng nở đầy hoa rơi xuống phủ kín lên pháp thân Ngài.

Ngài nhập diệt lúc 80 tuổi, vào đêm rằm trăng tròn nghĩa là vào ngày 15 tháng 2 âm lịch. Ngày Đức Phật sinh mồng 8 Khôn-Càn tháng 4 Cấn-Đoài Đất Trời và nhập diệt ngày 15 Càn Khôn tháng 2 Khảm-Li Nước-Đất đều mang tính lưỡng hợp đại và tiểu vũ trụ thích hợp với cốt Phật vũ trụ ở cõi trời và Phật người thế gian, lịch sử ở cõi người của Đức Phật (1).

Các vị đệ tử tẩm liệm xác Ngài vào kim quan và đợi 7 ngày sau khi tôn giả Ca Diếp trở về từ một chuyến đi truyền Pháp ở xa mới làm lễ hỏa táng (tôn giả Xá Lợi Tử và Mục Kiền Liên đã mất trước ngài).

Những Điểm Quan Trọng Tại Kushinagar.

Ba địa điểm quan trọng nhất cần phải viếng thăm là: bệ mai táng Đức Phật, Chùa Niết Bàn và Tháp Hỏa Táng Đức Phật.

. Chùa và Tháp Niết Bàn.

Tới nơi chùa và tháp đập vào mắt và thu hút ngay khách viếng thăm:

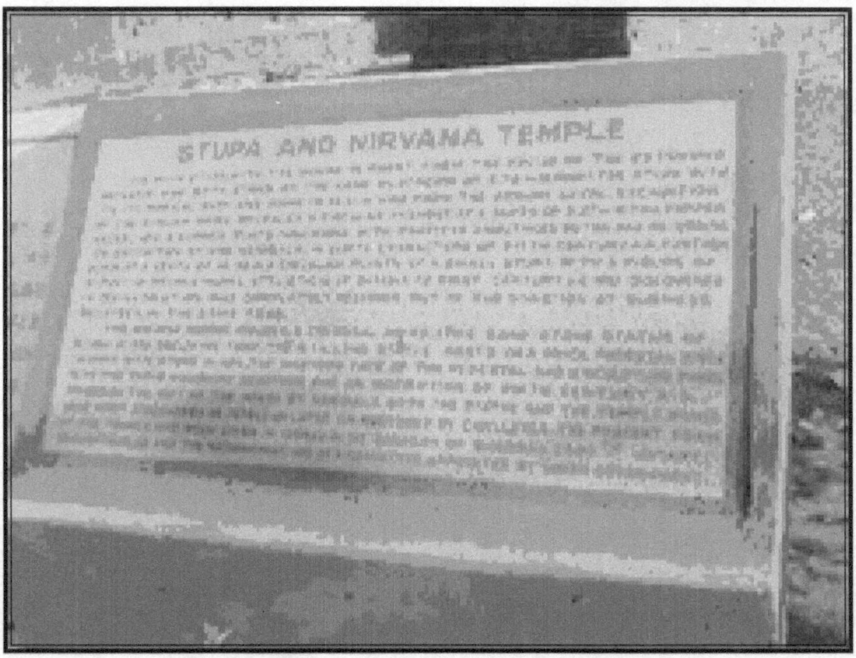

Bảng thông tin về Chùa và Tháp Niết Bàn (ảnh của tác giả).

Bảng trên cho biết:

Tháp Chính với Điện ở trước tạo thành một trọng tâm của phần di tích còn lại. Cả hai đứng trên một nền cao 2.74 m. Tháp với đáy tròn cao 19.4 m kể từ đáy lên. Khai quật sớm cho thấy một phòng trụ tròn sâu 4.7 m có chứa một bình và một tấm đồng khắc Kinh Pratiyà Samutrada và lời xác nhận của vua Haribala bằng chữ Gupta thế kỷ thứ 5 Sau Dương Lịch. Xuống sâu 10.38 m tìm thấy chân tròn của một tháp nhỏ với một tượng Phật với thủ ấn thiền định kiểu thế kỷ thứ 1 Sau Dương Lịch...

Trong chùa có tượng Phật nằm nhập niết bàn dài 6.1 mét. Tượng nguyên thủy tạc bằng sa thạch đỏ để trên một bệ gạch che bởi các phiến đá. Mặt phía tây của bệ có tạc ba tín đồ (devotees) và một bản khắc với chữ thế kỷ thứ 5 ghi lại cho biết là quà tặng của vua Haribala. Phế tích tượng và chùa khám phá đầu tiên vào năm 1876 Sau Dương Lịch. Hình dạng chùa hiện nay làm lại vào năm 1956 nhân dịp kỷ niện lễ Yayanti thứ 2500 năm...

Chùa

Chùa trông khác lạ hơn các chùa chúng ta thường thấy.

Chùa nhìn thẳng (ảnh của tác giả).

Chùa nhìn ngang và tháp (ảnh của tác giả).

Tạo sao khác lạ?

Trước hết đây chính là một chùa. Vì như đã biết chùa chaitya mái có hình vòm cong (trong khi tu viện vihara có mái bằng). Nhất là bên cạnh có bảo tháp. Như đã biết một nơi thờ tự có bảo tháp là một chùa.

Cửa 'sổ' trước và hai đầu hình vòng tròn diễn đạt bầu vũ trụ cũng cho biết đây là một nơi thờ tự, một chùa, đền chaitya.

Nhưng điểm khác lạ chính yếu là **tại sao chùa có mái hình vòm lồng ống?**

Câu trả lời là chùa làm theo kiến trúc vũ trụ giáo mang tính nòng nọc (âm dương).

Các chùa của ngành nọc, dương mang dương tính thường thấy có mái nhọn, có góc cạnh thường có hình nõ, nọc, hình linga. Các chùa của ngành nòng, âm có mái hình có đường nét cong như cầu tròn hình vòm, hình củ hành tây, hình Omega, hình vòng, hình vòm ống như thấy ở đây. Có khi ở ngành thái dương có hai đầu mái hơi cong lên trông giống hình yên ngựa nên các tác giả hiện nay gọi là *mái yên ngựa* mang tính dương thái âm (âm nam).

Ở đây thuộc loại mái hình lồng ống như đường hầm (tunnel), cũng mang hình ảnh của một hang động nằm ngang. Nhìn theo đa thần giáo (bái giáo paganism) thì mái có hình *lồng ống yoni* vì mái giống hình cái lồng hình ống thật sự diễn tả âm đạo (đối ngược với dương vật linga).

Các loại chùa mang tính nòng nọc (âm dương) thấy trong vũ trụ giáo và các tôn giáo di duệ hay bị ảnh hưởng bởi vũ trụ giáo sau này như thấy trong tín ngưỡng Đông Sơn, Ấn giáo, Phật giáo, Thiên Chúa giáo, Hồi giáo...

Chùa Niết Bàn ở đây mang nhiều âm tính. Hiển nhiên là dễ hiểu vì chùa liên hệ với cõi chết, với nhập diệt của

Đức Phật. Cõi chết đối với ác nhân là cõi âm địa ngục. Cõi chết đối với thánh nhân là cõi âm vĩnh hằng. Cõi chết của Phật giáo là Tây phương cực lạc... (2).

Tháp

Tháp ở đây cũng lạ. Tháp cũng làm theo tính nòng nọc (âm dương), theo vũ trụ giáo. Chỏm tháp hình cây vũ trụ (cây tam thế, cây đời sống). Tháp chia làm ba phần ứng với tam thế (phần vòm trên lớn ứng với thượng thế, phần giữa vừa phải ứng với trung thế và phần đáy nhỏ ứng với hạ thế).

Tháp hình chuông úp, đầu đạn, hỏa tiễn không có góc cạnh, mặt tháp trơn láng, không có trang trí mang nhiều âm tính thích ứng với sự chôn cất tro than, di hài, xá lợi người quá vãng. Các tháp chùa phái Nguyên thủy thường không có trang trí nhiều như ở phái Đại thừa.

Trong khi tháp dạng này đầu thon nhọn và mặt tháp lởm chởm các trang trí hình bắp ngô mang dương tính, âm nam như các tháp thấy ở Angkor Wat thờ Vishnu:

Tháp Angkor Wat hình bắp ngô mang tính âm nam Vishnu.

Nhìn theo đa thần giáo (paganism) tiền thân của vũ trụ giáo thì tháp ở đây hình nõ dương vật giao phối với mái vòm hình lòng âm đạo của chùa. Nhìn theo Ấn giáo là linga và yoni đứng riêng rẽ phía nòng âm.

Chỏm tháp giống như chỏm nóc chùa có cây vũ trụ mang âm tính .

Như vậy Chùa và Tháp Niết Bàn ở dạng nòng nọc (âm dương) hôn phối tức mang trọn vẹn ý nghĩa vũ trụ tạo sinh của vũ trụ giáo, của dịch học. Điểm này ăn khớp với cốt lõi vũ trụ của Đức Phật Thích Ca. Ngài có cốt vũ trụ. Tâm Phật là tâm vũ trụ. Pháp của ngài là Pháp vũ trụ. Luật Phật là luật vũ trụ... Phật từ vũ trụ giáng thế khi nhập diệt trở về với vũ trụ...

Bên Trong Chùa.

Như đã nói ở trên trong chùa có tượng Phật nằm nhập niết bàn dài 6.1 mét. Tượng nguyên thủy tạc bằng sa thạch đỏ để trên một bệ gạch che bởi các phiến đá là quà tặng của vua Haribala. Ngày nay Phật tử dán kín tượng bằng vàng lá.

Như đã biết Đức Phật nằm ở tư thế nhập diệt (Parinirvanasana) 'trông như sư-tử chúa nằm ngủ' (Nên nhớ Phật Thích Ca có một khuôn mặt Sư Tử Thích Ca).

(ảnh của tác giả).

Cả đoàn mua chung vải làm áo mới cho Phật.

Vải làm áo mới dâng Đức Phật.

Thay áo mới cho Đức Phật.

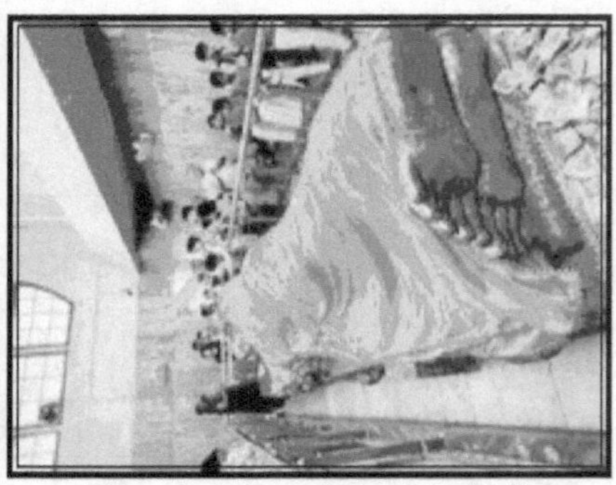

Thay xong áo mới cho Đức Phật.

Mặt Bên Bệ Phật.

Như đã nói ở trên theo bảng thông tin cho biết ở mặt bên phía tây của bệ Phật nhìn ra cửa theo hướng nhìn của Đức Phật có *tạc ba tín đồ* và một bản khắc bằng loại chữ thế kỷ thứ 5 ghi lại cho biết là quà tặng của vua Haribala. Theo người hướng dẫn viên trong ba người có *vị y sĩ riêng* của Đức Phật.

Mặt bên trái của kệ Đức Phật nằm có tạc ba hình tượng (nguồn: Wikipedia).

Ảnh chi tiết của tác giả.

Tôi có một thắc mắc. Hình tượng ở giữa ở tư thế thiền định ngồi trong một tháp vũ trụ  trên vai chỉ vắt khăn như vừa mới tắm xong có thể là hình của Đức

Phật đang thiền định để vào nhập diệt. Thường thường khắc tượng Đức Phật chỉ thấy phía sau lưng khi Ngài khuất bóng. Cảnh Phật nhập diệt này với hình Đức Phật khuất bóng thấy sau lưng này cũng thấy ở Hang 26 tại khu Hang Động Phật giáo Ajanta. Bước qua cửa vào hang, đi theo chiều kim đồng hồ tức chiều âm bên trái ta thấy ngay tượng Phật Nhập Niết Bàn dài 7m.

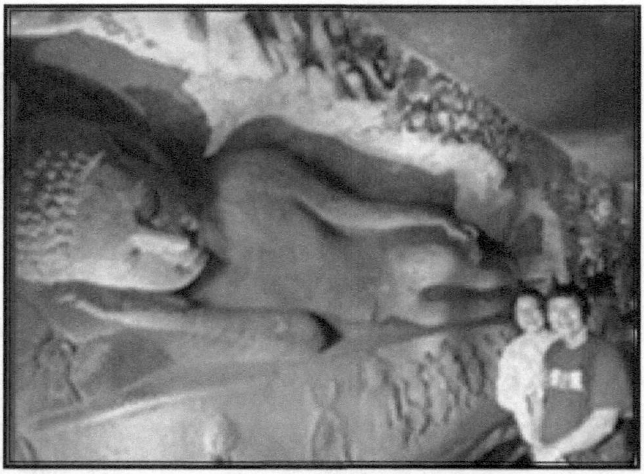

Tượng Phật nằm lúc nhập Niết Bàn ở Hang 26 tại Quần Thể Hang Động Phật Ajanta.

Phía trên pho tượng này là cảnh các Bồ tát, chư thiên cõi trời đang hân hoan chào đón Đức Phật nhập Niết Bàn.

Cảnh các Bồ tát, chúng thiên chào mừng Đức Phật nhập Niết Bàn (ảnh của tác giả).

Bên dưới là cảnh tu sĩ, chúng sinh cõi nhân gian tiếc thương Phật.

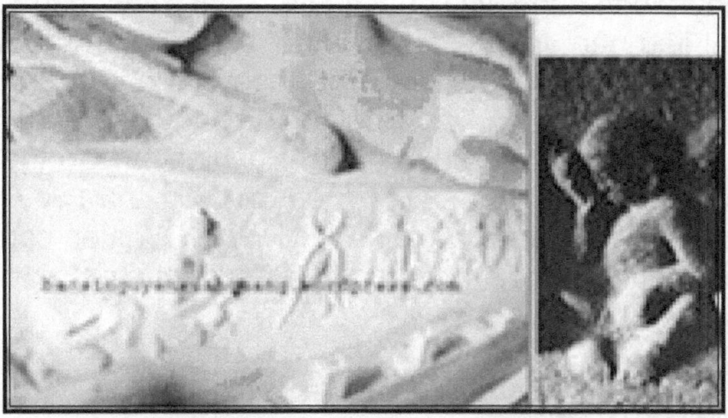

Cảnh tu sĩ, chúng sinh cõi nhân gian tiếc thương Phật, có người đang khóc (ảnh của tác giả).

Đặc biệt ở đây cũng có hình Phật khắc chỉ thấy phần sau lưng người Phật, không thấy mặt.

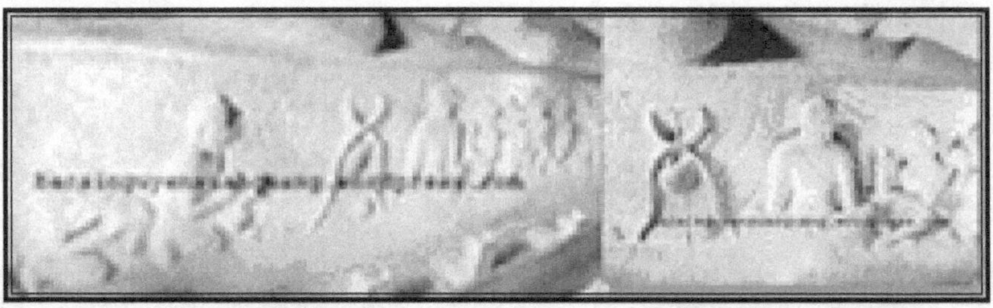

Phật khắc ở đây chỉ thấy phần sau người Phật, không thấy mặt (ảnh của tác giả).

Phật đã khuất mặt, khuất bóng. Chúng ta cũng thường nói '*để tưởng nhớ tới những người đã khuất mặt...*' (Ấn Độ: Hang Động Phật Giáo Ajanta 4).

Các đệ tử hay tín hữu của ngài không ai có thể ngồi thiền định **trong một tháp vũ trụ** trước pháp thân ngài. Không thể được. Thêm vào đó hai người ở hai đầu quay nhìn về phía pho tượng trong tháp vũ trụ ở chính giữa như cung nghinh, đảnh lễ, van vái cho thấy pho tượng này chính là Đức Phật.

Như thế còn lại hai tượng ở hai đầu có thể là hai đệ tử hay hai tín hữu. Còn nói là một trong hai người này là vị thầy thuốc riêng Jivaka của Đức Phật thì tôi chưa thấy có tài liệu nào và vị này nếu có đi theo Đức Phật và thì ông ta phải cứu chữa Đức Phật ngay tại nhà người thợ rèn Cunda, phải cản Đức Phật lên đường đi bộ giữa rừng già, vượt sông trên 10 km để tới Kushinagar. Có thể đây là tôn giả Ananda và Ca Diếp (nếu Ca Diếp chưa về kịp thì có thể là đệ tử sau cùng của Đức Phật). Dĩ nhiên còn cần phải tra tìm thêm bằng chứng nữa để kiểm chứng).

...

Sau cùng cả đoàn hành hương thiền hành quanh tượng Đức Phật.

. Bệ Mai Táng

Ngau sau chùa có một bệ gạch có thể ngày xưa dùng để chờ mai táng. Nếu đúng là vậy thì bệ gạch này có thể còn thiêng liêng hơn cả chùa và tháp.

Bệ gạch mai táng (ảnh của tác giả).

Đây là nơi tẩm liệm, mai táng pháp thân Đức Phật trong bẩy ngày trước khi đem đi hỏa táng.

Trước khi về còn thì giờ chúng tôi đi thiền hành ba vòng bệ mai táng rồi ra ngồi chiêm bái, cầu nguyện, tĩnh tâm, trầm tư mặc tưởng, lắng động tâm trí tưởng niệm Đức Phật...

. Cây sala.

Có người nói cây này là cây sala. Mùa này không có hoa, có quả nên không rõ có đúng không?

THÁP HỎA TÁNG RAMABHAR.

Tháp hỏa táng Ramabhar, Kushinagar.

Rời Chùa Niết Bàn tới thăm Tháp Hỏa Táng Ramabhar cách khoảng chừng 1.5 km từ chùa. Tháp được coi là chỗ thiêng liêng nhất của Phật giáo.

Tháp Ramabhar được xây bởi tộc người Malla để đánh dấu chỗ hỏa táng của Đức Phật. Gần bên tháp có một dải nước thường cạn khô vào mùa hè. Theo truyền thuyết tên tháp phát xuất từ dải nước này hay từ một gò đống. Nhiều người lại cho là tên liên kết với sự nhập diệt của Đức Phật.

Vì là chỗ hỏa táng nên trong các văn bản Phật giáo cổ gọi là *'Mukut-Bandhan Chaitya'*. Như đã biết chaitya có nghĩa gốc là hỏa táng có chai- ruột thịt với Việt ngữ cháy. Việt ngữ *trà tỳ* là phiên âm của chaitya. Nơi hỏa táng Chaitya về sau trở thành mô đất, mồ, tháp chôn cất tro than, di hài, di vật... và thành chùa, đền thờ phượng.

Theo kinh *Mahāparinibbāṇa (Đại Bát Niết Bàn)* sau khi nhập diệt bẩy ngày thi hài Đức Phật được hỏa táng tại đây (khi tôn giả Ca Diếp trở về).

Cũng nên nói một chút ngôn ngữ học về từ nhập diệt và Niết-bàn để hiểu rõ nghĩa.

- **Nhập diệt** có nhập: vào, hướng về, còn diệt là làm tiêu hết (tiêu diệt) (phiền-não, khổ đau nơi thân tâm), Hán Việt là khổ diệt, tịch diệt.

- Niết Bàn

Niết-bàn có thể được hiểu là trạng thái ngọn lửa tham, sân hận, ngu si trong tâm đã bị dập tắt, tâm trở nên trong sáng, thanh tịnh, yên hình, an lạc, không còn sầu não, khổ đau, hiểu biết rõ tất cả pháp là vô ngã, vô thường, bất toại nguyện (khổ đau). Đạt được giải thoát (3).

...

Phần tro than pháp thân Đức Phật còn lại sau khi hỏa thiêu thường gọi là xá lợi Phật.

Xá Lợi Phật

Cũng xin nói một chút về xá lợi Phật. Xá lợi Phật là gì? Từ xá lợi hiện nay dùng với nghĩa chung chung lẫn lộn không minh bạch rõ rệt. Tôi chia xá lợi nói chung ra làm hai loại chính: xá lợi đích thực là xá lợi di hài và xá lợi không chính thống là các di vật của Đức Phật. Cũng nên biết là xá lợi áp dụng cho cả các la hán, bồ tát, cao tăng và các thánh nhân khác... (4).

Trở lại vụ việc hỏa táng Phật xong, thì theo nguyên tắc tro thân ngài phải trao tất cả cho dòng tộc Sakya của Đức Phật. Tuy nhiên vì ở trên đất nước Malla nên nước này muốn chiếm giữ lấy hết.

Vua tộc Mallakas cỡi voi chiếm di hài Phật đội trên đầu mang về hoàng cung. Cây trước cổng thành hoàng cung là cây sa la. Hình khắc tại cổng Đại tháp Sanchi (nguồn: Wikipedia).

Nhưng sáu tộc khác và một vị vua có liên hệ với Đức Phật đòi được chia tro thân Phật (đúng như sự tiên đoán của Đức Phật khi chọn Kushinagar để nhập diệt). Bẩy nước còn lại đem quân vây hãm nước Malla đòi chia phần. Cảnh này thấy còn ghi khắc lại tại cổng trục thế giới Đại Tháp Sanchi.

Vua bẩy nước với bẩy chiếc lọng khác nhau tiến tới bao vây Kushinagar. Vua Mallakas ngồi bên góc trái.

Để giải hòa sự tranh chấp này vị Bà-la-môn Drona đứng ra làm trung gian chia phần hỏa táng còn lại ra làm tám phần cho: vua Ajatassathu (À Xa Thế, Người Không Có Kẻ Thù) con của vua Bimbisara nước Magadha (Ma-kiệt-đà), dòng tộc Sakya (Thích Ca) của Kapilavastu (Ca-tỳ-la-vệ), Bulis của Allakappa, Koliyas của Ramagama, Brahmin của Vethadipa, Mallas của Pava và Mallas của Kushinagar.

Thêm vào tám phần này có hai phần nữa là vật đựng (kim tĩnh) pháp thân Phật để hỏa thiêu dành cho người đứng ra giải hòa Drona và Moriyas của Pipphalivana nhận phần tro dàn hỏa thiêu.

Như vậy tổng cộng là mười phần. Đúng như Phật dự đoán khi chọn Kushinagar làm nơi nhập diệt là để sự phân chia phần còn lại của thân xác Ngài ra khắp cả tam thế, vũ trụ, tám phương trời, mười phương Phật sau khi hỏa táng và sự phân chia được diễn ra êm thắm. Những phần di hài này đặt trong các hộp tiểu, bình mai táng (urn) đem chôn trong các mô, mồ, đống. Tại Thành Vương Xá chôn trong tháp ở ngay cổng thành, tại Veshali chôn trong Tháp Tro như đã biết và ở đây....

Vài thế kỷ sau vua Ashoka khai quật lấy xá lợi phân chia ra đem chôn thờ trong các tháp gạch, đá với nhiều biến dạng ở khắp các vương triều Mauryan. Trong các tháp Phật này ngày nay chỉ còn một tháp Ramagrama ở Ramgram, Nepal là còn nguyên vẹn.

Tháp Hỏa Táng Ramabhar tại đây ngày nay chỉ còn là một phế tích.

Tháp nhỏ tạ ơn (ảnh của tác giả).

Đây là một trong những tháp thiêng liêng nhất của Phật giáo. Chúng tôi đi thiền hành ba vòng quanh tháp theo chiều âm cùng chiều kim đồng hồ.

Như đã biết đi một vòng tháp Phật thiêng liêng là để tưởng niệm, tưởng nhớ Phật, để chiêm bái Phật, là đi một vòng Núi Vũ Trụ, Núi Thế Giới Meru, là đi một vòng Cây Vũ Trụ (Cây Tam Thế, Cây Đời Sống), là đi một vòng vũ trụ, là đi một vòng Tâm Thân Tinh Anh Phật, là đi một vòng xá lợi Phật, là đi một vòng giáo Pháp Phật, là đi một vòng tử sinh, là đi một vòng luân hồi qua muôn kiếp, là đi để cầu mong tu tập để được tái sinh qua một kiếp khác cao hơn hay được giải thoát vòng luân hồi về cõi vĩnh hằng…

……

Tóm lại

Kushinagar là nơi Đức Phật nhập Niết Bàn, một trong bốn Phật tích thiêng liêng gọi là 'Tứ Động Tâm'.

Chùa Tháp Niết Bàn và Tháp Hỏa Táng Ramabhar ở Kushinagar, được coi là trong những chỗ thiêng liêng nhất của Phật giáo.

Hãy nhớ lời Phật dậy trước khi nhập diệt:

'***Hãy dựa vào Pháp'***. Điểm mấu chốt, cốt lõi của các tu sĩ và Phật tử là noi theo Pháp Dhamma, giới Luật Vinaya của Phật. Đức Phật không giúp được gì. Ngài chỉ là người '*bây giờ ta đã già yếu, đã tới hết hạn đời người, đã 80 tuổi rồi*'. Đức Phật chỉ là người dẫn đường. Chính Đức Phật dạy, "*Không ai có thể cứu vớt chúng ta bằng chính bản thân chúng ta*". Ngài không bao giờ tự xưng mình là một đấng chí tôn, một đấng tạo hóa hay là Thượng Đế toàn năng. Không nên trông cậy vào thượng đế hay thần linh nào cả. Con người phải tự tu tập, kiên trì thực hành. Thực hành. Thực hành. Thực hành. Còn các chuyện khác là phụ**. Phải tự mình thắp đuốc lên mà đi !** Đi theo con Đường giải thoát mà Ngài hướng dẫn.

Chùa Việt-Hoa Linh Sơn.

Trước khi về khách sạn chúng tôi ghé thăm một chùa Việt Hoa Linh Sơn (chùa Linh Sơn Việt Nam Chinese Kushinagar).

Chùa Linh Sơn (ảnh của tác giả).

Chùa được một Sư Bà người Hoa xây dựng năm 1945. Dĩ nhiên chùa mang sắc thái một chùa Tầu, thấy rõ qua hai con rồng ở cửa vào. Chùa được trùng tu nhiều lần. Ở khuôn viên chùa, có tạo lập cảnh Tứ Động Tâm, tượng Bồ-Tát Quán Thế Âm, chùa Một Cột...

Chùa cũng có một trường tiểu học dậy trẻ em ở đây.

Ghi Chú

-(1). Theo dịch số 15 (ngày rằm) là số Càn lưỡng hợp với Khôn (Đế Minh Càn hôn phối với Vụ Tiên Khôn) cõi đại vũ trụ và số 2 (tháng) là số Khảm lưỡng hợp với Li (Long Nữ Khảm hôn phối với Kì Dương Vương Li) cõi tiểu vũ trụ. Ngày rằm tháng 2 bao trùm cả đại và tiểu vũ trụ. Phật giáo Bắc Tông giữ ngày này thường tổ chức Đức Phật nhập Niết Bàn vào ngày 15 tháng 2 âm lịch còn Phật giáo Nam Tông tổ chức ngày Đức Phật nhập Niết Bàn trùng với ngày Đản Sinh và Thành Đạo, gọi là lễ Tam Hợp, thường vào ngày rằm tháng Vesak (tương đương 15 tháng Tư âm lịch Việt Nam). Nếu tính theo ngày sau này thì số 15 là Càn lưỡng hợp với Khôn còn số 4 Cấn (Đất âm) lưỡng hợp Đoài Trời (Lang Hậu Cấn hôn phối với Hùng Lang Đoài). Cả hai ngày cũng mang tính vũ trụ, trời đất chỉ khác trời đất mang tính nòng nọc (âm dương) khác nhau (Khảm Li: trời âm thiếu âm-đất dương thiếu dương) còn Cấn-Đoài âm thiếu dương-dương thiếu âm). Ngày Đức Phật sinh và nhập diệt đều mang tính lưỡng hợp đại và tiểu vũ trụ thích hợp với cốt Phật vũ trụ ở cõi trời và Phật người thế gian, lịch sử ở cõi người của Đức Phật.

- (2). Sau đây là một vài ví dụ:

1. Đông Sơn

Thiết diện của tháp mái lồng ống yoni (mặt bên) giống hệt nhà nòng âm trên trống đồng nòng nọc, âm dương Ngọc Lũ I của đại tộc Đông Sơn.

Thiết diện bên của tháp mái lồng ống Bánh Ít, Bình Định giống ngôi nhà nòng âm của ngành mặt trời thái dương trên trống Ngọc Lũ I.

Cảnh giã cối chầy xác thực căn nhà mái vòm này là nhà nòng âm (cối biến âm của *cái*, biểu tượng bộ phận sinh dục nữ). Nhà mái vòm nòng âm đi với cối trong khi các nhà nọc đầu mái đao đi với dàn trống bên sát nhà (trống có một nghĩa là đực) (Giải Đọc Trống Đồng Đông Nam Á, chương Ý Nghĩa Những Căn Nhà).

2. Ấn giáo

Trong một quần thể đền Ấn giáo các đền thờ có mái tháp nhọn, chỏm linga thường đi cặp đôi với đền có mái yên ngựa âm tính theo dạng lưỡng hợp Càn (dương thái dương)-Chấn (dương thái âm), linga-yoni ngành thái dương.

a. Nhánh nọc dương Shiva.

Ví dụ điển hình là tháp Kailash của Shiva ở Quần thể hang động Tam Giáo Ellora.

Tháp Kailash và bốn miếu nhỏ ở bên sườn phải và phía sau.

Tháp chính Kailash mang dương tính làm theo dạng nõ linga.

Bốn miếu nhỏ phía sau có hai miếu có mái hình yên ngựa mang âm tính.

Miếu thứ 5 ở bên sườn trái có mái yên ngựa.

b. Nhánh Nòng âm Thái Dương Vishu.

Đây là khuôn mặt âm nam, dương I thái âm OO Chấn IOO của Vishnu.

Ví dụ một đền thờ Vishnu ở Nam Ấn có nóc mái yên ngựa.

Đền thờ Vishnu có nóc mái yên ngựa (ảnh của tác giả).

Đền thờ Vishnu này thấy rõ qua biểu tượng hình chữ V  (Vishnu tilaka) của Vishnu ở mặt tháp.

Một tháp nhỏ của đền cho thấy rõ nóc mái hình ống nằm ngang hai đầu cong dương, thái dương. Trên nóc có các bình xác thực âm tính của đền.

c. Nhánh Nòng âm Thái Âm Nữ.

Theo âm nữ thường là đền thờ một thần nữ thái dương như Durga. Ví dụ như thấy ở Đền Baitala thờ Chamunda, một khuôn mặt dũng mạnh, võ biền, 'sư tử Hà Đông' (Durga có thú biểu là sư tử cái), 'bà Chằng Lửa', hung bạo của thần nữ Durga.

Đền Baitala Deula, Bhubaneswa, Odisha.

Đền có tháp chính hình yên ngựa hình ống. Ở đây theo âm nữ mái hình trụ ống nằm mang hình ảnh ống âm đạo hai đầu cong diễn đạt nữ thái dương ăn khớp trăm phần trăm với đền thần nữ Bà Chằng Lửa Chamunda Durga này.

Bằng chứng là trên nóc có ba kiến trúc hình bầu, hình bình ở trên có ba cọc nhọn nên còn gọi là Đền *Tinimundia,* ba hình này được tin là biểu tượng của ba sức mạnh của Đại Thần Nữ Chamunda: Mahasaraswari, Mahalakshmi và Mahakali.

Theo tôi nhìn theo vũ trụ giáo thì ba bình tròn là ba nòng âm OOO tức Khôn thái âm (ứng với Nàng O Nước OO Khôn, Vụ Tiên) có một nghĩa là nàng, nường, nữ. Bình có nọc nhọn mang dương tính. Như vậy ba kiến trúc này diễn là khuôn mặt Khôn nữ mang dương tính thái dương ứng với khuôn mặt dũng mạnh, 'diều hâu', hung bạo của Thần nữ Chamunda, hóa thân của Durga.

3. Tháp Champa Việt Nam.

Đối chiếu với các tháp Champa Việt Nam ta cũng thấy không sai. Như đã biết người Champa theo giáo phái Shaivism của Shiva (trong khi người Khmer theo giáo phái Vaishavana của Vishnu: Angkor Wat thờ Vishnu). Các đền Champa ở Việt Nam làm theo dạng tháp. Vì người Champa theo Shiva giáo nên thường các đền thờ Shiva hầu hết có các tháp làm theo dạng linga. Chỉ trong các quần thể đền đài mới thấy có mặt hai loại đền nòng nọc (âm dương) như trong Ấn giáo như đã nói ở trên.

Tháp Mỹ Sơn B5 có mái yên ngựa (hình chụp năm 2007).

Một tháp âm mái yên ngựa Chấn đi đôi với một tháp dương phía Shiva Càn ở Thánh Địa Mỹ Sơn (ảnh của tác giả).

Quần thể Tháp Champa Mỹ Sơn là một mô hình thu nhỏ của quần thể Hang 16 Đền Kailash ở Ellora.

. Tháp Bánh Ít Bình Định.

Một tháp âm mái yên ngựa Chấn đi đôi với một tháp dương phía Shiva Càn ở Tháp Bánh Ít, Bình Định (nguồn: diendan.quynhontourist.vn).

. Tháp Po Klong Garai, Ninh Thuận.

Một tháp âm mái yên ngựa Chấn đi đôi với một tháp dương phía Shiva Càn ở Tháp Po Klong Garai Ninh Thuận.

Lưu Ý

Các tháp âm ở đây nều ở trong cùng một nhánh Shiva thì là đền thờ của vợ hay các thần nữ liên hệ với Shiva. Còn ở lưỡng ngành nòng nọc (âm dương) thì có thể là đền Vishnu âm nam. Cần phải dựa vào các chi tiết để nhận diện.

Nhánh Nòng âm Thái Âm Nữ.

Ví dụ Tháp Bà Po Nagar, Thiên Y Thánh Mẫu Nha Trang. Tháp Bà thờ Thiên Y A Na hay Bà Thánh Mẫu Chúa Ngọc. Đúng ra tháp vốn làm ra để thờ một vị thần nữ Ấn giáo. Tượng trong chính điện mang khuôn mặt Uma (Parvati) vợ Shiva nhưng ở ngoài tháp chính có tượng Durga. Hiển nhiên kiến trúc Tháp Bà có những tháp mang tính nòng âm nữ thái dương.

Mô hình quần thể Tháp Bà có những tháp nhỏ mái yên ngựa mang âm tính đi kèm với các tháp dương thái dương (dương nam ở góc phải trên) và âm thái dương (dương nữ) (ảnh của tác giả).

Tháp mái yên ngựa âm đi kèm với một tháp mái vuông nhọn đỉnh trên có hình bầu nước mang tính âm thái dương (ảnh của tác giả).

4. Phật giáo

Loại đền chùa âm này dĩ nhiên cũng thấy trong Phật giáo.

- Nhánh Nòng Âm Thái Dương.

Ví dụ ở quần thể Đại Bảo Tháp Sanchi:

Tháp chùa (mái vòm dương và âm) và tu viện (mái bằng) tại quần thể Đại Tháp Sanchi. Hình phục dựng lại năm 1900 (nguồn: Wikipedia).

Ta thấy rõ tháp và chùa ở đây làm cùng mô hình thấy ở Đại Bảo Tháp Sanchi.

- Nhánh Nòng Âm Thái Âm, Nữ.

Chùa Hoàng-hậu Maya nằm mơ thấy voi trắng sáu ngà có mái vòm lồng ống âm thái âm nữ tại Đại Bảo Tháp Sanchi (nguồn: Wikipedia) .

Như thế các chùa, đền và tháp có **mái yên ngựa hay lồng ống là các kiến trúc mang âm tính**.

Nếu ta nhìn theo con mắt thế gian hiện nay thì mái chùa mang hình ảnh một chiếc quan tài của Tây phương ngày nay, thấy rõ ở thiết diện ở đầu mái: phần vòm trên là nóc quan tài, lòng mái hình chữ U choãi  là lòng

quan tài . Thiết diện cửa sổ của mái quan tài

mang ý nghĩa vũ trụ, trời đất.

Chỏm nóc chùa.

Có hình cây vũ trụ (cây tam thế, cây đời sống) với tam thế diễn đạt bằng ba hình lọng đĩa tròn mang âm tính (trong khi hình nọc kim nhọn, núi tháp nhọn, hình vòm ô dù như cây giáng sinh mang dương tính).

Cuối cùng là chùa nhìn về hướng Tây, mặt trời lặn, cõi chết, Tây Phương cực lạc cũng mang âm tính.

Tóm lại không còn gì để nói nữa Chùa Niết Bàn ở đây mang nhiều âm tính. Hiển nhiên là dễ hiểu vì chùa liên hệ với cõi chết, với nhập diệt của Đức Phật. Cõi chết đối với ác nhân là cõi âm địa ngục. Cõi chết đối với thành nhân là cõi âm vĩnh hằng. Cõi chết của Phật giáo là Tây phương cực lạc...

- (3). –**Niết-bàn** phiên âm Phạn ngữ nirvana có:

. nir- với nghĩa tiêu cực (không, không còn, hết...) liên hệ với Mường ngữ no, Việt ngữ *nỏ*, *nọ* (không) (Liên Hệ Việt Ngữ với Ấn Âu Ngữ).

. va:

. /" to blow", thổi. Va ruột thịt với Phạn ngữ *vâta*, gió, Việt ngữ *vát*, quạt: Hà Đông có làng Vát làm quạt và với *bạt* (bạt gió: cánh chim bạt gió).

. / to emit (bốc ra, phát ra, phun, phì ra), be wafted (luồng gió, hơi thở) hay diffused (phát tán) liên hệ với Việt ngữ *phà: phà* hơi, phà khói, phì phá... (v = ph như vành = phành).

Nirvana: "blowing out" (thổi tắt) hay "quenching" (tắt, làm nguội, ngăn cản đi) những hoạt động của tâm thức thế phàm và các thống khổ liên hệ của nó.

Ngoài ra gốc vana còn có những nghĩa khác như:

+ "*weaving*", đan, dệt, kết lại với nhau, *sewing*", may, khâu. Vana = Việt ngữ *vá = mạng* (mạng áo thủng rách) (v = m). *Nirvana là từ bỏ những ham muốn nối kết đời này với các đời sau lại với nhau.*

+ "*desire*" ham muốn, dục vọng. Vana: có van- = *van*: van xin, van nài, van vái, = *muốn*, *mong* được: mong muốn (v =m).

Nirvana là trạng thái không còn ham muốn, không còn thèm khát dục vọng.

+ "*forest*", rừng cây hay "woods": rừng nhỏ (cấm),vườn lớn như rừng, (lâm viên) phát gốc từ Latin *silva* "wood", "woodland", "forest", "orchard", vườn cây ăn trái, "grove", rừng cây nhỏ, vườn, chòm cây. Ví dụ như Velu vana: rừng tre, vườn tre Trúc Lâm, Trúc Lâm Viên, Jeta vana: Vườn Thệ Đà, Kỳ Viên.

Với nghĩa này vana liên hệ với Việt ngữ *vườn*, Hán Việt *viên*.

Nirvana có một nghĩa là tránh khỏi, thoát được "rừng ô uế, dơ bẩn" ("forest of defilements") hay ngũ uẩn (five aggregates: năm kết hợp), Phạn ngữ là pañca-skandha: có pañca: 5 như Pentagon: ngũ Giác Đài [pan- = bàn (tay): số 5 là cả 5 ngón của bàn tay] và skandha: can, cành, cuống, cọng, miếng... hiểu theo nghĩa rộng là kết, buộc, nối lại: skand- biến âm với Việt ngữ chằng (buộc). Ngũ uần gồm sắc, thọ, tưởng, hành, thức là những chằng buộc, ràng buộc có đặc tính chung là vô thường, vô ngã và khổ.

Tóm lại Niết-bàn có thể được hiểu là trạng thái ngọn lửa tham, sân hận, ngu si trong tâm đã bị dập tắt, tâm trở nên trong sáng, thanh tịnh, yên hình, an lạc, không còn sầu não, khổ đau, hiểu biết rõ tất cả pháp là vô ngã, vô thường, bất toại nguyện (khổ đau). Đạt được giải thoát.

- (4).

1. Xá lợi chính thức: di hài.

Phạn ngữ Sarira (số ít) và Śarīraḥ (số nhiều) có nghĩa là "body". Trong cổ ngữ tế lễ Java, một ngôn ngữ gắn bó chặt chẽ với truyền thống Ấn Độ, từ Śarīra cũng có nghĩa là 'body' (thân xác) hay 'human body' (thân xác người), đẻ ra Java ngữ hiện kim là "slira" cũng có nghĩa là xá lợi.

Lưu Ý

Trong Java, Nam Dương, Mã Lai ngữ có vô số từ Phạn ngữ hay có gốc Phạn ngữ nên khi so sánh với Việt ngữ muốn kết luận là có sự liên hệ giữa Việt ngữ với các ngôn ngữ đó thì phải biết rõ chúng là thuần Java, Nam Dương, Mã Lai. Trong danh sách so sánh Việt ngữ với Mã ngữ của tác giả Bình Nguyên Lộc có rất nhiều từ Mã là Phạn ngữ hay có gốc là Phạn ngữ.

Sarira phiên âm sang Việt ngữ là xá lị hay xá lợi. Sarira ruột thịt với Anh ngữ carcass: xác, thây ma, tử thi, phần thân xác (s = c như Hán Việt sa = cát). Sarira, xá lợi chính là Việt ngữ **xác**, xác thân (s = x).

Như thế hiểu theo đúng nghĩa xác thân thì xá lợi Phật chỉ dùng để chỉ phần xác thân Đức Phật, tro than Phật còn lại sau khi hỏa thiêu.

Sau này sarira dùng nới rộng ra cho tất cả các phần thân thể không hỏa thiêu (lúc còn 'sống') như tóc, móng tay, răng, xương đốt tay hay một phần thân thể lưu giữ lại (như da)...

Xá lợi di hài ở một khía cạnh nào đó giống như Thiên Chúa giáo và phía Đông Chính Thống giáo tin là thánh linh can dự vào một vài thân xác các vị thánh giúp tránh khỏi qui trình hủy hoại, thối rữa bình thường sau khi chết gọi là "Incorruptibility".

Nhiều khi các thứ liên hệ mật thiết với tâm trí, thân xác Đức Phật cũng được coi như chính tâm thể Đức Phật còn lại, nghĩa là coi như một thứ xá lợi di hài Đức Phật. Ví dụ như các kinh Phật ghi lại nguyên văn, nguyên ý Phật không thay đổi một tí mảy may nào, coi như chính là lời nói của Đức Phật còn lưu lại, coi như chính là tinh anh Phật và gọi là Dharmakàya sarira (Xá lợi pháp thân) Phật ('dharma body śarīra').

Bóng Phật in trên vách hang động. Ngồi thiền định bất động một chỗ lâu ngày bóng Phật in trên vách động tạo thành một hình ảnh in khắc vào mặt hang động. Hình bóng này được coi như là một phần thân xác Phật để lưu lại, một xá lợi di hài Phật.

Dấu chân Phật.

vân vân...

2. Di vật

Những di vật Phật là những thứ liên hệ tới đời sống Đức Phật mà hiện nay cũng có nơi gọi là xá lợi Đức Phật. Loại này có rất nhiều, chỉ xin đưa ra một vài ví dụ:

- Y trang, bình bát khất thực, gậy (tích trượng), bàn chải đánh răng, ống nhổ bằng đá của Đức Phật...

- Dấu tích như các cây Đức Phật ngồi thiền định như cây Bồ đề, cây tre Trúc Lâm, cây xoài, cây sala..., mỏm đá Đức Phật ngồi...

Dĩ nhiên còn nữa....

Dù là di hài hay di vật (Anh ngữ đôi khi gọi chung là relics) cũng rất quan trọng vì được tin đó là một thứ hiểu biết, trí tuệ tâm linh, giáo huấn, thực hiện hay một phần tinh anh sống của các Phật. Chúng được coi như là bằng chứng của giác ngộ và thanh khiết tâm linh.

Xá lợi thường được trưng bầy trong bát, bình pha lê để trong một bình mai táng bằng vàng hay tháp hoặc đặt trong bệ thờ nhỏ để trong pho tượng.

Phân tích khoa học cho thấy dưới một điều kiệt đốt nóng nào đó, xương người có thể tạo thành các cấu thể kết tinh. Một phân tích hóa học cho thấy xá lợi gồm các yếu tố cấu tạo là xương và đá.

Tóm lại

Xin đề nghị dành từ xá lợi chỉ dùng cho các di hài tâm thể (thể xác và tâm linh gắn bó với thể xác) Đức Phật (hay các vị thánh nhân khác) tránh dùng cho các di vật.

C. NGÀY VỀ

TRỞ LẠI TÂN-DELHI

Sau khi viếng thăm Thành Xá Vệ, ngày hôm sau chúng tôi về phi trường Lucknow, thủ đô của bang Uttar Pradesh, cách đó không xa để chia tay. Mỗi người đi mỗi ngả. Có người về thẳng nhà. Có người tiếp tục đi thêm: người đi Taj Mahal, người đi Kathmandu... Chúng tôi trở lại New Delhi để đến thăm Bảo Tàng Viện Quốc Gia New Delhi chiêm ngưỡng xá lợi Phật như đã nói ở trên và dự lễ hội Holi để nghỉ ngơi thư dãn trước khi về nhà.

- Chiêm Bái Xá Lợi Phật Tại Bảo Tàng Viện Quốc Gia New Delhi.

Đã nói ở các bài trước.

- Lễ Hội Holi.

Lễ Hội Holi.

Xin vắn tắt bằng vài hình ảnh ở đây.

Holi là một ngày lễ trọng đại, một ngày Lễ của Mầu Sắc, Tình Yêu và Mùa Xuân của Ấn Độ.

Ngày của Mầu Sắc.

Gia đình, họ hàng, thân nhân, bạn bè và khách viếng thăm nhau, vui đùa với phẩm mầu. Ném, tạt, bắn nước mầu thả cửa, thoải mái vào nhau hay ngay cả vào những người lạ đi qua.

Một đại gia Ấn Độ tổ chức mừng lễ Holi trong khách sạn mời chúng tôi, nhóm những người trở về lại Tân-Delhi, tham dự.

Đại gia là người cao lớn nhất.

Phẩm mầu là sắc mầu của lễ hội.

Dĩ nhiên phải có tiệc tùng ăn hút.

Chúng tôi được khuyên nên tránh xa những nơi đền chùa có lễ hội. Thật ra chúng tôi cũng đã sợ tới các chỗ đó vì tắm nước ở khách sạn xong bị ngứa ngáy, không ngủ... ngáy gì được.

Namaste!

Phố chợ đóng cửa vắng tanh như ngày mồng một Tết Việt Nam.

Ngược lại các tín hữu nhuộm đẫm trong mầu sắc ở Đền Radha Krishna, Mathura, Ấn Độ (nguồn: Wikipedia).

Ngày của Tình Yêu.

Holi là ngày ăn mừng tình yêu bất tử của thần nữ Radha và thần nam Krishna. Radha là nữ thần tình yêu, tình thương và tận tụy, là hóa thân của nữ thần Lakshmi và của nữ thần Tối cao Mulaprakriti. *Krishna là một vị thần chính của Ấn giáo, là hóa thân thứ 8 của Vishnu và được thờ như một đấng Tối Cao, một vị thần bảo vệ, tình yêu, tình thương. Tên Krishna có gốc Phạn ngữ* Kṛṣṇa có nghĩa chính là 'đen', 'thâm' và xanh da trời đậm. Krish- chính là Việt ngữ Kịt là đen: Đen Kịt (đen = kịt). Vì thế các hình tượng Krishna đều có các mầu này.

Thần Krishna mầu đen đang thổi sáo (nguồn: kamat.com).

Tượng Krishna mầu xanh da trời đang thổi sáo ở Đền Sri Mariamman, Singapore (nguồn: Wikipedia).

Lưu Ý: *Krishna là hóa thấn thứ 8 của Vishnu thuộc dòng nòng, âm, Khôn. Số 8 là số Khôn. Khôn âm là thái âm, nước thái âm (tầng nước không có ánh sáng mặt trời chiếu tới) có mầu đen vì vậy Krishna với khuôn mặt thái âm này có da mầu đen. Khôn dương là thiếu âm: bầu trời,* *khí gió vì vậy Krishna với khuôn mặt thiếu âm, nếu có cốt là bầu trời thì có mầu xanh da trời.Còn nếu có cốt lá khí gió thì có mầu trắng. Krishna thường thổi sáo vì khuôn mặt thiếu âm bầu trời, khí gió mang tính trội.*

Theo một truyền thuyết Krishna mê Radha nhưng tuyệt vọng vì nước da mình đen đủi nên Radha không thèm ngó ngàng đến mình. Mẹ Krishna thấy con rầu rĩ bèn xúi con 'liều mạng' tới gặp Radha và bảo nàng nếu chê mặt Krishna đen xấu thì nàng muốn sơn mặt như thế nào cho ưng ý thì tô vẽ theo ý nàng. Radha bôi sơn mặt Krishna theo ý mình rồi trở thành người si mê khuôn mặt Krishna do minh tô vẽ. Về sau hai người yêu nhau và thành vợ chồng.

Vì thế ngày lễ Holi là ngày hội của bôi, sơn mặt để... yêu thương nhau, là ngày của sắc mầu.

Ngày Lễ Hội Mùa Xuân.

Holi là ngày đánh dấu mùa xuân bắt đầu. Ăn mừng Mùa Xuân tới, mùa đơm muôn hoa tình tình yêu.

Ở đây hoa gạo thay cho hoa đào nở đỏ trời chào đón mùa xuân ở dọc theo những con đường đi qua (giống hoa đào lá rụng hết chĩ có hoa).

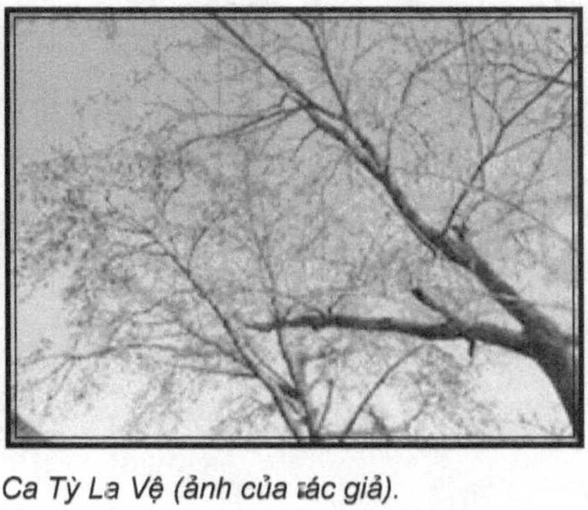

Hoa gạo ở bảo tháp Piprahwa, Ca Tỳ La Vệ (ảnh của tác giả).

Hoa gạo đỏ rực trời làm gợi nhớ tới những cây gạo ở làng quê xưa thời thơ ấu ở Bắc Việt. Hồi đó thích hoa đỏ đẹp nhưng không dám nhặt đem về. Tụi bạn quê bảo là cây gạo có ma. Chúng nó nói không tin tụi nó thì lắng nghe các cụ đã bảo: '*Thần cây đa ma cây gạo*'...

Dưới diện mừng xuân này Holi tương tự như ngày Tết Việt Nam.

Ở đây nhiều nhà cũng dựng cây nêu giống hệt Việt Nam bằng cây tre cong trên đầu có treo cờ phướn...

Cây nêu (ảnh của tác giả).

......

Không một nơi nào trên thế giới giống như người Ấn Độ vui chơi lễ hội chết bỏ. Chết bỏ xác trôi sông... Hằng.

Nhờ lễ hội, nhờ thần linh, nhờ thần Nõ Nường Linga-Yoni có được một ngày hạnh phúc, no say, yêu thương vũ trụ, yêu trời đất, yêu thượng đế, yêu tạo hóa, yêu thần linh, yêu thánh nhân, yêu ma quỉ, yêu con người, yêu súc vật, yêu sâu bọ, yêu cây cỏ ... quên đi đói khổ, cơ cực cả đời...

....

D. TỔNG KẾT

Cuộc hành hương đã đi theo dòng lịch sử Đức Phật Thích Ca qua các phế tích 'tứ động tâm', các vùng Đức Phật đã giảng Pháp và yết kiến riêng Đức Dalai Lama.

Một chuyến đi:

. Đến Vườn Lâm Tì Ni để cung nghinh Đức Phật ra đời. Để thấy rõ Đức Phật là con người thật nhưng có cốt là Phật Vũ Trụ. Đức Phật giáng thế tu tập thành Phật Người hầu giúp con người vượt qua bể khổ thế gian. Phật là Vũ Trụ (bao gồm cả đại và Tiểu Vũ Trụ). Con người là tiểu vũ trụ, con Phật Đại Vũ Trụ và đồng loại với Phật thế gian. Con người có tâm vũ trụ, có tứ đại chung với tứ đại vũ trụ, có bản thể chung với vũ trụ, với Phật. Phật giáo là vũ trụ. Pháp Phật là Pháp Vũ Trụ. Luật Phật giáo là Luật Vũ Trụ.

. Đến Ca Tỳ La Vệ để thấy đời này là Vô Thường. Hãy chọn con đường tu tập. Nếu không đạt được thành Phật Vũ Trụ, Phật Người thì cũng trở thành Người có ít nhiều mang tính Phật, sống một đời an lạc.

. Đến Hang Tu Khổ Hạnh Dungeshwari để thấy tận mắt những giọt mồ hôi tu tập khổ hạnh của Đức Phật hãy còn vã ra ở hình bóng Phật hiện còn in hằn trên vách hang động và rồi theo gương Phật tu và sống một đời Trung Đạo và tiến tới giải thoát, giác ngộ. Ngài chỉ là người như mọi người. Đức Phật chỉ là người dẫn đường. Đức Phật không giúp được gì. Chính Đức Phật dạy, "*Không ai có thể cứu vớt chúng ta bằng chính bản thân chúng ta*". Ngài không bao giờ tự xưng mình là một đấng chí tôn, một đấng tạo hóa hay là Thượng Đế toàn năng. Không nên trông cậy vào thượng đế hay thần linh nào cả... Con người phải tự tu tập, kiên trì thực hành. Tu: Tu và Tu. Tập: Tập và Tập. Tu Tập. Hành: Hành và Hành. Tu hành.

Hãy ngồi trong hang tìm hình bóng Phật và vã mồ hôi cùng Đức Phật để đi theo con Đường giải thoát mà Đức Phật đã từng trải qua. Hãy tự mình đốt đuốc lên mà đi.

. Đến Bồ Đề Đạo Tràng vào một đêm trăng sáng ngồi tĩnh tâm dưới bóng Bồ-đề trước tòa Kim Cương nơi Đức Phật ngồi thiền theo Trung Đạo đã thành đạo để nghe lá Bồ-đề hát kinh Giác Ngộ, để thấu hiểu hai chữ Bồ Đề, tìm về con đường Giải thoát.

. Đến Vườn Nai Sarnath để thấy bánh xe Pháp còn quay mãi vòng quay Tứ Diệu Đế cùng với vòng khổ đau luân hồi của con người. Để tìm đường về Đạo, về giải thoát.

. Đến các lều cỏ thơm hơn hai ngàn năm trăm xưa nơi Đức Phật đã an cư và ngồi giảng Pháp để ngửi mùi cỏ thơm còn phảng phất trong lá hoa, cỏ dại ở chung quanh.

. Đến Đỉnh Kên Kên Linh Thứu để nghe lời giảng Pháp còn dư vang trong Càn Khôn, Trời Đất ở tòa giảng vũ trụ... Hãy đọc một vài câu kinh Diệu Pháp Liên Hoa.

. Đến Xá Vệ Thành để ngửi thấy mùi hương thơm thoang thoảng trong vô lượng thế giới cùng khắp vũ trụ của muôn vàn đóa hoa kinh của vòng hoa kinh Hoa Nghiêm.

. Đến những nơi còn sờ thấy hơi ấm hãy còn kết đọng lại ở những dấu chân Phật, ở những tảng đá Đức Phật đã ngồi thiền định...

. Đến ngồi xuống bệ đá phế tích Đại Học Phật giáo Nalanda mở ra đọc một trang kinh... Đọc một trang kinh ở đây bằng đọc cả trăm, cả ngàn trang kinh ở chùa, ở nhà...

. Đến Kushinagar nơi Đức Phật nhập diệt để nghe lời Phật dậy trước khi nhập diệt: '***Hãy dựa vào Pháp'***. Điểm mấu chốt, cốt lõi của các tu sĩ và Phật tử là noi theo Pháp Dhamma, giới Luật Vinaya của Phật. Tất cả những thứ khác đều là phụ.

. Đến để thiền hành một vòng quanh một bảo tháp như bảo tháp hỏa táng Phật Ramabhar ở Kushinagar, đi vòng quanh bảo tháp Tro Than Phật cổ nhất ở Vesali, đi vòng quanh bảo tháp xá lợi Phật cổ nhất còn tồn tại đến nay ở Piprahwa, Ca Tỳ La Vệ và nhiều nơi khác nữa... Đi vòng quanh một bảo tháp Phật là đi một vòng Núi Vũ Trụ, Núi Thế Giới Tu Di/Meru, đi một vòng vũ trụ tạo sinh, đi một vòng tam thế, đi một vòng Cây Vũ Trụ (Cây Tam Thế, Cây Đời Sống), đi một vòng vũ trụ, đi một vòng sinh tử, đi một vòng tâm thân vũ trụ Phật, đi một vòng xá lợi Phật, đi một vòng giáo Pháp Phật, đi một vòng luân hồi qua muôn kiếp. Đi để dập tắt tham, sân, si, để hiểu biết rõ tất cả pháp là vô ngã, vô thường, vô toại nguyện (khổ đau), để cầu mong tu tập đạt được giải thoát.

Và lần hành hương này chúng tôi cũng có duyên may được gặp riêng Đức Dalai Lama, một vị Phật sống của Phật giáo Tây Tạng, một tấm gương sáng, một đại nhân, một Đại Sư, một bậc thầy có lòng từ bi như Biển Cả chỉ giáo trên con đường tu học Phật và được Ngài ban phước lành.

......

Một chuyến đi một đời, một chuyến đi để đời, một chuyến đi nhớ đời, một chuyến đi đổi đời...

E. BÀI ĐỌC THÊM

Ý NGHĨA CỦA THÁP PHẬT

Ta đã biết Vũ Trụ giáo dựa trên nguyên lý căn bản nường nõ, nòng nọc (âm dương) là một thứ tín ngưỡng lâu đời nhất của loài người, chuyển hóa qua từ sự tôn thờ sinh thực khí. Vũ Trụ giáo còn để lại nhiều ảnh hưởng trong các tôn giáo lớn ngày nay như Ấn-Độ giáo, Phật giáo, Thiên Chúa Giáo và Hồi Giáo...

Phật giáo bị ảnh hưởng ít nhiều về vũ trụ quan, giáo lý, ngay cả về ngôn ngữ và cách thực hành của Vũ Trụ giáo trực tiếp hay gián tiếp qua văn hóa Thung Lũng Sông Ấn (Indus Valley), Dravidian Nam Ấn và Ấn giáo. Dù gì thì Vũ Trụ giáo có mặt rất rõ trong Phật giáo và dĩ nhiên cũng biến thể đi ít nhiều theo giáo lý Phật giáo giống như trong các tôn giáo khác.

Tháp là một kiến trúc chính yếu và đặc thù thường thấy ở những chùa chiền. Tôi gọi đây là **tháp chùa** hay **tháp Phật**. Trong Phật giáo nguyên thủy (Thevada), nhiều khi tháp còn nổi trội và là khuôn mặt chính yếu của chùa chiền. Ví dụ như thấy ở các chùa ở Tích Lan, Myanmar, Thái Lan, Campuchia. Do đó tháp Phật mang một ý nghĩa biểu tượng của triết thuyết Phật giáo.

Hiện nay các nhà nghiên cứu Phật giáo chỉ nhìn tháp chùa theo con mắt nhà Phật, đạo Phật. Thật ra tháp Phật đã có nguồn gốc từ xa xưa trước Phật giáo cả ngàn năm. Tháp Phật được hiểu theo các tượng đài vốn mang ý nghĩa tín ngưỡng thờ phượng chồng lấp với nhiều tín ngưỡng khác theo hay bị ảnh hưởng vũ trụ giáo. Trong Phật giáo tháp được cho là mang hình ảnh núi vũ trụ là núi Tu Di (Meru). Núi Meru còn gọi là Sumeru (Phạn ngữ) hay Suneru (Pali) là núi trung tâm thế giới của vũ trụ học, vũ trụ quan của Phật giáo (central world-mountain in Buddhist cosmology).

Trong Ấn giáo núi Meru là núi Kailash (Kailasa) liên hệ mật thiết với Tu Di Meru Phật giáo.

Núi Meru là Núi Vũ Trụ, Trụ Thế Gian, trong có Trục Thế Giới. Núi Kailash/ Meru là nhà của thượng đế, các vị thần linh (Shiva có nhà ở núi kailash) và có một khuôn mặt là đỉnh vũ trụ. Núi Vũ Trụ Meru mang trọn vẹn ý nghĩa vũ trụ tạo sinh của vũ trụ giáo. Núi Tu Di Meru/Kailash được xem như là **trung tâm của tất cả các vũ trụ thuộc về vật thể, siêu hình và tâm linh**.

Vì thế theo thời gian tháp mang ý nghĩa biểu tưởng cho vũ trụ quan của Phật giáo.

Theo tôi muốn hiểu thấu đáo, minh bạch, có qui củ và có hệ thống ta phải nhìn tháp chùa tới tận nguồn gốc tận cùng là dưới lăng kính Vũ Trụ giáo.

Bây giờ ta hãy tìm hiểu ý nghĩa tháp chùa theo khuôn khổ Vũ Trụ giáo. Trước tiên ta hãy tìm hiểu kiến trúc của một tháp chùa. Kiến trúc của tháp hiển nhiên chuyên chở ý nghĩa biểu tượng của tháp chùa tức vũ trụ quan của Phật giáo.

Tháp là gì?

Tháp Phật stupa (Phạn ngữ), thupa (Pali) Ấn-Độ, Nepal là chaitya, Tây Tạng là chorten, Tích Lan là dagoba (từ này đẻ ra từ pagoda vì thế ở nhiều nơi gọi tháp là pagoda như ở Đại Hàn và nhiều pagoda làm theo hình tháp Phật, Pháp ngữ pagode là chùa), Thái Lan là chedi (lấy hai chữ đầu chaity-, caity, cety- của chaitya), Việt ngữ là tháp, Lào là thâat, Nhật Bản là to, Hán Việt là ta, Đại Hàn là t'ap...

Stupa có trước thời Phật giáo sau đó du nhập vào Phật giáo thành tappa rồi thành tap. Tháp có gốc từ Phạn ngữ *stupa* có nghĩa là mô đất, gò đống dùng mai táng: *nấm mồ* vào thời cổ ở Ấn-Độ. Stupa với nghĩa nấm mồ ruột thịt với ruột thịt với caitya, chaitya. Caitya có nghĩa là gò đống, đài, tháp Phật (stupa), trụ kim tự tháp nơi chôn tro than người chết, liên hệ với chôn cất, mai táng. Chaitya, có gốc Phạn ngữ Chita là pyre (lửa, dàn hỏa táng) hay 'pile of ash' (đống tro than). Như thế ta thấy rõ **chai**– ruột thịt với Việt ngữ **cháy** (cháy có lửa, có tro than). Như vậy chaitya nguyên nghĩa là lửa, hỏa táng, tro than ruột thịt với đống, gò, mộ, mả caitya. Việt ngữ trai-tỳ có một nghĩa là hỏa táng là từ phiên âm của chaitya.

Cuối cùng chaitya chỉ nơi thờ tự người chết, làm nơi dùng thờ Phật, tụng niệm, tĩnh tâm và thiền định, là đền, chùa, chiền, tự. Thấy một kiến trúc Phật giáo có tháp Phật thì đó là một chaitya. Theo biến âm ua = ai thấy qua kiểu biến âm từ đôi, từ láy như *của cải*, *đưa đãi*, *thừa thãi*)... Ta có Chùa = Chai. Việt ngữ Chùa ruột thịt với Chaitya.

Tóm lại trong Phật giáo chaitya có nghĩa gốc là chỗ thờ tro than và xá lợi Phật chôn trong các gò đống, đài, tháp stupa. Tháp trở thành một kiến trúc thờ phượng thiêng liêng.

Sau đó, ở những nơi không có được tro thân Phật, tháp được dùng để các tượng Phật ví dụ như các tháp ở Borobudur, Java, Nam Dương có vòm bầu trống rỗng hình mạng lưới bên trong có tượng Phật ngồi.

Tháp hình chuông có cán trong có tượng Phật ở Borobudur, Java Nam Dương.

Ta thấy rõ như ban ngày Đức Phật có cốt vũ trụ ngồi ở trung tâm vũ trụ trong tháp vũ trụ. Có tượng là Đức Đại Nhật Như Lai (với thủ ấn Đại Trí Quyền (Mahavaicocana mudra) là Phật Vũ Trụ đại diện thay thế cho tất cả chư Phật trong vũ trụ kể cả Phật Thích Ca.

Tháp cũng dùng để cất giữ những di vật của Đức Phật (bình bát, gậy, xiêm áo...), những bảo vật linh thiêng của Phật giáo như kinh Phật. Tại Myanmar ngôi chùa Kuthodaw ở Madalay có 729 tháp nhỏ gọi là pitaka, mỗi tháp chứa một bia đá khắc một trang kinh của bộ kinh Phật thiêng liêng Tam Tạng Kinh Tripitaka.

Chùa Kuthodaw ở Madalay, Myanmar có 729 tháp nhỏ, mỗi tháp chứa một bia đá khắc một trang kinh của bộ kinh Phật thiêng liêng Tam Tạng Kinh Tripitaka.

Trong tháp Seokgatap Đại Hàn có chứa bộ kinh Pure Light Dharani, được coi là một tác phẩm mộc bản cổ nhất thế giới vào khoảng năm 704 và 751 Sau Tây Lịch.

Và tháp cũng để chôn cất giữ tro, thân của các vị cao tăng. Ngày nay tại Lào, tro thân của các vua chúa, vương giả cũng được chôn cất trong các tháp chùa.

Ý Nghĩa Tổng Quát Của Tháp Phật.

Hiện nay tổng quát tháp được hiểu là biểu tượng cho vũ trụ quan của Phật giáo.

Vòm tháp biểu tượng cho vòm hư không, vòm trời, Thượng Thế. Đế vuông biểu tượng cho cõi giữa trần gian, Trung Thế và phần hầm biểu tượng cho Hạ Thế. Trục tung thẳng đứng và trục hoành nằm ngang biểu tượng cho các trục vũ trụ. Trục đứng mang hình ảnh của Núi Trụ Chống Trời, Trụ, Cột, Cây và Con Người Nguyên Khởi (sinh ra từ Cây Vũ Trụ, Cây Tam Thế, Cây Đời Sống). Trong Phật giáo, Phật cũng được diễn tả là Trụ Lửa (fiery pillar) (xem dưới) và trục đứng là đường lên Niết Bàn.

Giao điểm của hai trục là tâm vũ trụ. Tượng Phật thường đặt tại tâm vũ trụ này. Bốn mặt tháp và cửa tháp (nếu có) ứng với bốn phương trời biểu tượng cho tứ tượng. Chỏm tháp biểu tượng cho cây vũ trụ, đỉnh tháp biểu tượng cho đỉnh núi thế gian, vũ trụ.

Ta thấy rõ tháp chùa mang trọn ý nghĩa của Vũ Trụ Tạo Sinh của Vũ Trụ giáo.

Kiến Trúc Bên Ngoài Của Tháp Chùa và Vũ Trụ Giáo.

Bây giờ ta tìm hiểu ý nghĩa hình dạng bên ngoài của một tháp chùa theo triết thuyết Vũ Trụ Tạo Sinh của Vũ Trụ giáo. Hình dạng của tháp thay đổi theo thời gian, theo giáo phái của đạo Phật, theo Phật giáo địa phương (đã bị ảnh hưởng thêm của tín ngưỡng, văn hóa địa phương). Tháp có thể có hình cầu/bán cầu tròn, hình trụ hay hình kim tự tháp. Các tháp chùa Trung Hoa, Nhật Bản, Việt Nam và các nước khác có thể có các dạng biến thể khác.

Tóm tắt như đã biết, Vũ Trụ giáo có Vũ Trụ Tạo Sinh dựa trên nguyên lý nòng nọc, âm dương, dịch lý. Qui trình của Vũ Trụ Tạo Sinh gồm những giai đoạn hư vô, thái cực, lưỡng nghi, tứ tượng, tam thế, sinh tử, tái sinh và hằng cửu. Sinh tử tái sinh hằng cửu là điểm chấm dứt, cuối cùng và cũng là điểm trở về chỗ khởi đầu là hư vô, vô cực của vòng vũ trụ tạo sinh.

Ta hãy quan sát hình dạng tháp qua các lăng kính này.

. Hư vô

Hư vô, hư không chỉ vũ trụ khi còn là một cái bọc rỗng không, còn trung tính gọi là vô cực. Lúc này hư vô, hư không được diễn tả bằng một hình cầu hay một vòng tròn đứt đoạn hay bằng một vòng tròn liền khi tiến vào giai đoạn định hình.

Thoạt khởi đầu các nấm mồ thường đơn giản chỉ là những mô, đống đất, những mộ hình cầu/bán cầu tròn như còn thấy qua những nấm mộ của vua chúa và thường dân Đại Hàn ngày nay. Các ngôi mộ này còn giữ dạng hư vô có hình cầu/bán cầu tròn (xem Tương Đồng Với Cổ Sử Đại Hàn 2).

Mộ gò đồng hình cầu tròn chôn các vua Triều Tiên tại Khánh Châu (Gyeongju), đế đô của Tân La, Silla (ảnh của tác giả).

Tháp nguyên thủy là một ngôi mộ vì thế các tháp chùa nguyên thủy có hình cầu/bán cầu tròn cũng mang nghĩa biểu tượng cho hư vô. Điều này dễ hiểu, con người sinh ra từ hư vô/hư không, khi chết được chôn trong các mồ hình cầu/bán cầu tròn hư vô/hư không để trở về hư vô/hư không. Tháp càng cổ càng có hình này. Ví dụ điển hình nhất là những ngôi tháp cổ (dĩ nhiên là) ở Ấn-Độ, nơi Đức Phật lìa thế gian. Tro thân của ngài được chôn cất trong các bảo tháp gọi là Paltap và được gởi đến 8 vùng khác nhau.

. Bảo tháp nổi tiếng cổ nhất xây cất vào năm thứ nhất Trước Tây Lịch hiện còn tồn tại ở phế tích Sanchi ở Madhya Pradesh có hình vòm cầu tròn, hình bán cầu úp có một khuôn mặt biểu tượng cho hư vô, hư không, bầu vũ trụ, bầu không gian.

Đại tháp Sanchi ở Ấn-Độ (nguồn: Wikipedia).

Phần chỏm tháp hình lọng dù ba tầng biểu tượng cho Cây Vũ Trụ, Cây Tam Thế, Cây Đời Sống. Tháp diễn tả trọn vẹn Vũ Trụ Tạo Sinh từ hư vô cho tới Tam Thế biểu tượng bằng Cây Vũ Trụ (Cây Tam Thế, Cây Đời Sống).

. Đại tháp hình cầu tròn ở Amaravati, thế kỷ thứ 3 Sau Tây Lịch tại Andhra Pradesh, Ấn-Độ:

Một tấm đá khắc nổi cho thấy hình Đại Tháp ở Amaravati, thế kỷ thứ 3 Sau Tây Lịch ở Andhra Pradesh, Ấn-Độ (nguồn: Wikipedia).

.Chùa Đá Vàng Kyaiktiyo (Golden Rock Pagoda) (thật ra là tháp) ở tiểu bang người Mon, Myanmar có hình tháp. Phần chính của tháp là tảng đá tròn nằm vắt vẻo một phần nhỏ trên một nền là một tảng đá khác.

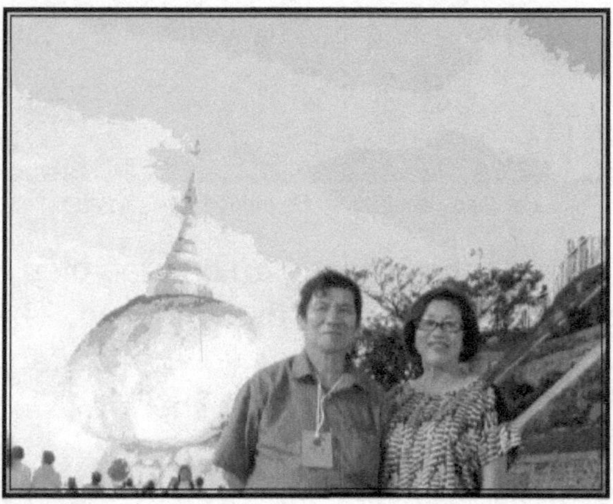

Chùa Đá Vàng Kyaiktiyo (Golden Rock Pogoda) ở tiểu bang người Mon, Myanmar.

Phần bầu tảng đá của tháp biểu tượng cho hư vô. Phần chóp trên diễn tả Cây Vũ Trụ (Cây Tam Thế, Cây Đời Sống). Tháp diễn tả trọn vẹn Vũ Trụ Tạo Sinh từ hư vô cho tới Tam Thế biểu tượng bằng Cây Vũ Trụ.

Theo truyền thuyết tảng đá nằm trên một sợi tóc Phật nên được sợi tóc giữ lại không lăn xuống vực sâu.

. Tháp quả dưa hấu makmo ở ngôi chùa Visounnarat cổ nhất ở Luang Prabang, Lào.

Tháp quả dưa hấu makmo ở ngôi chùa Visounnarat cổ nhất ở Luang Prabang, Lào (ảnh Michelle Mai Nguyễn)

Vua Vixoun được chôn trong tháp hình dưa hấu hình cầu tròn này để được trở về Hư không.

. Thái Cực hay Trứng Vũ Trụ.

Hư vô cực hóa thành nòng nọc, âm dương nhưng nòng nọc, âm dương vẫn còn quện vào nhau. Lúc này thường được diễn tả bằng chữ viết nòng nọc vòng tròn-que là chữ vòng tròn có chấm ⊙ (Chữ Nòng Nọc Vòng Tròn-Que: Từ chấm-vòng tròn), trong triết thuyết tín ngưỡng là Trứng Vũ Trụ hay đĩa Thái cực.

Những tháp chùa diễn tả giai đoạn này của Vũ Trụ Tạo Sinh có hình trứng. Ví dụ

. Tháp hình quả bầu Buphaya ở Bagan, Myanmar.

Tháp hình quả bầu Buphaya ở Bagan.

Theo huyền thoại thì vua Pyusawhti, vị vua thứ ba của triều đại Bagan cho xây tháp hình qủa bầu này sau khi chiến thắng diệt được cây bầu khổng lồ có dây đan chằng chịt khắp cả đất Bagan. Dĩ nhiên đây chỉ là truyền thuyết dân dã. Thật sự phải hiểu theo triết thuyết tín ngưỡng, hình quả bầu thon dài hình trứng này diễn tả bầu vũ trụ, bầu trời ứng với trứng vũ trụ, thái cực mang nghĩa sinh tạo, tạo hóa.

Về sau này, trong các kiến trúc tôn giáo, trong đó có Phật giáo, tháp thường có hình dạng quả bầu nậm nòng nọc, âm dương. Tháp hình quả bầu nậm âm dương có phần trụ nhọn (spire) phía trên biểu tượng cho nọc, dương, phần vòm (dome) bầu ở dưới biểu tượng cho nòng, âm. Nhìn dưới dạng nhất thể đây là tháp nòng nọc, âm dương còn quyện vào nhau ở giai kỳ trứng vũ trụ hay thái cực trong Vũ Trụ Tạo Sinh.

Ví dụ như tháp Dhamekh ở Lộc Uyển, Sarnath, Ấn Độ xây vào thế kỷ thứ 5 Sau Tây Lịch. Đây là nơi Đức Phật Tổ Siddharta Gautama thuyết pháp đầu tiên sau khi ngài thành đạo vào năm 528 Trước Tây Lịch. Ngài thuyết giảng cho năm vị môn đồ. Đây là nơi khai sinh ra Phật giáo.

Tháp Dhamekh ở Lộc Uyển (Deer Park) Sarnath Ấn Độ.

Tháp này trông tương tự như một quả bầu nậm khổng lồ có phần trên hình trụ nọc và phần dưới hình bầu vòm nòng mang nghĩa bầu âm dương.

Về sau nữa, tháp bầu nậm biến dạng thành hình *chuông có cán nòng nọc, âm dương* (phần nọc chỏm tháp là nọc dương, phần bầu tròn ở dưới là nòng âm).

Chuông cầu nguyện hình bầu nậm Tây Tạng (kỷ vật tác giả mua ở Tibet).

Đức Dalai Lama thường lắc chiếc chuông có cán hình bầu nậm này khi cầu nguyện, tế lễ. Nhìn dưới lăng kính Vũ Trụ giáo, lắc chuông bầu nậm nòng nọc, âm dương này là khơi động sự liên tác giữa nòng nọc, âm dương khởi đầu cho quá trình Vũ Trụ Tạo Sinh...

Ví dụ như tháp Shwewadon ở Yangon, Myanmar:

Tháp Shwewadon ở Yangon, Myanmar.

. Lưỡng nghi

Thái cực phân cực thành hai cực âm và dương.

Có hai dạng:

Một là có hai tháp mang tính nòng nọc, âm dương riêng rẽ đi đôi với nhau. Tháp diễn tả cực âm có hình cầu tròn hay các đường nét cong tròn. Phải dựa vào các chi tiết khác để phân biệt.

Tháp diễn tả cực dương có hình trụ hay có các đường nét thẳng, có góc cạnh. Nhiều khi ở nhiều nơi hai tháp nòng nọc, âm dương này tổng quát trông giống nhau, chỉ có các chi tiết diễn tả nòng nọc, âm dương khác nhau. Ví dụ như ở

Phật Quốc Tự, Đại Hàn, có hai tháp cái, âm và đực, dương đều có hình tổng quát hình trụ vuông nhỏ dần khi lên cao. Đó là tháp đá, đực, dương Dabotap ở phía Đông bên phải (lưu ý, phía Đông, bên phải là phía dương, ở đây là phía Đông mặt trời mọc nên tháp mang dương tính).

Tháp đá đực Dabotap, Phật Quốc Tự, Nam Hàn.

Tháp gọi là tháp dương có chỏm tháp hình trụ nọc nhọn cường điệu ở trên một đế hình bát giác. Số 8 là số Khôn tầng 1 có một khuôn mặt là bầu trời, không gian. Phần nọc nhọn là nọc dương, Càn. Chỏm tháp mang nghĩa Càn Khôn. Ta thấy chỏm tháp là dạng dương hóa của chỏm hình bầu nậm nòng nọc, âm dương Càn Khôn. Dabotap là 'Đa-Bảo-tháp' (Many Treasure Pagoda) cao 10.4 m và để hiến dâng cho Đa Bảo Phật nói trong Kinh Liên Hoa. Dabotap trang trí rất tinh tế, thẩm mỹ làm vào thời đầu của Silla Thống Nhất, khác hẳn với các tháp trước đó.

Tháp có ba tầng không kể chỏm tháp và phần chân tháp (lưu ý nhìn tháp thấy có bao nhiêu mái thì biết tháp có bấy nhiêu tầng).

Tầng thứ nhất ở dưới có mái vuông vững chắc bề thế biểu tượng cho cõi Đất. Tầng 2 có mái tám cạnh thon gọn, nhẹ nhõm. Số 8 là số Khôn tầng một. Khôn có khuôn mặt là Khôn âm Chấn đại diện. Tầng này biểu tượng cho Nước dương. Tầng 3 có mái tròn dịu dàng, thanh thoát. Hình tròn biểu tượng cho bầu vũ trụ, bầu trời. Tầng này biểu tượng cho cõi Khí Gió. Ba tầng tháp biểu tượng cho ba cõi, ba tiểu thế.

Nhìn tháp thấy có nhiều nét cứng, càng đi lên càng mềm dịu đi.

Có bốn con sư tử đá ngồi ở bốn mặt tầng 1. Sư tử liên hệ với Phật Thích Ca thuộc dòng họ Sư Tử. Hiện nay chỉ còn lại một con. Trang trí cho thấy chúng được làm sau này và được đặt thêm vào.

Tháp cái, âm Seokgatap ở phía Tây, bên trái (phía Tây bên trái là phía âm, ở đây tháp nằm ở phía Tây mang âm tính).

Tháp cái Seokgatap (ảnh của tác giả).

Tháp âm có chóp tháp có đáy hình vuông (giống yoni của Ấn giáo có hình vuông). Phần chóp nọc nhọn là nọc, dương, lingam và đáy hình vuông là nòng, âm, yoni. Chỏm tháp cũng diễn tả nòng nọc, âm dương. Tháp cũng là tháp ba tầng nhưng hình dáng và cấu trúc, trang trí đơn giản hơn nhiều mang âm tính.

Trong lúc sửa chữa vào năm 1966, tình cờ tìm thấy một hộp đựng xá lợi (Sarira) và tập kinh Pure Light Dharani, được coi là một tác phẩm mộc bản cổ nhất thế giới vào khoảng năm 704 và 751 Sau Dương Lịch. Hiện tập kinh in trên giấy làm bằng vỏ cây dâu tằm này được trưng bầy tại Bảo Tàng Viện Quốc Gia Khánh Châu.

Hai tháp đá nòng nọc, âm dương này đi cặp với nhau rất hiếm thấy, thường mỗi chùa ở Đại Hàn chỉ có một tháp. Hai tháp được làm, đặt tên và để ở vị trí trái, phải theo nòng nọc, âm dương cũng như cấu trúc theo Tam Thế của chùa cho thấy thuyết Vũ Trụ Tạo Sinh, dịch hiện lên rất rõ nét trong Phật giáo Đại Hàn.

Dạng thứ hai là các tháp hình bầu nậm, hình chuông có cán nòng nọc, âm dương như đã nói ở trên nếu nhìn theo diện lưỡng nghi có hai cực tách biệt thì có phần cổ hình nọc ở trên biểu tượng cho nọc, dương và phần bầu biểu tượng cho nòng âm riêng rẽ, biểu tượng cho hai cực nòng nọc, âm dương riêng rẽ.

. Tứ Tượng

Có hai trường hợp: một là tháp duy nhất có thể diễn tả tứ tượng, hai là bốn tháp riêng rẽ biểu tượng cho tứ tượng.

- Một tháp duy nhất có các chi tiết diễn tả tứ tượng. Ví dụ như bốn cửa ứng với tứ phương diễn tả tứ tượng.

- Trong trường hợp thứ hai diễn tả bằng bốn tháp ở tứ phương gồm có tháp trụ nọc tượng Lửa, tháp nóc hình nồi úp biểu tượng cho tượng Nước, tháp hình lọng, dù biểu tượng cho tượng Gió và tháp hình gò đất, núi lửa miệng tròn biểu tượng cho tượng Đất. Nhiều khi bốn tháp này tổng quát cũng có hình dạng như nhau nhưng có các chi tiết ứng với tứ tượng khác nhau. Ví dụ:

Tháp đựng tro than hài cốt, thời Kushan, khoảng thế kỷ thứ 2 Sau Dương Lịch (nguồn: Wikipedia).

Rõ hơn thấy ở chùa ở Đền Khỉ Swoyambhunath ở Kathmandu, Nepal. Cây tháp chính ở giữa mang hình ảnh tháp cây vũ trụ tam thế hay trục thế giới có bốn cây tháp nhỏ ở bốn hướng diễn tả tứ tượng: tháp nhỏ Vasupura, biểu tượng cho Tượng Đất (Vas- = vách, có một nghĩa là đất, vách đất và pura là búa, bản, buôn, phường, phố, chỗ ở. Vaspura là chỗ ở của Đất), tháp nhỏ Vayupura, biểu tượng cho Tượng Gió (Vay- biến âm với bay, liên hệ với gió, với Phạn ngữ vâta, gió), tháp nhỏ Nagpura, biểu tượng cho Tượng Nước (Nag- = Nác, nước) và tháp nhỏ Agnipura, biểu tượng cho Tượng Lửa (ag- = ác, có nghĩa là lửa, mặt trời, chim ác là chim biểu của mặt trời như *ác tà rồi thỏ ngậm sương*, agni phiên âm qua Việt ngữ là ái nghi, tên nhân vật liên hệ với lửa).

. Tháp Cây Vũ Trụ (Cây Tam Thế, Cây Đời Sống).

Tứ tượng âm và dương liên tác tạo ra vũ trụ chia ra làm ba cõi gọi là Tam Thế và được biểu tượng bằng Cây Vũ Trụ (Cây Tam Thế, Cây Đời Sống). Hầu hết các tháp Phật hay phần chỏm của tháp Phật đều mang biểu tượng Cây Vũ Trụ (Cây Tam Thế, Cây Đời Sống).

Hãy lấy làm ví dụ một tháp chùa ở Nepal.

Tháp có hình chuông có cán một biến thể của bầu nậm nòng nọc, âm dương. Nhìn tổng quát nòng nọc, âm dương sinh ra tam thế biểu tượng bằng Cây Vũ Trụ (Cây Tam Thế, Cây Đời Sống), vũ trụ. Rõ như ban ngày tháp mang hình ảnh Cây Vũ Trụ. Nhìn ở diện khác. Phần bầu dưới diễn tả hư không. Phần trên có chóp lọng diễn tả Cây Vũ Trụ (xin nhắc lại cây dù Payong của người Dayak là Cây Vũ Trụ; núi Tản Viên hình tán lọng có một khuôn mặt là Cây Tam Thế, Núi Vũ Trụ, Tam Thế nên còn có tên là Núi Tam Từng). Tháp diễn tả qui trình Vũ Trụ Tạo Sinh từ hư vô tới vũ trụ, tam thế biểu tượng bằng Cây Vũ Trụ.

. Tháp Trục Thế Giới

Vì tháp nguyên thủy là một ngôi mộ nên tháp phải có Trục Thế Giới để hồn người chết đi về ba cõi, nhất là cõi trên Thượng Thế. Tháp Phật vì vậy phải có một khuôn mặt là Trục Thế Giới.

Đức Phật cũng được tôn thờ như một trụ lửa biểu tượng cho Trục Thế Giới, Trục Vũ Trụ.

Tôn thờ Phật như một trụ lửa biểu tượng cho Trục Thế Giới, Trục Vũ Trụ (Gummadhidurru, thế kỷ thứ 3, Ấn-Độ, Archaeological Survey of India, New Dhelhi), (ảnh của tác giả chụp tại Bảo Tàng Viện Văn Minh Á Châu Singapore).

Đây là tảng đá ở chân Đại Tháp ở Amaravati, Ấn-Độ có hình cầu tròn đã nói ở trên. Trên đỉnh trụ lửa có hình Tam Bảo (Phật, Pháp, Tăng). Dưới chân trụ có hình dấu chân Phật ở chỗ gác chân trước chiếc ngai trống biểu tượng cho sự có mặt của Phật. Trên ngai có hai chiếc gối biểu tượng cho nòng nọc, âm dương, có hai chữ vạn chuyển động biểu tượng cho tứ hành ứng với bát tượng vận hành, bát quái.

Như thế tháp trụ trục thế giới có hình cầu tròn mang biểu tượng cho hư không, có thêm chỏm nọc nhọn mang nghĩa thái cực, lưỡng nghi, có gối tứ tượng, có Tam Bảo ứng với ba cõi Phật, có trụ lửa Trục Thế Giới nghĩa là tháp mang trọn vẹn ý nghĩa của Vũ Trụ Tạo Sinh Vũ Trụ giáo.

Bên cạnh có hình hai con nai không có sừng biểu tượng cho buổi thuyết giảng Chuyển Pháp Luân đầu tiên ở vườn Lộc Uyển. Xung quanh có các tín hữu Phật giáo.

Tháp biểu tượng cho Trục Thế Giới có thể có hình trụ tròn, hình trụ vuông hay hình kim tự tháp. Tháp Bút ở chùa Bút Tháp (Ninh Phúc), Bắc Ninh; Tháp Phong Hòa hình trụ vuông ở chùa Dâu, Bắc Ninh giống tháp chùa Đại Bạch Nga (Great White Wild Goose) ở Tây An, Sơn Tây được xây vào đời Đường của Trung Hoa có thể có một khuôn mặt Trục Thế Giới mang tính chủ.

Tháp hình kim tự tháp có một khuôn mặt trục thế giới vì các kim tự tháp là những ngôi mộ chôn các vua chúa cũng chính là một thứ 'tháp' mang hình ảnh Cây Vũ Trụ trong đó có Trục Thế Giới (xem Trăng Thu Kim Tự Tháp). Kim tự tháp nhất là loại có cấp bậc là đường lên cõi trên, là Trục Thế Giới. Ví dụ như một tháp chùa Việt Nam thấy qua hình một tháp gốm men xanh-trắng thế kỷ 14-16.

Gốm men xanh-trắng tháp chùa Việt Nam thế kỷ 14-16 tại Bảo Tàng Viện Văn Minh Á Châu Singapore (ảnh của tác giả).

Tháp nhiều tầng mang hình ảnh kim tự tháp có mái hình nấc thang, có một khuôn mặt Trục Thế Giới thông thương ba cõi, có đường lên cõi Thượng Thế.

. Tháp Sinh tử tái sinh, hằng cửu.

Hiển nhiên tháp Cây Vũ Trụ Cây Tam Thế có một khuôn mặt là Cây Đời Sống, trên các tháp này có những chi tiết diễn tả sinh, tử, tái sinh hằng cửu. Nếu không được về miền hằng cửu, vĩnh hằng thì hồn người còn trong vòng luân hồn sẽ tái sinh vào một kiếp khác. Nếu thoát ra được vòng luân hồi thì trở về miền vĩnh hằng.

Trong Phật giáo cõi hằng cửu, vĩnh hằng là Nát Bàn, nơi con người thoát ra khỏi vòng luân hồi sinh tử, tử sinh.

Chỏm tháp.

Tháp diễn đạt cây vũ trụ, núi Tu Di Meru, núi trung tâm vũ trụ nên chỏm tháp như đã nói ở trên thường diễn đạt bằng hình chuông có cán ghanta, hình bầu nậm nòng nọc (âm dương) (nguyên lý căn bản của vũ trụ tạo sinh, vũ trụ giáo, dịch học) hay cây vũ trụ. Những cấu trúc này cắm trên đỉnh tháp núi vũ trụ. Trong trường hợp là cây vũ trụ thì đỉnh tháp là một thứ chậu của cây. Trong các trường hợp khác thì đỉnh tháp là vật kệ, là đế, bệ, đài nâng đỡ những vật đó.

Như đã biết trống Đông Sơn là trống biểu của vũ trụ giáo nên đỉnh tháp (chậu, kệ, bệ, đài) có hình dạng của hình một loại trống đồng Đông Sơn. Ví dụ tháp Karli, một tháp hang lớn nhất ở Ấn Độ, có chóp hình cây lọng có một khuôn mặt biểu tượng cho Khôn thiếu âm (bầu vũ trụ, bầu trời khí, gió có đỉnh núi tháp hình trống Lọng Ống Tượng Gió Thiếu Âm Đoài Nguyễn Xuân Quang III (Heger III) (chóp trống hình lọng, thân và đáy thẳng tuột giống hình cán lọng).

(nguồn: John D. La Plante, Asian Art).

Như đã biết dù, ô, lọng có một khuôn mặt biểu tượng cho cây vũ trụ (cây tam thế, cây đời sống) như thấy qua cây dù Payong của người Ngaju, Dayak. Như thế đỉnh núi ở tháp này coi như một thứ chậu của cây dù cây vũ trụ.

Tháp Phật này không có trang trí gì cả, không có các hình tượng (idols). Đây chính là nét đặc thù của Phật giáo Nguyên thủy.

Rõ hơn thấy rõ qua hình một con tem Sri Lanka diễn tả Cây Bồ Đề có một khuôn mặt là Cây Vũ Trụ dưới dạng một chiếc lá mọc trong một chậu (ở đây gọi là Bục Đá) đỉnh núi vũ trụ giống hệt trống đồng Nấm Vũ Trụ Nguyễn Xuân Quang VI (Heger I)

BỤC ĐÁ

Tích Lan

Ngày phát hành: 10-4-1969

Màu cam, nâu và xanh lá cây – Giá tiền 4 cents

(nguồn: Trần Thanh Lý, Lịch Sử Phật Giáo Qua Tem Bưu Chính).

Tác giả Trần Thanh Lý cũng xác thực 'bục đá" (chậu) là biểu hiệu của đỉnh núi Tudi (meru): .

Nếu là một *bục đá*, biểu hiệu của đỉnh núi Tudi *(Meru)*.

Đỉnh tháp Phật núi Tu Di/Meru hình trống đồng Đông Sơn giữ vai trò một đài, một bệ đỡ, một trục thế giới dùng dâng cúng tế vật tới tam thế, nhất là thượng thế thấy rõ qua trống đồng Việt Điền. Ví dụ trên nắp trống dùng làm vật đựng có cảnh diễn tả cảnh tế lễ:

Viện Bảo Tàng Tỉnh Vân Nam (ảnh của Michelle Mai Nguyễn).

Hay cảnh hiến tế người:

.....

Ta thấy rõ Phật giáo và tín ngưỡng Đông Sơn tương đồng khắng khít với nhau vì cùng liên hệ mật thiết với vũ trụ giáo.

Ngày nay các vật có hình đỉnh tháp vũ trụ Tu Di hay hình trống đồng Đông Sơn ở Việt Nam dùng làm vật kê đủ thứ, có thể không còn mang ý nghĩa biểu tượng của vũ trụ giáo. Ví dụ:

Vật kê hình đỉnh núi Meru/Kailash hình trống đồng Đông Sơn dùng kê chậu hoa, chụp trước cửa nhà hàng Không Gian Bát Tràng, Hà Nội (ảnh của tác giả).

Dùng kê con mèo chụp ở khách sạn Biển Ngọc ở Mũi Né (ảnh của tác giả).

(xem bài viết: Sự Tương Đồng Giữa Phật giáo và Tín Ngưỡng Đông Sơn Qua Hình Dạng Bệ Phật Hình Núi Tu Di Meru và Trống Đồng Đông Sơn).

Những Hình Dạng Biến Thể Khác Của Tháp.

Như đã biết các hình dạng của tháp thay đổi tùy theo từng giai kỳ của Vũ Trụ Tạo Sinh trong Vũ Trụ giáo. Càng nguyên thủy càng cổ càng có hình dạng ứng với hình cầu tròn/vòm tròn hư vô/hư không, vô cực hình trứng, quả bầu, dưa hấu ứng với thái cực nhất thế và lưỡng nghi. Những tháp trụ vuông có thể có một khuôn mặt tứ tượng hay Trục Thế Giới mang dương tính. Những tháp Cây Vũ Trụ (Cây Tam Thế, Cây Đời Sống) ứng với tam thế mang trọn vẹn triết thuyết Vũ Trụ Tạo Sinh...

Tùy theo giáo phái hình dạng của tháp cũng thay đổi. Phật giáo nguyên thủy trước đây gọi là tiểu thừa (Thevada) thường tháp có hình chuông có cán như thấy ở các chùa ở Tích Lan, Myanmar, Thái, Lào, Campuchia... Phật giáo đại thừa, tháp thường có hình trụ tròn hay vuông nhiều tầng thường thấy ở Trung Hoa, Đại Hàn, Nhật Bản, Việt Nam. Như đã nói ở trên, ở Việt Nam có tháp vuông Hòa Phong ở chùa Dâu,

Tháp Phong Hòa chùa Dâu Bắc Ninh (Vi.Wikipedia).

Tháp Bút (Bảo Nghiêm) hình trụ tròn ở chùa Bút Tháp (Ninh Phúc), Bắc Ninh.

Tháp Bút ở chùa Bút Tháp (Ninh Phúc), Bắc Ninh.

Nhìn vào hình dạng của tháp ta có thể biết ngay một chùa nào đó thuộc phái nguyên thủy hay đại thừa. Trong Phật giáo nguyên thủy tháp chùa là khuôn mặt chính còn chùa chỉ là phụ, ngược lại trong Phật giáo đại thừa chùa là chính và tháp là phụ.

Như đã biết chùa cũng làm theo hình dạng của tháp nên tháp và chùa đôi khi mang nghĩa như nhau, như đã nói ở trên, tháp ở Tích Lan gọi là dagoga đẻ ra từ Anh ngữ pagoda, Pháp ngữ pagode và ở Đại Hàn t'ap dịch sang Anh ngữ là pagoda. Nhiều chùa làm theo hình tháp vì chùa cũng như tháp sau này chủ yếu mang nghĩa là nơi tồn trữ các xá lợi di hài Đức Phật, di tích Phật và Phật giáo, nơi để các tượng Phật, kinh Phật... tức là nơi linh thiêng để thờ phượng của Phật giáo.

Ngoài hình dạng vòm cầu tròn, hình bầu, hình chuông úp, còn có các hình dạng khác như

- Hình kim tự tháp

Tháp hình kim tự tháp thường có một chóp hình vòm, hình bầu nậm, hình chuông có cán biểu tượng cho vũ trụ, cho đỉnh núi Meru ở trên một nền vuông có nhiều tầng biểu tượng cho cõi đất thế gian. Nghĩa là cả tháp mang hình ảnh Núi Trụ Thế Gian Meru trong có Trục Thế Giới thông thương ba cõi.

Ví dụ điển hình là đền Phật giáo nổi tiếng Borobudur ở Java xây vào thế kỷ thứ 9 Sau Tây Lịch có hình kim tự tháp có cấp bậc.

Đền Phật giáo Borobudur ở Java
(ảnh của tác giả chụp lại hình tại Bảo Tàng Viện Văn Minh Á Châu Singapore).

Phần chóp có hình bầu nậm, hình chuông úp.

Chùa Đại Bồ Đề Mahabodhi ở Bagan, Myanmar.

Chùa Đại Bồ Đề ở Bagan, Myanmar.

Chùa làm bắt chước theo chùa Đại Bồ Đề ở Bồ Đề Đạo Tràng (Bodhi gaya), Ấn-Độ do vua Nadaungmya xây vào thế kỷ 13. Tháp ở chùa này hình kim tự tháp cao mang hình ảnh núi Vũ Trụ Tu Di Meru.

- Tháp cao nhiều tầng

Ví dụ cổ nhất là tháp Magabodh ở Bồ Đề Đạo Tràng (Bodhi Gaya) Ấn-Độ, nơi Đức Phật đạt tới giác ngộ. Cấu trúc của tháp mang ảnh hưởng kiến trúc của Ấn-Độ giáo. Một tấm thạch bản cho thấy hình dạng nguyên thủy của tháp có chóp tháp hình cầu tròn biểu tượng cho hư vô, bầu vũ trụ, không gian.

Tablet: Mahabodhi Temple at Bodh Gaya, India, 2nd century

Ở Trung Hoa, Nhật Bản, Việt Nam cũng thấy nhiều tháp nhiều tầng loại này. Ví dụ như chùa Thiên Mụ ở Huế của Việt Nam có hình tháp trụ tròn thon nhọn.

Ngoài các hình tháp như đã thấy, hình dạng cũng có thể thay đổi ít nhiều theo tín ngưỡng, văn hóa địa phương. Ví dụ tháp chùa phái nguyên thủy có hình chuông có cán có những hình dạng khác nhau ít nhiều thấy ở Tích Lan. Myanmar, Thái, Lào, Campuchia... và ngay cả ở một quốc gia.

Tóm lại về hình thể bên ngoài tháp Phật diễn tả trọn vẹn thuyết Vũ Trụ Tạo Sinh của Vũ Trụ giáo qua hình dạng vòm cầu, quả bầu, dưa hấu tròn trên có chỏm nọc dương hay cây vũ trụ, hình bầu nậm, chuông có cán nòng nọc, âm dương, hình kim tư tháp (thường diễn tả Núi Meru, Núi Vũ Trụ) hay các dạng tháp hình trụ tròn, vuông, nhiều tầng với khuôn mặt Trục Thế Giới mang tính chủ.

Nhìn vào hình dạng tháp ta có thể biết tuổi của tháp, biết giáo phái Phật, biết thêm các văn hóa địa phương. Một chùa có tháp vòm cầu thường là tháp cổ, một chùa có tháp là khuôn mặt chính là chùa thuộc phái nguyên thủy. Một chùa có tháp hình chuông có cán thường thuộc phái nguyên thủy...

CHI TIẾT KIẾN TRÚC THÁP PHẬT NHÌN THEO LĂNG KÍNH VŨ TRỤ GIÁO.

Sơ Đồ Kiến Trúc.

Đã hiểu qua về hình dạng bên ngoài của những tháp chùa chính thống tổng quát mang ý nghĩa diễn tả Vũ Trụ Tạo Sinh của Vũ Trụ giáo rồi, để biết rõ thêm và kiểm chứng lại ta hãy quan sát sơ đồ kiến trúc của vài loại tháp chùa tiêu biểu.

Ta đã biết ở Ấn-Độ, có những tháp chùa rất cổ có hình vòm bán cầu tròn.

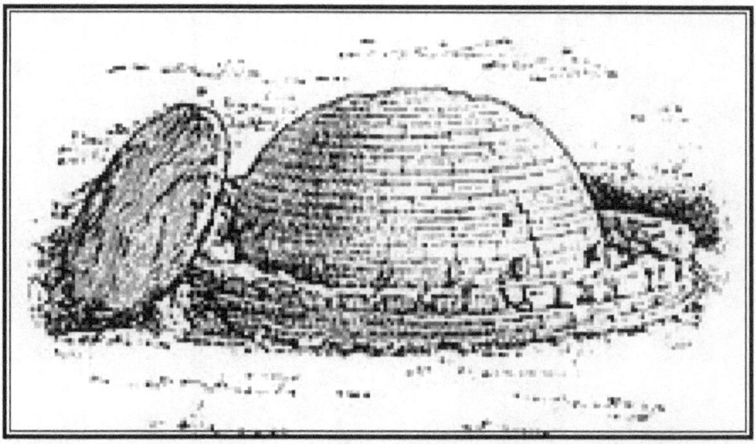

Một tháp rất sớm có chỏm tháp hình lọng bị đổ ở Chapat, gần Chakdara, có lẽ vào thời Maurya, thế kỷ thứ 3 Trước Dương Lịch (nguồn: Wikipedia).

Tháp Sanchi xây vào thế kỷ thứ nhất Trước Tây Lịch có hình vòm bán cầu tròn trên có một kiến trúc hình chiếc lọng ba tầng đơn giản không có trang trí biểu tượng cho Cây Vũ Trụ (Cây Tam Thế, Cây Đời Sống). Một dạng nữa bị ảnh hưởng rõ của Ấn giáo là dạng tháp hình kim tự tháp diễn tả Núi Trụ Thế Gian Meru/Kailash.

Sau đó Phật giáo lan truyền qua phương Đông bằng hai ngả. Một là theo ngả Nam Ấn-Độ tới Tích Lan (Sri Lanka), qua đường biển tới Đông Nam Á, Đông Dương rồi tới Nam Trung Hoa. Phần lớn Phật giáo theo con đường này giữ tính nguyên thủy ở các quốc gia Sri Lanka, Myanmar, Thái, Lào, Campuchia. Tháp phái Phật giáo nguyên thủy thường có hình chuông có cán.

Ngả thứ hai đi theo con Đường Tơ Lụa, tới Trung Á, Nepal, Tây Tạng, phía Bắc Trung Hoa, Triều Tiên, Nhật Bản, Việt Nam... Phần lớn Phật giáo các quốc gia này mang khuôn mặt chủ là phái Đại Thừa. Các tháp phái đại thừa *lúc đầu* phần lớn là *tháp trụ vuông có nhiều tầng* như tháp Ngỗng Trời ở Tây An, Trung Quốc xây năm 652 Sau Dương Lịch đời Nhà Đường.

Tháp Ngỗng Trời ở Tây An, Trung Quốc
xây năm 652 Sau Dương Lịch đời Nhà Đường (ảnh chụp 1983).

Ở Nepal các chùa làm theo hình tháp trụ vuông nhiều tầng:

Các chùa đền ở công trường Patan Durbar Kathmandu, Nepal
làm theo hình tháp trụ vuông rỗng (ảnh của tác giả).

Sau trận động đất vừa qua bị hủy hoại rất nhiều.

Về sau tháp trụ vuông biến dạng thành hình tháp bút, trụ tròn, vân vân...

Bây giờ ta hãy xem sơ đồ cấu trúc của vài loại tháp chính này.

1. Các tháp cổ thấy ở Ấn-Độ

- Tháp vòm bán cầu tròn.

Như đã biết, tháp cầu tròn là dạng cổ nhất thấy ở Ấn-Độ. Hình vòm bán cầu tròn diễn tả vòm vũ trụ, hư vô, vô cực, hư không, dạ con vũ trụ và dưới dạng nhất thể là đĩa thái cực, trứng vũ trụ (dạng trứng tròn). Ví dụ như thấy qua một sơ đồ hình vòm bán cầu tròn dưới đây theo Snograss.

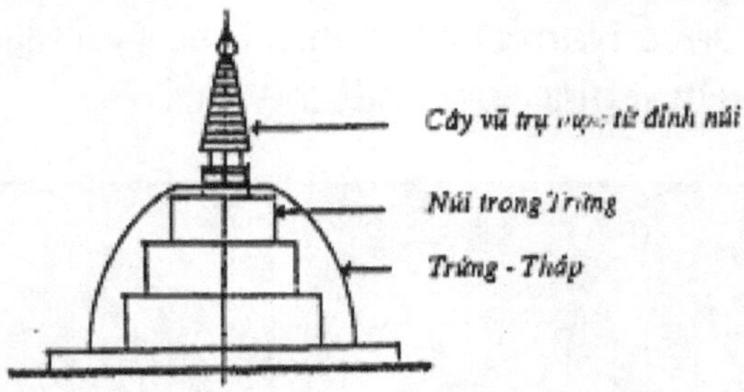

Hình 9: Mô hình stupa-nguồn Snograss.

(dẫn lại trong Tạ Đức: Nguồn Gốc và Sự Phát Triển của Kiến Trúc, Biểu Tượng và Ngôn Ngữ Đông Sơn).

Tháp có chủ thể là vòm bán cầu tròn, ở đây nhìn dưới dạng nhất thể nòng nọc, âm dương còn quyện vào nhau là trứng vũ trụ. Cấu trúc trong trứng hình Tam Thế và trên vòm cầu là Cây Vũ Trụ (Cây Tam Thế, Cây Đời Sống).

Ta thấy rất rõ vòm trứng nòng nọc, âm dương sinh ra Tam Thế diễn tả bằng Cây Vũ Trụ (Cây Tam Thế, Cây Đời Sống) giống cây giáng sinh của Thiên Chúa giáo (Đấng Ki-tô từ vũ trụ giáng thế) ở trên. Tháp mang trọn ý nghĩa Vũ Trụ Tạo Sinh của Vũ Trụ giáo.

Những tháp chùa nguyên thủy thường có dạng này. Đây là dạng hình vòm bán cầu tròn mang tính chủ thể.

- Tháp kim tự tháp.

Tháp loại này diễn tả Núi Meru/kailash mang ảnh hưởng Ấn giáo đậm nét.

Như đã biết trong chữ viết nòng nọc vòng tròn-que hình kim tự tháp, một dạng không gian của chữ nọc tam giác có một khuôn mặt biểu tượng cho núi tháp, núi dương có đỉnh nhọn mang dương tính biểu tượng cho Núi Trụ Thế Gian, cõi đất thế gian, Lửa Đất thế gian, quẻ Li. Anh ngữ pyramid có gốc pyro- là lửa. Núi Meru là ngọn núi thiêng liêng diễn tả Núi Trụ Thế Gian, Núi Vũ Trụ trong Ấn giáo và Phật giáo. Ví dụ như đã nói ở trên đền Phật giáo Borobudur ở Java Nam Dương làm theo Núi Meru. Đây là một kiến trúc Phật giáo lớn nhất thế giới.

Chùa tháp Borobudur, Java và họa đồ mặt bằng.

Nhìn tổng thể, chỏm tháp có dáng dấp hình bầu nậm hay chuông có cán biểu tượng cho nòng nọc, âm dương. Nhìn theo nhất thể là thái cực. Nhìn theo diện lưỡng nghi là hai cực nòng nọc, âm dương riêng rẽ. Nhìn theo họa đồ mặt bằng (ground plan), ở tâm có chấm tròn đặc là nọc, dương ở trên hình vuông nòng âm thái dương. Đây chính là hình ảnh thiết diện ngang của lingam-yoni vuông của Ấn giáo và của bánh dầy trên bánh chưng Việt Nam. Nhìn dưới diện tứ tượng thì chỏm nọc biểu tượng cho tượng Lửa, phần bầu biểu tượng cho gió. Ba vành tròn tam cấp có những tháp nhỏ trong có để tượng Phật là ba nòng OOO tức quẻ Khôn theo duy âm có một khuôn mặt là Nước. Phần thân tháp vuông 5 tầng biểu tượng cho Đất. Số 5 là số Li, Lửa Đất biểu tượng cho Đất dương thế gian. Phần này lớn nhất cho thấy khuôn mặt núi tháp Đất mang tính chủ. Rõ ràng tháp diễn tả Núi Trụ Thế Gian Meru. Như đã nói, trong Núi Trụ Thế gian có Trục Thế Giới thông thương ba cõi mà chính yếu là đường lên cõi trên, trong Phật giáo là Niết Bàn.

Ngay chính tháp có hình kim tự tháp cũng đã mang hình ảnh đường lên cõi trên giống như *kim tự tháp có bậc cấp Zoser cổ nhất của Ai Cập và* các tháp có cấp bậc của các tộc thổ dân Mỹ châu. Các tín đồ đi vòng lên đỉnh tháp cũng có cảm giác đi lên Niết Bàn.

Họa đồ mặt bằng của đền Borobudur là một thứ mandala vuông biểu tượng cho vũ trụ nhìn dưới diện núi Meru cõi đất thế gian.

Vì thế chùa tháp Bodobudur được coi là biểu tượng của Tam Thế (dhatu).

Rõ hơn tại Mingun, bên bờ sông Irrawaddy, Mandalay, Myanmar có một chùa tháp Hsinbyum hay Myatheindan làm theo Núi Meru nên đôi khi còn được gọi là Chùa Tháp núi Meru.

Chùa Tháp Hsinbyum hay Myatheindan
làm theo Núi Meru nên đôi khi còn được gọi là Chùa Tháp núi Meru.

Chùa do cháu vua Bodawpaya và vua kế vị Bagyidaw xây để tưởng nhớ công chúa Hsinbyume (Nàng Voi Trắng, cháu gái vua Bodawpaya, 1789-1812) chết trong lúc sanh.

Lưu ý là phần chân tháp có những hình sóng diễn tả biển vũ trụ. Núi Meru được cho là một phần của Biển Vũ Trụ. Ở đây núi nhô lên từ biển vũ trụ. Trong truyền thuyết của nhiều văn hóa cổ, núi Trụ Thế Gian cũng nhô lên từ biển, hồ vũ trụ như Ai Cập cổ có gò đống nguyên khởi nhô lên từ hồ nước, biển vũ trụ, đảo núi Quân Sơn ở hồ Động Đình cũng vậy (xem Hồ Động Đình)...

Núi Meru cũng được cho là ở tâm quả đất, là trung tâm về vật thể, tâm linh, siêu hình của vũ trụ.

Đối chiếu với dịch ta thấy núi Meru có đáy là hình vuông, có năm tầng mang hình ảnh của ma phương 5/15 (có số trục là số 5 và tổng cộng các số ở các chi là 15) (còn gọi là Lạc Thư).

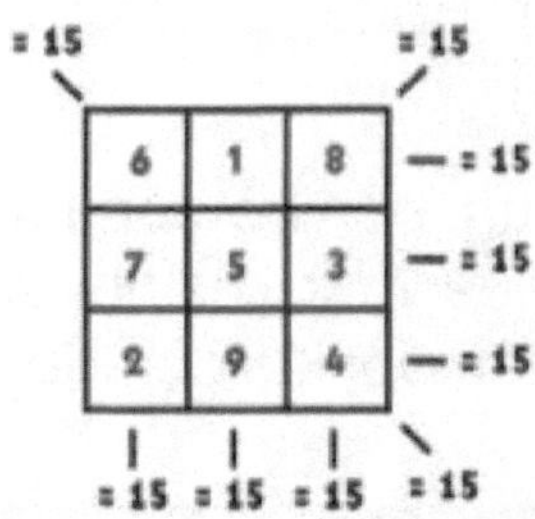

Hình vuông biểu tượng cho đất, núi Meru 5 tầng ứng với con số trục 5 của ma phương 5/15 ăn khớp trăm phần trăm với một khuôn mặt của núi Meru là núi Trục Thế Giới ở tâm của đất thế gian. Trong ngũ hành Trung Hoa, hành thổ nằm ở tâm hình vuông có bốn đỉnh là bốn hành còn lại là vậy (thật ra chỉ có tứ hành, hành Thổ của Trung Quốc là trục thế giới chính là kết quả của liên tác của tứ hành tạo ra tam thế rồi mới có trục thế giới mãi về sau mới có. Trung Hoa đã lấy cây vũ trụ (cây tam thế, cây đời sống) trục thế giới làm hành Mộc.

Điểm này một lần nữa cho thấy Vũ Trụ giáo dựa trên dịch, nguyên lý nòng nọc, âm dương hiện diện rất rõ trong Ấn giáo và Phật giáo.

- Tháp chuông có cán

Như đã biết tháp hình chuông có cán thường thấy và là khuôn mặt chính của các chùa theo phái Phật giáo nguyên thủy (thường gọi là chùa tháp).

Hãy phân tích một sơ đồ tháp chuông có cán ở chùa Botataung, ngôi chùa đầu tiên có để tóc Phật ở Yangon.

Sơ đồ kiến trúc chùa Botataung, Yangon, Myanmar (ảnh của tác giả chụp tại chùa Botataung).

Sơ đồ kiến trúc cho thấy từ trên xuống:

1. Cầu tròn kim cương (Diamond orb).
2. Cờ châu báu.
3. Chỏm nón (cone).
4. Lọng, tán (hti) (hti biến âm với Việt ngữ tán, tàn).
5. Búp sen (lotus bud) hay hoa chuối (banana bud).
6. Cánh hoa sen (lotus petals).

7. Đài hoa sen.
8. Cánh sen ngược.
9. Vành trang trí (mouldings).
10. Bát úp (inverted bowl).
11. Chuông.
12. Các vành trang trí.
13. Bệ (terrace).

Tháp có 13 phần. Con số 13 là số Li tầng 2 thế gian (13 = 8 + 5) biểu tượng cho Lửa Đất thế gian. Qua 13 tầng, tháp cũng diễn tả núi Trụ Thế gian mang cùng ý nghĩa với các tháp hình kim tự tháp. Con số 13 cũng có một nghĩa là 13 bậc cấp dẫn tới Niết Bàn, trục thế giới. Tháp này cũng là đường đi lên Niết Bàn. Tại sao lại là 13 tầng? Con số 13 là số Li, Đất dương thế gian tầng 2 (5, 15). Tháp mang hình ảnh cầu thang từ cõi Đất Li Núi Trụ Thế Gian, Núi Vũ Trụ đi lên Thượng Thế, đi lên Niết Bàn.

Nhìn tổng quát dưới lăng kính Vũ Trụ Tạo Sinh ta thấy rõ tháp chuông có cán có phần chuông biểu tượng cho nòng, âm và phần cán biểu tượng cho nọc dương. Nòng nọc, âm dương sinh ra tứ tượng.

Nhìn dưới diện tứ tượng phần trụ nọc chỏm tháp biểu tượng cho tượng lửa (1, 2, 3), phần lọng tán biểu tượng cho tuợng khí gió (4), phần chuông bát úp (10, 11, 12) biểu tượng cho tượng nước. Các tháp ở Nepal phần này thường vẽ các cánh hoa sen nhấn mạnh ý nghĩa nước. Phần bệ có các cấp bậc biểu tượng cho đất (thấy rõ ở các tháp có hình vuông).

Tứ tượng âm dương liên tác sinh ra tam thế biểu tượng bằng Cây Vũ Trụ).

Phần chỏm tháp vì thế cũng thường biểu tượng cho Cây Vũ Trụ.

Ở đây cũng vậy. Phần chỏm tháp phía trên có:

Chỏm tháp chùa Shwedagon, Yangon (ảnh chụp tại chùa Shwedagon).

Phần nọc có đỉnh nhọn phía trên cùng biểu tượng cho nọc, dương và phần bầu phía dưới biểu tượng cho nòng âm.

Chùa tháp Shwedagon cũng có cấu trúc y hệt ở đây. Chỏm tháp chùa Shwedagon thấy rõ hơn qua hình quả bầu.

Phần nọc nhọn nằm trong một hình kim tự tháp cũng biểu tượng cho nọc, dương. Phần bầu tròn thấy rất rõ. Chỏm tháp có hình bầu nậm. Lưu ý bầu có dát các thứ đá quí, trên nắp bầu có để một viên kim cương lớn 76 carat (15 gm).

Kiến trúc bên trong hình tán của phần lọng ở chỏm tháp chùa Shwedagon (ảnh của tác giả).

Phần chỏm tháp này cũng diễn tả tứ tượng. Nhìn dưới diện tứ tượng phần nọc nhọn đỉnh tháp biểu tượng cho tượng Lửa Càn. Phần lọng biểu tượng cho tượng khí gió Đoài. Ở nhiều tháp khác có hình lọng có tua gió. Ở chùa Shwedagon, phần lọng tán này bên trong đích thực có kiến trúc của một chiếc lọng, tán:

Phần hình búp sen hay hoa chuối hình chiếc bình biểu tượng cho tượng nước và phần đế hình nón cụt có các vành diễn tả các bậc tam cấp biểu tượng cho tượng núi đất. Tứ tượng sinh ra Tam Thế biểu tượng cho Cây Vũ Trụ. Rõ ràng phần chỏm tháp cũng diễn tả Cây Vũ Trụ.

Phần lớn các chỏm tháp của Phật giáo có 13 khấc, 13 nấc, 13 tầng diễn tả trục thế giới có 13 bậc lên Niết Bàn.

Như thế ta thấy tháp hình chuông có cán dù hình dạng có biến đổi từ tháp cổ hình vòm bán cầu cũng vẫn diễn tả ý nghĩa giữ theo cốt lõi Vũ Trụ Tạo Sinh của Vũ Trụ giáo.

Nhìn theo giáo lý nhà Phật, tháp có hình Phật tọa thiền. Phật miện là chỏm tháp, đầu Phật là phần hình bầu, thân là chuông và chân ngồi kiết già là bệ đáy. Điểm này cũng dễ hiểu Phật Người có cốt vũ trụ, giác ngộ dưới gốc cây Bồ Đề. Thêm nữa, như đã nói ở trên Phật được tôn thờ như một trụ lửa biểu tượng cho Trục Thế Giới, trục Vũ Trụ tức là thân của Cây Vũ Trụ.

- Tháp Trụ Vuông Nhiều Tầng.

Như đã nói ở trên, các tháp phái đại thừa *lúc đầu* phần lớn là *tháp trụ vuông có nhiều tầng.* Những tháp này thấy ở Nepal, Trung Hoa, Nhật, Việt Nam, Đại Hàn…

Có nhiều chùa ở các quốc gia theo phái đại thừa cũng làm chùa theo hình tháp trụ vuông này. Các chùa này chính là những tháp vuông nhiều tầng rỗng trong có để tượng phật và các di vật liên hệ tới Phật và Phật giáo dùng làm nơi thờ phượng (gọi là chùa).

Hãy khảo sát sơ đồ của một tháp đá vuông Đại Hàn.

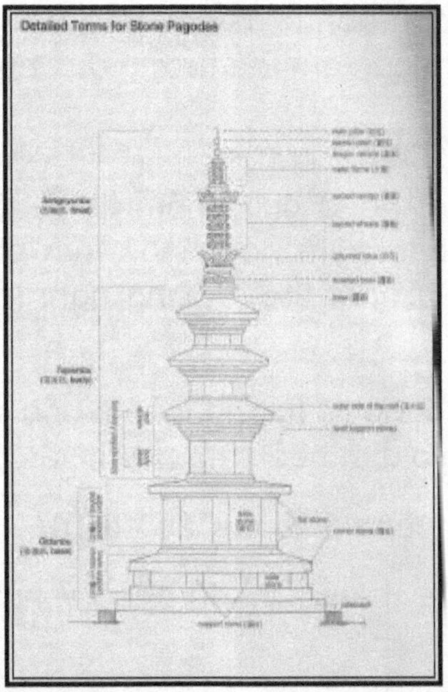

Sơ đồ một tháp đá vuông Đại Hàn (A field Guide to History Gyeongju, Korea Cultural and Historical Survey Society, Dolbegae Publishers).

Sơ đồ này cho thấy rất rõ cấu trúc của một tháp ba tầng tiêu biểu của Đại Hàn (ở Đại Hàn nói tới tháp pagoda là nói tới tháp ba tầng).

- Nhìn tổng thể, phần:

. Chỏm tháp

biểu tượng cho Thượng Thế.

. Thân tháp

Phần thân biểu tượng cho cõi giữa Trung Thế chia ra ba tiểu thế: bầu trời, đất và nước thế gian diễn tả bằng ba tầng có ba mái.

. Đế tháp

Biểu tượng cho Hạ Thế chia ra làm hai tầng. Phần trên có thể là phần cõi âm của dương gian, nơi khi con người mới lìa đời, hồn ở đây để chờ đợi phán xét. Phần dưới là vùng âm của âm thế tương đương với âm ty.

- Phần chỏm tháp.

Nhìn chi tiết riêng của chỏm tháp ta thấy tận cùng cũng có hình bầu nậm nòng nọc, âm dương, thái cực (nhìn dưới dạng nhất thể), lưỡng nghi (nhìn dưới dạng phân cục).

Nhìn dưới dạng tứ tượng: chỏm nọc lửa, tán (sacred canopy) lọng, gió, bát hoa sen, nước và đế vuông đất.

Chỏm tháp cũng diễn tả Cây Vũ Trụ.

Số tầng của tháp thay đổi theo ý nghĩa biểu tượng chính của tháp.

Tháp có nhiều tầng thường 3, 5, 7, 9, 11, 13 tầng. Thấy nhiều nhất là tháp 3 tầng. Như đã nói ở trên, ở Đại Hàn nói tới pagoda là nói tới tháp ba tầng. Tháp ba tầng diễn tả Tam Thế của Cây Vũ Trụ (Cây Tam Thế, Cây Đời Sống) hay ba cõi tiểu thế của cõi nhân gian Trung Thế. Tháp năm tầng mang hình ảnh Trục Thế Giới thông thương ba cõi, đường về cõi trên, vĩnh hằng (số 5 là số Li lửa thiếu dương, núi lửa, núi trụ thế gian ở trong Trục Thế Giới)... Tháp 13 tầng như đã biết với số 13 là số Li tầng 2 (5 + 8) cũng có một khuôn mặt là Trục Thế Giới. Đường lên Niết Bàn có 13 cấp bậc...

Như vậy số tầng của tháp tuy được làm theo giáo thuyết Phật giáo nhưng vẫn giữ đúng ý nghĩa theo triết thuyết Vũ Trụ giáo, theo dịch.

Tóm lại tháp trụ vuông nhiều tầng thấy nhiều trong Phật giáo đại thừa tổng quát cũng vẫn mang ý nghĩa biểu tượng của Vũ Trụ Tạo Sinh trong Vũ Trụ giáo nhưng có khuôn mặt Trục Thế Giới mang tính chủ.

- Tháp Hình Cây Vũ Trụ (Cây Tam Thế, Cây Đời Sống).

Tháp nào cũng diễn tả triết thuyết Vũ Trụ giáo qua hình ảnh Cây Vũ Trụ hiển nhiên phải có một loại tháp diễn tả ngay theo hình dạng Cây Vũ Trụ. Điển hình nhất là Chùa Một Cột của Việt Nam là một thứ tháp hình Cây Vũ Trụ (xem Cơ Thể Học Trống Đồng).

Chi Tiết Bên Ngoài Tháp.

Các chi tiết và trang trí bên ngoài và chung quanh mỗi tháp (như các điêu khắc diễn tả giáo lý, truyền thuyết tiền kiếp Phật, cuộc đời Đức Phật, các tượng hộ pháp, linh thú, nhà nguyện...) hiển nhiên diễn tả thay đổi tùy theo mỗi loại tháp như tháp chứa xá lợi Phật (tóc, rằng, xương... Phật), các di vật liên hệ với Phật giáo (như bình bát, áo mão, kinh Phật..), tháp tưởng niệm Phật và các cao tăng, tháp để cầu nguyện, cầu xin, tạ ơn...

Ví dụ những tháp diễn tả giáo lý, trọn cuộc đời Đức Phật như ở tháp cổ nhất Sanchi ở Ấn-Độ có khắc hoa sen hay con voi trắng diễn tả Phật đản sinh; cây Bồ Đề diễn tả Phật giác ngộ, thành đạo, bánh xe pháp luân diễn tả sự hoàng pháp, sự khai sinh của Phật giáo ở vườn Lộc Uyển... Ngôi đền Phật giáo Borobudur ở Java là ngôi đền có những khắc chạm trang trí tinh tế, nghệ thuật diễn tả trọn vẹn giáo lý và cuộc đời Đức Phật nhất. Phần chỏm tháp không trang trí diễn tả sự toàn thiện hoàn toàn của giác ngộ. Phần bệ bằng phẳng dưới chỏm tháp có ba vành tháp nhỏ trong có tượng Phật biểu tượng cho Arupadatu, phi dạng thể (formlessness). Điểm này ăn khớp hoàn toàn với ba vành hay ba vòng tròn OOO tức quẻ Khôn có một khuôn mặt là trống không, hư không.

Phần thân tháp hình kim tự tháp có những điêu khắc diễn tả cuộc đời Đức Phật.

Vân vân...

Nhưng điểm tôi muốn nhấn mạnh nói tới ở đây là các chi tiết bên ngoài và vòng ngoài tháp có liên hệ tới Vũ Trụ giáo được diễn đạt bằng các hình, dấu, biểu tượng theo dịch và chữ viết nòng nọc vòng tròn-que.

Xem Các Hình, Dấu, Biểu Tượng, Chữ Viết Nòng Nọc Vòng Tròn-Que trong Phật Giáo, ở đây chỉ xin đưa ra một hai ví dụ thấy trên tháp chùa.

Sơ đồ của một tháp chùa Tây Tạng có hình dạng có ý nghĩa theo hình, dấu mang tính chữ viết nòng nọc vòng tròn-que. Điểm này cũng áp dụng chung cho tất cả các loại tháp (vì tất cả các loại tháp dù hình dạng có khác nhau nhưng vẫn diễn tả Vũ Trụ Tạo Sinh của Vũ Trụ giáo) như thấy qua hình dưới đây:

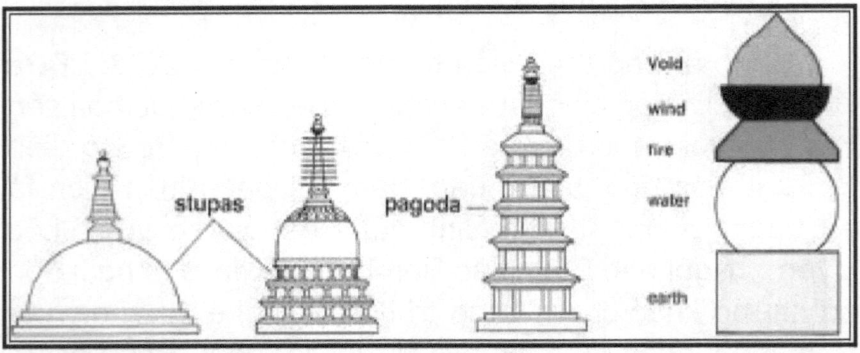

Sơ đồ các loại tháp có hình dạng khác nhau (nguồn: buddhanet.net).

Phần chỏm đầu có hình bầu mầu xanh da trời mang ý nghĩa hư vô (vô cực), hư không, thái cực (nhìn dưới diện nhất thể), lưỡng cực (nhìn dưới diện lưỡng nghi). Ở đây phần chỏm tháp này gọi là *void* (khoảng trống không) chỉ nhìn dưới diện hư vô, hư không, vô cực.

Phần đĩa ở dưới có hình vật đựng mầu đen ở đây lại giải thích cho là Gió. Sai. Theo tôi đĩa là vật đựng chất lỏng và mầu đen là mầu nước thái âm (tầng nước không có ánh mặt trời chiếu tới: tối đen) nên đĩa mầu đen này biểu tượng cho Nước thái âm không phải là Gió (Gió mầu trắng, trong) thường được biểu tượng bằng cái bao, nang, túi tròn; ông thần gió thường khoác cái bao, túi và khí, gió không mầu, thường diễn tả bằng vòng tròn trống không hay mầu trắng. Phần tam giác biểu tượng cho tượng Lửa. Ở hình mầu ở đây diễn tả bằng mầu đỏ rất đúng.

Phần vòng tròn trắng như đã nói ở trên biểu tượng cho tượng Khí, Gió. Ở đây lại cho là Nước. Ở đây có sự lầm lẫn giữa đĩa tượng Nước và vòng tròn tượng Gió.

Hình vuông biểu tượng cho tượng Đất ở cõi tứ tượng. Đất dương diễn tả bằng mầu vàng rất đúng (hoàng thổ).

Như thế tháp diễn tả nòng nọc, âm dương, lưỡng nghi, tứ tượng sinh ra tam thế diễn tả bằng các hình học trong chữ viết nòng nọc vòng tròn-que.

Tiếp nữa các cách xếp đặt, các cấu trúc, các chi tiết của tháp đi theo chiều âm tức theo chiều kim đồng hồ. Chiều âm là chiều không gian, chiều Vũ của vũ trụ. Phật giáo là tôn giáo nghiêng về Vũ Trụ (trong khi Thiên Chúa Giáo nghiêng hẳn về phía Trụ, mặt trời). Phật giáo là tôn giáo âm, Tĩnh trong khi Thiên Chúa giáo là tôn giáo dương, Động. Ví dụ các kiến trúc thờ phượng Phật giáo đi theo thứ tự cùng chiều kim đồng hồ tức chiều âm. Các tu sĩ Phật giáo cử lễ đi theo chiều âm. Chữ Vạn trên ngực Phật có cánh tay (arm) trên chỉ về phía tay trái, chiều âm. Cây nhang vòng cũng đốt cháy theo chiều âm này...

Trên nhiều tháp có ghi khắc chữ viết nòng nọc vòng tròn-que. Ví dụ như ở một chùa tháp ở Bagan.

Chữ nọc mũi tên (mũi mác, răng cưa, răng sói) lửa, dương có phụ đề các tia lửa trên một tháp chùa ở Bagan, Myanmar cho biết phần tháp này mang tính lửa (ảnh của tác giả).

Vân vân...

Kết Luận

Tóm lại tháp chùa stupa khởi thủy bắt nguồn từ các mô, đống dùng làm mồ mả đã có từ trước khi có Phật giáo và các mồ này đã mang ý nghĩa biểu tượng theo Vũ Trụ giáo.

Trong các nền văn hóa theo hay bị ảnh hưởng của Vũ Trụ giáo có trước khi Phật giáo ra đời, người chết đã được chôn trong các gò đống hình cầu hay vòm tròn như thấy ở các tộc Người Xây Gò Đống Mound Builders ở Hoa Kỳ, trong các giỏ cây hình tròn hay hình trứng như Ai Cập cổ, trong các chum, vò bằng đất nung, đá, trong các thạp đồng hình trứng, trong trống đồng hình cây Nấm Vũ Trụ... mang ý nghĩa biểu tượng dạ con vũ trụ, hư vô, trứng vũ trụ để người chết được trở về với hư vô/hư không, vũ trụ hầu có thể được tái sinh... Về sau chôn trong tháp cũng có cùng một mục đích là để hồn người chết trở về nguồn cội, cõi trên để được tái sinh hay sống hằng cửu.

Tháp Stupa du nhập vào Phật giáo lúc đầu cũng dùng như một thứ mộ để chôn cất tro thân, xá lợi Phật, sau trở thành chỗ thờ phượng thiêng liêng. Các tháp chùa vì thế theo thời gian, giáo phái và văn hóa địa phương cũng vẫn diễn tả trọn vẹn hay một giai kỳ của triết thuyết Vũ Trụ Tạo Sinh của Vũ Trụ giáo.

Tất cả các tháp dù có hình dạng nào cũng mang ý nghĩa Vũ Trụ Tạo Sinh của Vũ Trụ giáo, cũng có một khuôn mặt Cây Vũ Trụ (Cây Tam Thế, Cây Đời Sống). Tuy nhiên mỗi dạng tháp nghiêng về một khuôn mặt mang tính trội:

. Tháp vòm bán cầu tròn cổ nhất còn giữ dạng mô đất tròn có khuôn mặt trội là hư vô/hư không, trứng vũ trụ dạng tròn (đĩa thái cực).

. Tháp hình kim tự tháp có khuôn mặt mang tính trội là Núi Trụ Thế Gian mang hình ảnh núi Meru.

. Tháp hình bầu nậm, chuông có cán mang tính nòng nọc, âm dương, lưỡng thể mang tính sinh tạo, tạo hóa.

. Tháp hình trụ vuông, tròn, tháp bút có khuôn mặt mang tính trội là Trục Thế Giới.

Các tháp rỗng trở thành các chùa dạng tháp.

……

Nhìn tháp ta có thể biết một ngôi chùa thuộc giáo phái nào. Tháp vòm bán cầu và kim tự tháp, hình núi Meru có thể cho biết chùa đó còn giữ theo phong cách của các tháp cổ của Phật giáo Ấn-Độ.

Tháp có hình chuông có cán và là khuôn mặt chủ yếu của chùa thường thuộc phái Phật giáo nguyên thủy.

Tháp có hình trụ vuông, tròn, nhiều tầng và là khuôn mặt phụ của chùa thường thấy thuộc phái Phật giáo đại thừa.

Dĩ nhiên tháp và các phần tháp cũng được kiến trúc theo các hình thể biến dạng ít nhiều để chuyển đạt những ý nghĩa khác nhau của giáo lý Phật giáo và hòa đồng với ý nghĩa biểu tượng riêng của tháp với văn hóa địa phương.

Muốn hiểu ý nghĩa thấu đáo, trọn vẹn, mimh bạch và có hệ thống của tháp ta phải nhìn theo lăng kính Vũ Trụ Tạo Sinh của Vũ Trụ giáo đi kèm với giáo lý Phật giáo.

Tháp chùa là biểu tượng một phần vũ trụ quan của Phật giáo.

Hiểu được ý nghĩa biểu tượng của tháp chùa là ta hiểu được một phần của vũ trụ quan của Phật giáo.

Tháp Phật giáo rất quan trọng nên thiền và thiền hành quanh tháp Phật là một thực hành tế lễ quan trọng và nhiệt tình trong Phật giáo từ thời rất sớm. Tháp Phật giáo vì thế luôn luôn có một đường vòng đi quanh *(pradakhshina).*

Đi vòng quanh một bảo tháp Phật là đi một vòng Núi Vũ Trụ, Núi Thế Giới Tu Di/Meru, đi một vòng vũ trụ tạo sinh, đi một vòng tam thế, đi một vòng Cây Vũ Trụ (Cây Tam Thế, Cây Đời Sống), đi một vòng vũ trụ thế giới, đi một vòng sinh tử, đi một vòng tâm thân vũ trụ Phật, đi một vòng xá lợi Phật, đi một vòng giáo Pháp Phật, đi một vòng luân hồi qua muôn kiếp. Đi để dập tắt tham, sân, si, để hiểu biết rõ tất cả pháp là vô ngã, vô thường, vô toại nguyện (khổ đau), để cầu mong tu tập đạt được giải thoát.

TÀI LIỆU THAM KHẢO

A

. Alexandre de Rhodes, Từ Điển Việt Bồ La, nxb Khoa Học Hà Nội, 1991.

Đ

. Đạo Uyển (ban biên tập), Từ Điển Phật Học, Công Ty Sách Thời Đại và Nhà Xuất bản Tôn Giáo, 2006.

H

. Hạ Long Bụt Sĩ, Hiền Như Bụt, Tịnh Khẩu Pháp Môn *2020.

N

. Nguyễn Tường Bác, Mùi Hương Trầm, nhà xuất bản Trẻ, TP HCM, 2003.

. Nguyễn Xuân Quang:

- Khai Quật Kho Tàng Cổ Sử Hừng Việt Y Học Thường Thức xuất bản, 1999.
- Ca Dao Tục Ngữ Tinh Hoa dân Việt, 2002.
- Tiếng Việt Huyền Diệu (Hừng Việt, 2004).
- Y Học Thường Thức, bán nguyệt san Y Học.
- Việt Dịch Bầu Cua Cá Cọc (Y Học Thường Thức, 2006).
- Giải Đọc Trống Đồng Đông Sơn, 2022.
- Sự Liên Hệ Giữa Việt Ngữ và Ấn-Âu Ngữ, Thanh Mai, 2023.

. Nguyễn Văn Khang, Từ Điển Mường Việt.

P

. Paulus Của, Đại Nam Quốc Âm Tự Vị.

T

. Thiều Chửu Hán Việt Tự Điển http://vietnamtudien.org/thieuchuu/

. Trần Thanh Lý, Lịch Sử Phật Giáo Qua Tem Thư Bưu Chính, 2013.

Nhân Ảnh
2023

Liên lạc tác giả:
Email: ngxuanquang@aol.com

Liên lạc Nhà xuất bản
Nhân Ảnh
E.mail: han.le3359@gmail.com
(408) 722-5626

www.ingramcontent.com/pod-product-compliance
Lightning Source LLC
LaVergne TN
LVHW090220051026
849517LV00001B/141
* 9 7 9 8 8 6 8 9 3 1 7 2 7 *